'The Sharp Knife Of Memory' या इंग्रजी पुस्तकाचा अनुवाद

निर्जन पूल

कोंडापल्ली कोटेश्वराम्मा

अनुवाद

शर्मिला इनामदार

मेहता पब्लिशिंग हाऊस

✆ +91 020-24476924 / 24460313 / Mob. No. 9545000513
Email : production@mehtapublishinghouse.com
Website : www.mehtapublishinghouse.com

This book is part of the Zubaan-Prabha Khaitan Foundation translation series

Based on the English translation by V.B. Sowmya published by Zubaan Publishers Pvt. Ltd

THE SHARP KNIFE OF MEMORY by KONDAPALLI KOTESWARAMMA

Translated into Marathi Language by Sharmila Inamdar

निर्जन पूल / अनुवादित आत्मकथन

अनुवाद : शर्मिला इनामदार
author@mehtapublishinghouse.com

मराठी अनुवादाचे व प्रकाशनाचे हक्क : मेहता पब्लिशिंग हाऊस प्रा. लि.

संस्थापक : सुनील अनिल मेहता

प्रकाशक : मेहता पब्लिशिंग हाऊस प्रा. लि.
१९४१, सदाशिव पेठ, माडीवाले कॉलनी, पुणे ३०.

मुद्रक : ट्रिनिटी ॲकॅडमी फॉर कॉर्पोरेट ट्रेनिंग लिमिटेड

मुखपृष्ठ : मेहता पब्लिशिंग हाऊस प्रा. लि.

प्रथमावृत्ती : नोव्हेंबर, २०२२

किंमत : ₹ २५०

P Book ISBN 9789394258761
E Book ISBN 9789394258778
E Books available on : amazonkindle Apple Books Google Play Books

प्रस्तावना

कोंडापल्ली कोटेश्वराम्मा ह्या आंध्रप्रदेशातील माओवादी चळवळीचे दिवंगत प्रणेते श्री. सीतारामय्या कोंडापल्ली यांच्या पत्नी म्हणून सुपरिचित आहेत. त्यांनी स्वत: राजकीय कार्यकर्त्या म्हणून बरीच वर्षे काम केलेले आहे. त्यांनी लिहिलेल्या तेलुगू कथा आणि कवितासंग्रह देखील प्रकाशित झाले आहेत.

जवळपास शंभर वर्षांचे आयुष्य लाभलेल्या कोटेश्वराम्मांनी वयाच्या ९२व्या वर्षी 'निर्जन वारधी' या नावाने आपले आत्मवृत्त लिहिले. २०१२ मध्ये हे आत्मवृत्त प्रकाशित झाले आणि २०१८ मध्ये कोटेश्वराम्मांनी या जगाचा निरोप घेतला. त्यांची जीवनकहाणी म्हणजे आंध्र प्रदेशातील महत्त्वाच्या सामाजिक, राजकीय चळवळीतील भेदक अनुभवांची गाथाच आहे. स्वातंत्र्य आंदोलन, कम्युनिस्ट आंदोलन, तेलंगणाचा सशस्त्र लढा, नक्षलबारी या सर्वांचा यात समावेश आहे. त्यांच्या या अनुभवांना एक बाल विधवा, देशातील सर्वांत जहाल कम्युनिस्ट आंदोलनातील कार्यकर्ती, सर्वांत प्रभावी नेत्याची पत्नी, एक स्वतंत्र विचारसरणीची प्रतिभावान स्त्री आणि याशिवाय एक आई, आज्जी असे अनेक पदर आहेत. त्यांच्या नजरेतून भारताच्या इतिहासातील हा महत्त्वाचा कालखंड आणि ह्यामध्ये गुंतलेल्या माणसांचे परस्पर संबंध आपल्या डोळ्यासमोर उलगडत जातात. हे आत्मवृत्त लिहिण्यामागे कोटेश्वराम्मांचा हेतूदेखील त्यांच्या जीवन अनुभवातून भावी पिढीची सामाजिक आणि राजकीय विषयांची जाणीव प्रगल्भ व्हावी हाच आहे. त्या दृष्टीने एवढ्या व्यापक सामाजिक, राजकीय पटावर लिहिलेले एका स्त्रीचे आत्मवृत्त म्हणून या पुस्तकाचे महत्त्व अजूनच अधोरेखित होते.

सौम्या व्ही. बी. यांनी मूळ तेलुगू पुस्तक 'निर्जन वारधी' चा इंग्रजी अनुवाद 'The Sharp Knife Of Memory' या नावाने केलेला आहे. ह्या इंग्रजी अनुवादावरून मराठीमध्ये हे पुस्तक आणण्याचा हा प्रयत्न आहे. तेलुगू, इंग्रजी आणि अन्य भाषांतील वाचकांप्रमाणेच मराठी वाचकांना देखील हे पुस्तक भावेल, अशी आशा आहे.

– शर्मिला इनामदार

तेलुगू पुस्तकाची प्रस्तावना

मनातले काही विचार प्रथम सांगावेसे वाटतात.

मी कुणी प्रसिद्ध व्यक्ती नाही आणि लेखिकाही नाही. परंतु जास्तीतजास्त लोकापर्यंत माझ्या आठवणी पोचाव्यात अशा दृष्टीने मी लिहावे, असा काही निकट परिचितांचा आग्रह होता. महीधरा राममोहन राव, चेकुरी रामाराव, कवी 'स्माईल', परकाला पट्टाभीरामा राव, मानीकोंडा सूर्यवती, आदी लोकांनी मला माझे आत्मवृत्त लिहिण्यासाठी प्रोत्साहन दिले. 'इतिहासाच्या पानावर सामान्य माणसांच्या धैर्याची गाथादेखील नोंदवली गेली पाहिजे' अशी त्यांची भूमिका होती.

माझे आयुष्य दु:खदायी स्मृतींनी व्यापलेले आहे. ही सगळी तगमग मी कागदावरती समर्थपणे उतरवू शकेन की नाही याची मला खात्री नव्हती. म्हणूनच बहुधा मी लिहू धजत नव्हते. पण मी जोवर हिंडतीफिरती आहे, तोपर्यंत नवीन पिढीला माझी कथा समजावी म्हणून मी आत्मवृत्त लिहावे असा माझ्या नाती, अनुराधा आणि सुधा दोघींचा आणि वसंताचाही खूप आग्रह होता. (त्या मला अम्मम्मा म्हणजे आजी म्हणतात)

माझे वय आणि माझे अधू होत चाललेले डोळे यातून हे लिखाणाचे दिव्य मी कसे पार पाडणार असा माझ्यापुढे मोठा प्रश्नच होता.

पण त्यांचे म्हणणे होते, इतक्या सगळ्या क्रांतिकारी चळवळींमध्ये तू कशासाठी भाग घेतलास आणि इतके सगळे लोक तुला आत्मवृत्त सांगण्याचा का आग्रह करताहेत, हे एकदा तू स्वत:लाच विचारून पाहा. तुझ्या डोळ्यात येणारे पाणी तुझी कथा सांगेल.

हे पुस्तक प्रकाशित होण्यामध्ये अनुराधा आणि तिच्या मित्र-मैत्रिणी तसेच वसू आणि वसंता यांचा फार मोठा हातभार आहे. विशेषत: अनुराधाने हे पुस्तक आकाराला आणण्यासाठी प्रचंड मेहनत घेतली आहे.

वेमना वसंतलक्ष्मी ही ज्येष्ठ पत्रकार आहे आणि बालगोपाल यांच्या समग्र खंडांची संपादक आणि समालोचकही आहे.

स्त्रीवादी लेखिका वोल्गाने पुस्तकासाठी प्रस्तावना लिहिण्याचे लगेच मान्य

केले. माझी कथा वाचकांना समजण्यासाठी संदर्भ म्हणून प्रस्तावनेत तिने ऐतिहासिक पार्श्वभूमीही स्पष्ट केलेली आहे.

हैदराबाद बुक ट्रस्टने हे पुस्तक प्रकाशित करण्याची तयारी दर्शवली. गीता म्हणाली, आपल्या राज्यात झालेल्या चारही महत्त्वाच्या चळवळींतून तुम्ही भाग घेतलेला आहे. समाज प्रबोधनाची चळवळ, स्वातंत्र्य आंदोलन, कम्युनिस्ट आंदोलन आणि नक्षलवादी चळवळ. त्यामुळे आठवतील तेवढे अनुभव तुम्ही जरूर लिहा.

मला शक्य झाले तेवढे मी लिहिले आहे. काही भाग विमलाने रेकॉर्ड करून घेतल्यानंतरचा आहे. त्यासाठी ती विशाखापट्टणमला आली होती. विमला स्वत: कवयित्री आणि लेखिका आहे.

इतक्या सर्व लोकांच्या मदतीने माझी कथा वयाच्या ९२ व्या वर्षी पुस्तकरूपाने येतेय, त्यामुळे ह्या सर्वांचे मी आभार मानते.

पुस्तक वाचल्यानंतर एका चांगल्या सामाजिक हेतूने मी माझी कथा सांगितलेली आहे असे वाचकांचे मत झाले, तर मला खऱ्या अर्थाने संतोष वाटेल. या पुस्तकामुळे समाजाच्या स्वास्थ्यामध्ये, प्रगतीमध्ये काही भर पडेल असे त्यांना वाटले, तर माझे प्रयत्न कारणी लागले असे म्हणता येईल आणि माझे आयुष्य कृतार्थ झाले असे समजून मी धन्य होईन.

– कोंडापल्ली कोटेश्वराम्मा

१५ ऑगस्ट २०१२

पुस्तक परिचय
वंचितांमधून एक आवाज

गीता रामस्वामी

हैदराबाद बुक ट्रस्टने सप्टेंबर २०१२ मध्ये कोंडापल्ली कोटेश्वराम्मांचे 'निर्जन वारधी' आत्मवृत्त प्रकाशित केले. ह्या पुस्तकाला इतका प्रचंड मोठा प्रतिसाद मिळेल, अशी कल्पना आम्ही स्वप्नातही केली नव्हती. ह्या पुस्तकाबद्दल एक उत्सुकता असेल असे मात्र नक्की वाटले होते. त्यामागे एक सबळ कारणही आहे. ते कारण म्हणजे कोटेश्वराम्मा दिवंगत सीतारामय्यांच्या पत्नी आहेत, अशा माणसाच्या पत्नी की ज्याने भारत सरकारला सर्वांत मोठा धोका असणारा आणि समाजमनावर दूरगामी परिणाम करणारा 'पीपल्स वॉर ग्रूप' स्थापन केला. परंतु सीतारामय्यांचा विषय पुस्तकात अगदी कडेकडेनेच येतो. त्यामुळे मोठ्या प्रमाणात मिळणाऱ्या प्रतिसादाचा या गोष्टीशी फारच थोडा संबंध आहे असे म्हणता येईल. एका आठवड्यात दुसरी प्रत काढावी लागली आणि दोन महिन्याच्या आत दुसरी आवृत्ती निघाली. वाचकांच्या प्रतिक्रियांचा पाऊस पडला. काही जण फोनवरून बोलले, काही जणांनी पत्र लिहून आपली प्रतिक्रिया कळवली. मागील ३० वर्षांत आम्ही जवळजवळ ४०० पुस्तके प्रकाशित केलेली आहेत. ह्यातील बरीचशी पुस्तके स्त्रियांनी लिहिलेली आहेत, काही स्त्रियांविषयी आहेत, तर काही पुस्तके स्पष्टपणे स्त्रीवादी आहेत. ह्या पुस्तकांना पुरुषांकडून मिळालेला प्रतिसाद अगदीच थंड होता. असे वाटावे की, जणू काही ह्या पुस्तकांमधील विषयांशी त्यांचा काहीही संबंध नाही आणि त्यांच्या जगाशी सूतराम संबंध नसलेल्या एका वेगळ्याच विश्वाबद्दल ही पुस्तके आहेत. 'निर्जन वारधी' ने मात्र आमचा हा अनुभव खोटा ठरवला. हे पुस्तक वाचताना आम्ही कितीतरी वेळा रडलो, असे सांगणाऱ्या अनेक पुरुषांचे फोनवर फोन आले. त्यापैकी कित्येकांना कोटेश्वराम्मांना प्रत्यक्ष भेटण्याची इच्छा होती. एक सुप्रसिद्ध पत्रकार तर १२ तासांचा प्रवास करून विशाखापट्टणमला जाऊन त्यांना भेटले. कर्नाटकमधील

तुंगभद्रा प्रकल्पामध्ये काम करणाऱ्या एका इंजिनीअरने केवळ अश्रूंपुरतेच न थांबता हे पुस्तक कन्नडमध्ये भाषांतरीत करायचे ठरवले. जगाच्या वेगवेगळ्या टोकांहून तीन पुरुष वाचकांनी ह्या पुस्तकाच्या प्रत्येकी १०० प्रती विकत घेतल्या आणि आपापल्या ठिकाणच्या सार्वजनिक वाचनालयांना भेट देऊ केल्या, मित्रमंडळीत आणि परिचितांमध्ये वाटल्या. एकाने मला लिहिले,

ह्या पुस्तकातील काही प्रसंग वाचताना माझ्या डोळ्यांत पाणी आलं. त्यांचं आयुष्य काय आहे बघा - आधी बालविधवा, मग एका ध्येयवादी क्रांतिकारी तरुणाशी लग्न, स्वातंत्र्यलढ्यात सहभाग, त्यानंतर दुसऱ्या स्त्रीसाठी पतीने सोडून देण्याचा महादुर्धर प्रसंग, मातृत्वदेखील असं की दोन्ही मुलांच्या वियोगाचं सतत जाळणारे दुःख. त्यांच्या कहाणीत सहनशीलता, संघर्ष, शोकांतिका,दुःख तर ठायीठायी दिसतं आणि त्याच वेळी बरोबरीने आदर्शवाद, त्याग, धैर्य, निःस्वार्थ दानशूरता, चिकाटी, सयंम, आशा आणि प्रेरणा या साऱ्याचा एक अद्भुत मिलाफदेखील दिसतो. ही स्त्री कशानेही मोडून पडली नाही. कितीतरी वेळा ती खचली, पण पुनःपुन्हा; तिने स्वतःला गोळा करून उभं केलं आणि ती पुढे जात राहिली. म्हणतात ना.... कठीण परिस्थिती टिकत नाही, पण भक्कम माणसं टिकतात!

आपल्या समाजात स्त्रीची ओळख बऱ्याचदा कुठल्या न कुठल्या पुरुषाच्या संदर्भाने केली जाते. कोटेश्वराम्मादेखील, सीतारामय्यांनी त्यांना सोडून दिले असले तरी, त्यांच्या पत्नी म्हणून ओळखल्या जातात. मात्र स्वतःच्या आठवणी लिहून कोटेश्वराम्मांनी त्यांच्या आयुष्याला, भावभावनांना आणि स्वतःला स्वतंत्र ओळख प्राप्त करून घेतली आहे. प्रेयसीसाठी नवऱ्याने सोडून दिलेली बायको, वडिलांकडे जाण्यासाठी मुलांनी नाकारलेली आई, एक दुःखी स्त्री अशी ही ओळख नाही. याउलट आत्मसन्मान आणि धैर्य याचे मूर्तिमंत रूप असणारी एक तेजस्वी स्त्री, जीवघेण्या संघर्षातही तगून राहण्याची क्षमता असणारी अत्यंत ताकदीची स्त्री, अशा स्वरूपात त्या आपल्यासमोर येतात.

कोटेश्वराम्मांचा जन्म १९२० मध्ये आंध्रप्रदेशात कृष्णा नदीच्या सुपीक खोऱ्यामधील एका गावात श्रीमंत शेतकरी असलेल्या रेड्डी कुटुंबामध्ये झाला. त्या अगदी ४-५ वर्षांच्या असतानाच त्यांच्या मामाबरोबर त्यांचा विवाह झाला. एक-दोन वर्षातच त्यांच्या नवऱ्याचे निधन झाले. अशा प्रकारे त्या बालविधवा झाल्या. परंतु अत्यंत प्रेमळ कुटुंबामध्ये त्यांचे संगोपन झाल्याने बरीच वर्षे त्यांना या गोष्टींची जाणीव नव्हती. त्या शाळेत जात होत्या आणि स्वातंत्र्य आंदोलनाने भारलेल्या त्या दिवसात त्या लहानाच्या मोठ्या झाल्या. त्यांची आई चरख्यावर

सूत कातत असे आणि त्यांच्या नातेवाइकांपैकी काही लोकांनी शिक्षण सोडून स्वातंत्र्य आंदोलनात उडी घेतली होती. निव्वळ १० वर्षाच्या असतानाच कोटेश्वराम्मांनी स्वत: गांधीजींना पाहिले होते. इतर काही स्त्रियांप्रमाणेच त्यांनीही आपले दागिने गांधीजींना देऊन टाकले होते.

अत्यंत महत्त्वाच्या कालखंडामध्ये त्या लहानाच्या मोठ्या झाल्या. देशभर पसरू लागलेल्या स्वातंत्र्य आंदोलनासमोर बरीच आव्हाने होती. वेगवेगळ्या चळवळींमध्ये असणारे विचारधारेचे फरक आणि धोरणाचे प्रश्न होते. यामध्ये कम्युनिस्ट आंदोलन, समाज प्रबोधनाच्या चळवळी आणि अगदी नुकते बाळसे धरू लागलेले दलित आंदोलनही सामील होते. सध्याचे आंध्रप्रदेश (AP) आणि तेलंगणा राज्य त्या काळात नव्हते. पूर्वी हैदराबादच्या निजामाकडून ब्रिटिशांनी घेतलेले समुद्रकिनाऱ्यावरील जिल्हे आणि दक्षिणेकडील रयालसीमा हे प्रांत मद्रास रेसिडेन्सीमध्ये होते. या भागाचा कारभार मद्रास शहरामधूनच नियंत्रित होत असे. १८५२ मध्ये बांधलेले कॉटन धरण (आताचे गोदावरी धरण) आणि संपूर्ण खोऱ्यात बांधलेले बांधांचे जाळे यामुळे हा भाग समृद्ध झाला. पूर्वेकडील भाग, तेलंगणा, हा निजामशाहीच्या हद्दीत होता. आंध्र म्हणजे ज्याला पूर्वी सर्कार जिल्हे म्हणून ओळखत असत तो भाग आणि तेलंगणा यांचा चेहरामोहरा एकमेकांपासून फार वेगळा होता. आंध्रकडील भागात ब्रिटीश सरकारमुळे आणि विशेषत: ख्रिश्चन मिशनरीजच्या कामामुळे इंग्रजी माध्यमातून पाश्चिमात्य शिक्षण पद्धतीचा खूप विकास झालेला होता. पत्रकारितेमध्ये चांगली वाढ होत होती. पहिले तेलुगू पत्रक 'सत्यदूत' १८३३ मध्ये सुरू झाले. त्या पाठोपाठ इतरही बरीच मासिके सुरू झाली. मासुलीपट्टणम्, राजमुंद्री, काकीनाडा आणि विजयवाडा यांसारख्या मध्यवर्ती शहरांतून अनेक साहित्यसंघ उदयाला आले. त्यांची विविध प्रकाशने होती आणि हे साहित्यसंघ भरपूर वेगवेगळे कार्यक्रमही आयोजित करत असत. याच कालावधीत अनेक सामाजिक सुधारणांच्या चळवळींनी ह्या भागातील उच्चवर्णीयांना आपल्या कवेत घेतले होते. विरेशलिंगम् यांनी बालविधवा पुनर्विवाहासाठी आणि मुलींच्या शिक्षणासाठी प्रयत्न केले. गुर्जाडा अप्पाराव यांचे प्रत्ययकारी मुलभूत लिखाण या कामासाठी त्यांचा आधारस्तंभच होते. सर्कार प्रांतामधील ही सामाजिक सुधारणेची चळवळ पुढे जाऊन हळूहळू स्वातंत्र्य आंदोलनाच्या मुख्य प्रवाहात मिसळली.

या मुख्य राष्ट्रवादी चळवळीने पट्टाभी सीतारामय्या, टंगुटूरी प्रकाशम् आणि सरोजिनी नायडू यांसारखे प्रभावी नेते निर्माण केले होते. त्या बरोबरीनेच १९३० ते १९३२ मध्ये काँग्रेसमधील मूलगामी विचार करणारे लोक इतर पर्यायांचा शोध घेत होते. याच सुमारास आंध्रातील समुद्र किनारपट्टीच्या भागात

कम्युनिझमची बीजे रोवली जात होती. कोटेश्वराम्मांच्या आयुष्याची पार्श्वभूमी कम्युनिस्ट आंदोलनाने आणि पार्टीने व्यापलेली आहे. शिक्षणावर तिलांजली वाहून स्वांतत्र्य आंदोलनात सहभागी झालेले आंध्रातील विद्यार्थी काँग्रेसमधील मूलगामी विचारसरणीच्या लोकांनाही भेटू लागले आणि समाजवादी साहित्याचा, विचाराचा अभ्यास करू लागले. १९३१ साल सुरू होईपर्यंत चंद्रा राजेश्वरा राव, नंडूरी प्रसाद राव, तुम्मला वेंकटरामय्या हे लोक बनारस हिंदू विद्यापीठात दाखल झालेले होते. त्यांनी यंग कम्युनिस्ट लीगमध्ये काम करायला सुरुवात केलेली होती. १९३४ पर्यंत अमीर हैदर खान आणि इतर काही जणांनी मद्रासमध्ये कम्युनिस्ट पार्टीच्या शाखा सुरू केल्या होत्या. सुंदरय्या आणि अजून काही जण १९३२ मध्येच कम्युनिस्ट पार्टीचे सभासद झालेले होते. सप्टेंबर १९३४ मध्ये विजयवाडामध्ये वेगवेगळ्या जिल्ह्यातील कम्युनिस्ट प्रतिनिधींची बैठक होऊन आंध्र कार्यकारी संघटक समितीची स्थापना झाली. तेव्हाच आंध्रप्रदेशमधील कम्युनिस्ट पार्टीची स्थापना झाली असे मानले जाते. जवळजवळ लगेचच पार्टीवर बंदी घालण्यात आली आणि त्यानंतर भूमिगत राहूनच पार्टी कार्यरत होती. १९४२ मध्ये नाझींनी सोव्हिएट रशियावर केलेल्या हल्ल्याचा पार्टीने निषेध केला आणि युद्धाला पाठिंबा देण्याची भूमिका घेतली. तेव्हा ब्रिटीश सरकारने पार्टीवरील बंदी उठवली.

कोटेश्वराम्मांच्या कुटुंबीयांनी आणि कम्युनिस्टांनी १९३९ मध्ये सीतारामय्यांबरोबर त्यांचे दुसरे लग्न ठरवले. त्यावेळी सीतारामय्या पार्टीचे कार्यकर्ते होतेच. त्यामुळे या लग्नाने कोटेश्वराम्मांची जन्मगाठ कायमची कम्युनिस्ट आंदोलनाबरोबर बांधली गेली. पतीचा भक्कम पाठिंबा असल्यामुळे त्यांनी पार्टीच्या कार्यकर्त्या म्हणून काम करायला सुरुवात केली. आपल्या दोन मुलांच्या संगोपनाखेरीज त्या महिला संघाच्या कार्यक्रमांमधून आणि मोर्चांमधून भाग घेऊ लागल्या. पार्टीची वैचारिक पत्रके, लेख आदी लिखाणकामाच्या आवृत्या काढून गावोगावी पोचवण्याच्या कामात त्या सहभागी झाल्या. याशिवाय पार्टीच्या सांस्कृतिक आघाडीच्या त्या कृतिशील सदस्या होत्या. पुढे सीतारामय्या कम्युनिस्ट पार्टीच्या कृष्णा जिल्ह्यातील शाखेचे सेक्रेटरी झाले. हा जिल्हा आंध्रप्रदेशातील कम्युनिस्ट राजकारणाचा बालेकिल्ला होता. त्यामुळे ह्या पदाला विशेष महत्त्व प्राप्त झालेले होते. १९४६ ते १९५१ मध्ये पार्टीवरील निर्बंधांचे प्रमाण वाढल्यावर कोटेश्वराम्मादेखील इतरांप्रमाणेच ५ वर्षे भूमिगत झाल्या. या कालावधीत तेलंगणातील शेतकरी आंदोलनाने चांगलाच जोम धरला होता.

१९४० च्या उत्तरार्धात हैदराबाद राज्यात बदलाचे वारे झंझावाती वेगाने वाहत होते. हिंदू आणि मुसलमान अशा दोन सांप्रदायिक ताकदींमध्ये राज्य

विभागले जात होते आणि सरकारसमोर पेचप्रसंग तयार झाला होता. संपूर्ण भारत देश स्वातंत्र्य आंदोलनात सहभागी झालेला होता, पण हैदराबाद मात्र स्वायत्ततेची आस बाळगून होते. या अस्थिरतेच्या वातावरणात जमीनदारांच्या जाचाला कंटाळलेल्या मध्यम व गरीब शेतकऱ्यांना संघटित करणे कम्युनिस्टांना शक्य झाले. १९४८ ते १९५१ मधील तेलंगणा आंदोलन म्हणजे हैदराबादच्या निजामाने चालवलेल्या जुलमी जमीनदारी पद्धतीच्या विरोधात शेतकऱ्यांनी केलेला सशस्त्र उठाव होता. हा उठाव कम्युनिस्टांच्या नेतृत्वाखाली झालेला होता. उठावाची सुरुवात १९४६ साली नालगोंडा जिल्ह्यात झाली आणि लवकरच त्याचे लोण संपूर्ण तेलंगणामध्ये जवळजवळ ४०० गावांमधून पसरले. शेतकऱ्यांनी आणि मजुरांनी संपूर्ण गावावर निरंकुश सत्ता गाजवणाऱ्या स्थानिक जमीनदारांविरुद्ध म्हणजे जहागीरदार, देशमुख इत्यादींविरुद्ध बंड केले. कम्युनिस्टांच्या नेतृत्वाखाली झालेल्या या आंदोलनाने अदमासे ३००० गावांना जमीनदारांच्या पाशातून वाचविण्यात यश मिळवले. भूमिहीन शेतकऱ्यांना १०,००० एकर जमिनीचे वाटप झाले. जमीनदारांच्या खासगी सैनिकांशी लढताना जवळजवळ ४,००० शेतकऱ्यांना या संघर्षात प्राण गमवावे लागले. १९४८ मध्ये भारतीय सैन्याने ताबा घेतल्यानंतर हैदराबाद राज्य अधिकृतरित्या भारतीय संघात सामील झाले. कम्युनिस्ट पार्टीमधील बरेच पुरुष आंध्र आणि तेलंगणा या दोन्ही प्रदेशांमधून ये-जा करू शकत होते. पण तेलंगणाच्या समुद्रकिनाऱ्यावरील दलांमधून काम करणाऱ्या कार्यकर्त्यांच्या आणि स्त्रियांच्या हालचालींवर बरेचसे निर्बंध लागू होते. ते आपापल्या जागीच अडकून पडले होते.

१९५१ मध्ये सशस्त्र उठाव मागे घेतला गेला आणि पार्टीचे भवितव्य अधांतरी दिसू लागले. उठाव मागे घेण्याच्या सुमारास पार्टीमधील मतभेद वाढीस लागले होते आणि पार्टीच्या एकसंघतेला तडे पडू लागले होते. पार्टीने मोठ्या प्रमाणात कार्यकर्त्यांची संख्या कमी करायचे ठरविले आणि बऱ्याच पूर्णवेळ कार्यकर्त्यांना वेगवेगळ्या क्षेत्रात काम करून आपला उदरनिर्वाह चालविण्यासाठी पाठवून दिले.

मूलगामी चळवळीत सक्रिय सहभागी असलेले कार्यकर्ते काही ना काही कारणाने या सक्रिय आयुष्यापासून लांब जातात, तेव्हा त्यांना एका प्रचंड मोठ्या पोकळीला तोंड द्यावे लागते. ही एक फारशी पुढे न येणारी बाजू आहे. या कार्यकर्त्यांमध्ये विमनस्कता आणि नैराश्य मोठ्या प्रमाणावर आढळते. पार्टीतील आयुष्य सोडून दिल्यानंतर ते त्यांच्या गतआयुष्याकडेही परतू शकत नाहीत, आणि बऱ्याचदा त्यांच्या कुटुंबीयांनाही हे लोक नकोसे झालेले असतात. बाहेरच्या जगात लागणाऱ्या औपचरिक शिक्षणाअभावी आणि बाहेरील कामांच्या अनुभवाच्या

कमतरतेपोटी ते नोकरीच्या बाजारात कुचकामी ठरतात. शिवाय क्रांतिकारी चळवळीचे वलय त्यांच्या नावाशी कायम जोडलेले असतेच. त्यामुळे कुटुंबासाठी सातत्याने रोजगार कमावून आणणारा भरवशाचा माणूस, असे आपले स्थान ते बनवू शकत नाहीत. त्यांचे व्यक्तिगत वर्तुळदेखील पार्टी आणि चळवळीतील लोक यापुरतेच मर्यादित असते. त्यांचा सर्व मित्रपरिवार तिथेच असतो. हे सर्व सोडून ते बाहेर पडतात, तेव्हा बाहेरच्या जगात त्यांचे दुःख, यातना समजून घेणारी माणसे जेमतेम हाताच्या बोटावर मोजण्याइतकीच नगण्य असतात. बदलासाठी अविरत संघर्ष करत राहणे, लोकांना संघटित करणे, इतरांचा सहानभूतीपूर्वक विचार करणे, निःस्वार्थ वृत्ती, अशी आत्तापर्यंत जिवापाड जपलेली मूल्ये आता कुचकामी ठरतात. बाहेरच्या जगातील चंगळवाद आणि पैसाकेंद्रित व्यापारी मनोवृत्ती त्यांच्या पचनी पडत नाही. अशा प्रकारच्या असंख्य अडचणी त्यांच्या पुढे आ वासून उभ्या असतात. त्यांना गरज असते वेळेची आणि थोड्या अवकाशाची. काळानुसार त्यांचे घाव भरून येतात. आजूबाजूच्या बदलत्या परिस्थितीशी जुळवून घेण्यासाठी स्वतःची तयारी करण्याची संधी त्यांना या अवकाशात मिळते. आसपासच्या जगात सकारात्मक बदल घडवून आणण्यासाठी आपले वैयक्तिक योगदान देण्याची आणि इतरांना छोट्याछोट्या गोष्टीतून मदत करण्याची मानसिकता हळूहळू ते विकसित करू शकतात. ही एक अत्यंत प्रगाढ, वेदनादायी प्रक्रिया आहे आणि त्याबद्दल फारच थोडे लिहिले गेले आहे. नेमके ह्याचेच प्रत्ययकारी चित्र आपल्याला कोटेश्वरम्मांच्या अबोल लिखाणात दिसेल.

चळवळीची पीछेहाट होते, तेव्हा विशेषतः क्रांतिकारी स्त्रियांना फार मोठ्या गंभीर समस्यांना तोंड द्यावे लागते. चळवळीमधील त्यांचे आयुष्य आणि बाहेरच्या जगातील त्यांचे आयुष्य यात लक्षणीय फरक दिसून येतो. चळवळीशी जोडल्यानंतर तेथील जीवनपद्धतीतील बदल आत्मसात करून घेण्यात आणि नव्या आकांक्षांशी आपले नाते जोडण्यात या स्त्रिया पूर्णपणे गुंतलेल्या असतात. हे सर्व नंतर सोडून देणे सोपे नसते. दूरदृष्टीने विचार केला, तर कदाचित हा बदल त्यांच्या दूरगामी हितासाठी फायद्याचाच ठरत असेल, पण तरीदेखील हा प्रवास प्रचंड ताणतणावाने आणि दुःखाने भरलेला असतो. कोटेश्वराम्मा स्वतः १९४० पासून कम्युनिस्ट चळवळीत काम करत होत्या. थोडीथोडकी नव्हे, तर पूर्ण पाच वर्षे त्या आपल्या जन्मगावापासून, आपल्या कुटुंबातील माणसांपासून, एवढंच नव्हे तर खुद्द, स्वतःच्या मुलांपासून दूर, अज्ञातवासात राहिल्या. या दीर्घ कालावधीनंतर आंध्रप्रदेशात आपल्या परिवारात आणि समाजात परत आल्यावर त्यांनाही अशा प्रकारच्या अडचणींचा सामना करावा लागला. वर सांगितल्याप्रमाणे चळवळीतील माजी कार्यकर्त्याला सोसावा लागणारा त्रास तर त्यांना भोगवा लागलाच, शिवाय

नवऱ्याने सोडून दिल्याचा आघात, त्यातील प्राणांतिक वेदना आणि त्यानंतरचे मानहानीने भरलेल्या आयुष्याचे हलाहल हे सारेदेखील त्यांना पचवावे लागले. मुलांच्या वियोगाची भयंकर नामुष्कीही सोसावी लागली. आर्थिक विवंचना जोडीला होतीच. दुसऱ्या शब्दात सांगायचे झाले, तर त्यांच्यावर आभाळच कोसळले होते.

कोंडापल्ली सीतारामय्यांचा एका दुसऱ्या स्त्रीशी विशेष संपर्क होता. या स्त्रीचा उल्लेख कोटेश्वराम्मांच्या लिखाणात 'ती स्त्री' असा येतो. सीतारामय्यांच्या या संपर्काची परिणीती अखेरीस स्वतःच्या पत्नीला सोडून देण्यामध्ये झाली. कम्युनिस्टांच्या सांस्कृतिक आघाडीमध्ये कोटेश्वराम्मांनी भाग घ्यावा म्हणून एकेकाळी उपोषणाला बसलेला त्यांचा नवरा आता त्यांच्या विरुद्ध गेलेला होता. मुक्त लैंगिक संबंध, विवाहबाह्य संबंध, हे चित्र सामान्यपणे बऱ्याच कम्युनिस्ट नेत्यांच्या आणि कार्यकर्त्यांच्या आयुष्यात दिसून येते. संपूर्ण समाजातील एकूण परिस्थितीचे हे एक खेदजनक प्रतिबिंब आहे. परंतु या घटनेकडे कोटेश्वराम्मांनी काणाडोळा करायला दिलेला नकार ही यातील असामान्य बाब आहे. इथे त्यांनी एक अत्यंत जबाबदार आणि डोळस भूमिका घेतलेली आहे. आपल्या लिखाणामध्ये त्यांनी सीतारामय्यांना एका राक्षसाचे रूप दिलेले नाही किंवा त्यांच्या निष्ठूर वर्तनाचे वर्णनही केलेले नाही. तरीदेखील कोटेश्वराम्मांनी केलेली घटनांची उजळणी आणि त्यांच्या कहाणीतील मूक जागा वाचकाला काय झाले असेल याची कल्पना देतात. सीतारामय्याचं एक वाक्य त्या सांगतात, 'एकेकाळी तू विधवा होतीस. तरीदेखील तुझ्याशी लग्न करून मी तुला समाजात एक स्थान प्राप्त करून दिलेलं आहे,' या त्यांच्या बोलण्यावर कोटेश्वराम्मांची प्रतिक्रिया फक्त एवढीच आहे की 'ते शब्द मला खूप लागले'. इतर लोकांनीही त्यांना खूप नावे ठेवली, त्यांचा अपमान केला. त्यावर त्या म्हणतात, 'काही लोकांच्या दृष्टीने मी अगदी वाया गेलेली बाई होते. आपलंचं म्हणणं खरं सिद्ध करण्यासाठी हे लोक मुलांसाठी वाट्टेल ते सहन करत नवऱ्याबरोबर राहणाऱ्या बायकांची उदाहरणं मला देत असत. मला वाटतं की, कसलेच प्रश्न नसणाऱ्या लोकांना अडचणीत असलेली माणसं म्हणजे बहुधा त्यांचं हक्काचं मनोरंजनाचं साधन वाटत असावं.' या प्रकारची वाईट वागणूक नवऱ्याकडून आणि समाजाकडून मिळूनदेखील त्याविषयीचा कोणताच कडवटपणा त्यांच्या आवाजात वा लिखाणात कुठेही जाणवत नाही.

१९५७ मध्ये, वरकरणी पाहता विवाहबाह्य संबंधामुळे, पण त्याहीपेक्षा कदाचित पार्टीअंतर्गत राजकारणामुळे सीतारामय्या पार्टीतून निलंबित झाले. तेलंगणातील एक प्रमुख शहर - वरंगळ इथे ते त्यानंतर राहायला गेले. सक्रिय

राजकारणापासून काही काळ ते लांब राहिले. १९६० मध्ये कोटेश्वराम्मांनी हळूहळू पुन्हा आपले आयुष्य शून्यापासून उभारण्याचे खडतर काम हाती घेतले. दुर्गाबाई देशमुख यांनी निराधार स्त्रियांसाठी चालविलेल्या वसतिगृहात पुढची पाच वर्षे राहून त्यांनी आपले शिक्षण पूर्ण केले. हा परिस्थितीने केलेला फार मोठा उपहासच म्हणावा लागेल.

या काळात कार्यकर्त्यांची संख्या कमी झाल्याने कम्युनिस्ट पार्टी कमजोर झाली होती. १९६२ मधील भारत-चीन युद्धाच्या पार्श्वभूमीवर पार्टीमधील मतभेद अजून वाढू लागले आणि अखेरीस १९६४ मध्ये पार्टीचे दोन गटांत विभाजन झाले - भारतीय कम्युनिस्ट पक्ष (भाकप - CPI) आणि मार्क्सवादी कम्युनिस्ट पक्ष (माकप - CPMd). १९६७ च्या निवडणुकांमध्ये दोन्ही पक्षांनी मिळून फक्त २० जागा जिंकल्या. सत्ताधारी पक्षाचा प्रमुख विरोधी पक्ष ही पार्टीची ओळखदेखील पुसून गेली. आंध्रप्रदेशामधून त्यांना अक्षरश: नष्ट करण्यात आले होते. पक्षात बहुसंख्येने असणारे उच्चवर्णीय कम्मा जातीचे लोक मोठ्या प्रमाणात सोडून गेले आणि पक्षाचे लढाऊ सैनिक म्हणून ओळखले जाणारे अनुसूचित जातीतील जवळजवळ सगळेच लोक काँग्रेसकडे वळले.

१९६७ मधील नक्षलबारीची ज्वाला आणि १९६९ मधील श्रीकाकाकुलममध्ये झालेला शेतकऱ्यांचा उठाव या दोन्ही गोष्टीदेखील कम्युनिस्टांना त्यांचे मूळचे स्थान परत देऊ शकल्या नाहीत. निवडणुकीमधील डाव्यांचे स्थान अजूनच डळमळीत झाले. याच सुमारास CPM मधील काही कार्यकर्त्यांना घेऊन चारु मुजुमदारने एक नवीन ग्रूप तयार केला. आंध्रप्रदेशात या ग्रूपचे नेते सीतारामय्या होते. पण ती एक अजूनच वेगळी, स्वतंत्र कथा आहे.

या कालखंडाबद्दल कोटेश्वराम्मा तपशिलात लिहितात, कारण हाच कालखंड त्यांची जीवघेणी परीक्षा घेणारा सर्वांत कठीण काळ होता. दोन्ही मुले त्यांना दुरावली - मुलाचा खून झाला आणि नवऱ्याच्या आकस्मिक निधनाने मुलीने खचून आत्महत्या केली. थोड्याच दिवसात आयुष्यभर त्यांच्या पाठीशी कायम उभी राहणारी त्यांची आईदेखील निवर्तली. त्यांचा आधारस्तंभच हरवला. कोटेश्वराम्मा लिहितात -

'जिने माझं लग्न लावून दिलं, ती माझी आई आता या जगात नाही. या लग्नातून जन्माला आलेली मुलंही वारली. असं वाटतं की, हे लग्न म्हणजे निव्वळ आभासच होता... माझं आयुष्य म्हणजे खरंच स्वप्न आहे का? की नुसती केवळ अश्रूंची एक धारा आहे? हे व्याकूळ हृदय उराशी घेऊन मी कशी जगू? - मला प्रश्न पडायचा.'

आयुष्याच्या सरत्या दिवसांत कोटेश्वराम्मांच्या आईची जगण्याची इच्छा

पूर्णपणे संपली होती. त्याविषयी कोटेश्वराम्मा लिहितात -

'काहीही खायला दिलं तरी ती एकच गोष्ट म्हणत राहायची- "मला काही नको. मला फक्त करुणाच्या आधी मरण येऊ दे. आयुष्यभर तुझे दु:खाचे डोंगर बघून मी आता थकले. आता अजून काही बघायची माझ्यात ताकद नाही." मी तिला म्हणत असे, तूसुद्धा माझ्याकडे पाठ फिरवलीस तर माझे अश्रू कोण पुसणार? त्यावर तिचं उत्तर असे - तुझा जन्मच मुळी आयुष्यभर अश्रू गाळण्यासाठी झाला आहे की काय, कोण जाणे!'

स्वत:च्या कुटुंबाची पडझड पाहण्याखेरीज त्यांना कम्युनिस्ट पक्षाची पडझडही जवळून पाहावी लागली. त्याचा त्यांना खूप खोलवर त्रास झाला.

'माझ्या मते एकच पार्टी आहे. - कम्युनिस्ट पार्टी. पार्टीचे CPI आणि CPM मध्ये तुकडे झाल्यानंतर देखील मी दोन्हीकडे माझं नोंदणी शुल्क पाठवत असे. पुढे सुंदरय्यांनी मला हे थांबवण्याचा सल्ला दिला. पार्टीची नुसती सभासद फी देण्यापेक्षा पार्टीची सदस्य म्हणून समाजात प्रत्यक्ष काम केलेलं चांगलं असं त्यांचं म्हणणं होतं. कम्युनिस्ट पार्टीचे आता सात तुकडे झाले होते. आम्हा सर्वांच्या मनातली समतेची समाजव्यवस्था या सात तुकड्यांपैकी नेमकं कोण आणणार आहे? प्रत्येक मे-दिनाला ते घोषणा देतात - जगातल्या कामगारांनो,एक व्हा!, पण आम्ही स्वत: कधीही एकत्र येत नाही. आम्ही आमच्यातच भांडत बसतो, मग कामगार तरी कसे एकत्र येणार आणि क्रांती तरी कोण आणणार?

मला शक्य असतील त्या गोष्टी करत मी चालत राहिले. जिवंत राहून तरी मी असं काय मिळवणार आहे? असं एकदा माझ्या तोंडून निघाल्यावर सुंदरय्या म्हणाले होते, तू देशाची सेवा केलीस किंवा नाही केलीस, तरी एक गोष्ट नक्की आहे. तू देशाचं नुकसान कधीच करणार नाहीस. अशाही लोकांची सध्या फार गरज आहे.'

दरम्यान १९९१ पर्यंत सीतारामय्या थकले होते आणि जोडीला प्रकृतिस्वास्थ्यही गमावून बसलेले होते. अशा वेळी स्वत:च स्थापन केलेल्या, त्यांच्या स्वत:च्याच पार्टीतून त्यांची हकालपट्टी झालेली होती. त्यांना कोटेश्वराम्मांना भेटण्याची इच्छा होती. यापूर्वीही त्यांनी बऱ्याचदा अशी इच्छा मित्रमंडळीपाशी बोलून दाखविली होती. या वेळी तरी कोटेश्वराम्मांनी त्यांना भेटावे असा या मित्रमंडळीचा तीव्र आग्रह होता.

'मी त्या सर्वांना सांगितलं, त्यांना मला भेटावंसं वाटतंय, एवढं पुरेसं आहे का? मलाही त्यांना भेटण्याची इच्छा असायला हवी ना? मला तसं वाटत नाही, म्हणून मी भेटणार नाही.

परंतु अगदी भावासारख्या असणाऱ्या माझ्या तीन जवळच्या लोकांनी माझी

समजूत घातली आणि ते मला सीतारामय्यांकडे घेऊन गेले. मला पाहता क्षणीच ते रडायला लागले. "आता तुम्ही कशासाठी अश्रू गाळताय? वर्षानुवर्षं तुमच्यासाठी, तुमच्या मुलांसाठी, तुमच्या आधारासाठी, पोटापाण्यासाठी, घरासाठी रडूनरडून माझे डोळे कोरडे पडलेत. आणि अजून तुमच्या डोळ्यांतून अश्रू येऊ शकतात?!" माझे हे शब्द ऐकल्यावर ते हमसाहमशी रडायला लागले. त्यांना असे रडताना पाहून माझ्या डोळ्यातूनही अश्रू वाहू लागले.

त्यांना माझ्याबरोबर राहण्याची इच्छा होती. पण कुणीही ह्या गोष्टीचा उल्लेख केला की मी तो विषय उडवून लावायचे. मित्र म्हणून त्यांचा स्वीकार करणं आणि त्यांच्याबरोबर राहणं, या दोन सर्वस्वी वेगवेगळ्या गोष्टी होत्या.'

या ठिकाणी वाचक विचारात पडल्याशिवाय राहत नाही. या दोघांपैकी कुणाचे आयुष्य जास्त दुःखद होते, असा प्रश्न पडतो. हजारो माओवाद्यांचे प्रेरणास्थान असणारा हा महान नेता एका बाजूला आहे. आयुष्याच्या संध्याकाळी सर्वस्वाची होळी करून, स्वतःच स्थापन केलेल्या पार्टीतून हकालपट्टीच्या मानहानीचे दुःख त्याला सोसावे लागले आहे. दुसऱ्या बाजूला त्याने नाकारलेली स्त्री आहे. आयुष्यभर सर्वांकडून अवहेलनेचे दुःख तिने भोगले आहे, पण तरीदेखील इतक्या प्रतिकूल परिस्थितीत ती शेवटपर्यंत ताठ मानेने उभी आहे. या दोन्हीमध्ये कुणाचे दुःख मोठे आहे?

कोटेश्वराम्मांनी एका हॉस्टेलच्या वॉर्डन म्हणून नोकरी स्वीकारली. तिथे शिकणाऱ्या अनेक तरुण मुलींना त्यांनी मार्गदर्शन केले. आजही या मुली त्यांची अत्यंत प्रेमाने आठवण काढतात. निवृत्त झाल्यानंतर देखील त्यांनी अजून एका हॉस्टेलमध्ये आपले काम चालू ठेवले. १९९९ मध्ये वयाच्या तब्बल ७९व्या वर्षी त्यांनी वृद्धाश्रमात राहाण्याचा निर्णय घेतला. हा वृद्धाश्रमदेखील CPI ने निवृत्त कॉम्रेड्ससाठी चालू केलेला होता. तिथेही त्यांनी इतरांची काळजी घेण्याचे काम शेवटपर्यंत केले.

'पूर्वी मी विद्यार्थ्यांना सांभाळलं होतं, तर आता इथे वयस्कर मंडळी होती. ज्यांना नीट दिसत नाही, त्यांना मी बातम्या वाचून दाखवत असे. ज्यांना जेवणघरापर्यंत चालत येणं शक्य व्हायचं नाही, त्यांना मी कॉफी वगैरे नेऊन देत असे. बागकामात देखील मी मदत करत असे. अशा प्रकारची जमतील ती छोटीछोटी कामं मी करत होते.'

सीतारामय्यांचे निधन झाल्यानंतर कोटेश्वराम्मांच्या मनात विचारांचे थैमान सुरू झाले.

'सीतारामय्यांचा देह बघितल्यावर माझ्या मनात असंख्य विचारांचा कल्लोळ उठला. त्यांच्या आयुष्यातली कितीतरी वर्षं त्यांनी लोकांसाठी आणि चळवळीसाठी

दिली. ८० वर्षांच्या उभ्या आयुष्यात ६० वर्षं ते क्रांतिकारी म्हणून जगले. तुरुंगात किंवा हद्दपार नसतानाचं जेमतेम २० वर्षांचं सामान्य आयुष्य त्यांच्या वाट्याला आलं असेल. मग असं असूनही, त्यांच्या पार्टीचा एकही माणूस त्यांना भेटायला कसा आला नाही? त्यांचे एकमेकांत मतभेद होते म्हणून पार्टीने त्यांना टाकून देण्याची काय गरज होती? मी त्यांच्या विचाराची नाही, म्हणून फार पूर्वीच सीतारामय्यांनी मला सोडून दिलं होतं. आता पार्टीच्या कॉम्रेड्सनी त्यांना सोडून दिलं. आयुष्य म्हणजे काय एवढंच आहे?'

कोटेश्वराम्मांच्या समकालीन अशा कितीतरी सक्रिय स्त्रियांच्या आयुष्याचा इथे विचार करता येईल, उदा. इंदिरा गांधी, लक्ष्मी सेहगल, कल्पना जोशी, कमलादेवी चट्टोपाध्याय, दुर्गाबाई देशमुख इ. कोटेश्वराम्मांप्रमाणेच १२ वर्षांच्या दुर्गाबाईंनीदेखील आपल्या सोन्याच्या बांगड्या गांधीजींना देऊन टाकल्या होत्या. या सगळ्याच जणी श्रीमंत आणि प्रतिष्ठित घरातील मुली होत्या. परंतु कोटेश्वराम्मा वगळता त्या सर्व मुख्य प्रवाहातील राष्ट्रीय चळवळीत सहभागी होत्या. त्यामुळे नवीन राष्ट्र उभारणीच्या कामामध्ये त्यांना पुढे बऱ्याच संधी मिळाल्या. कोटेश्वराम्मांचे आयुष्य मात्र या सर्वांच्या एकदम विरुद्ध होते. त्यांच्या श्रीमंत आई-वडिलांना आपल्या संपत्तीचा बराच मोठा हिस्सा गमवावा लागला. शिवाय त्यांनी कम्युनिस्ट आंदोलनात भाग घ्यायला सुरुवात केल्याने त्यांचे आयुष्य अजूनच खडतर बनले. तरीदेखील त्यांनी शेवटपर्यंत अगदी मनापासून कम्युनिस्ट विचारांची साथ कायम ठेवली. कोटेश्वराम्मांच्या आई मृत्यूशय्येवर असताना जे बोलल्या, त्यावरून याचा अंदाज येऊ शकतो.

'माझ्या मृत्यूनंतर मला कुठल्याही धार्मिक प्रथांचं अवडंबर नको. तुझ्या पार्टीतल्या पद्धतीप्रमाणे स्मृतीसभेत माझी आठवण ठेव. दोन्ही पार्टीतल्या लोकांना माझा निरोप दे. म्हणावं, तुम्ही सर्वांनी एकत्र काम करावं अशी अंजम्माची इच्छा होती. मी २००० रुपयांची रक्कम वेमुरी नागेश्वर रावकडे वेगळी ठेवली आहे. त्याच्याकडून ती घेऊन दोन्ही पार्टींमध्ये समसमान देऊन टाक.'

कोटेश्वराम्मांच्या लिखाणातून आपल्याला चळवळीतील चढउतार आणि यामध्ये सामान्य कार्यकर्त्यांच्या समोर येणाऱ्या अडचणी, याची कल्पना येते. त्यामुळे हा एक महत्त्वाचा दस्तावेज ठरतो. विस्मरणात गेलेल्या विश्वातील त्या काळचे कम्युनिस्ट आजच्या वेगवान, संपूर्णपणे व्यापारीकरण झालेल्या जगात स्वप्नवत वाटतात. कोटेश्वराम्मा आपल्याला त्यांची बलस्थाने आणि उणिवा दोन्ही दाखवतात.

कोटेश्वराम्मांनी 'निर्जन वारधी' (निर्जन पूल) हे नाव आपल्या ह्या जीवनकहाणीला द्यायचे कसे काय ठरविले? त्यांची एक मैत्रीण म्हणते, 'कोटेश्वराम्माने मागची

पिढीदेखील पाहिलेली आहे आणि नंतरची पिढीही पाहिलेली आहे. या दोन्ही पिढ्यांमधील ती एक पूल आहे. या पूलावरून अनेक लोक चालले आणि दोन्ही दिशांनी पांगले. आता तिथे कोणीच नाही. हा पूल मात्र आता एकाकी राहिला आहे.'

'माझ्याबरोबरचे सारेजण या जगातून निघून गेलेत, मी एकटीच मागे राहिलेय.

तरीदेखील माझं एकटेपण एखाद्या कोपऱ्यात पडून राहायला तयार नाही. एखादी दुःखद गोष्ट ऐकली की ते गोदावरी नदीसारखा विलाप करतं. आपल्या क्रांतिकारी भूतकाळाची आठवण काढून हळवं होतं. भूतकाळातले आमचे आदर्श येणाऱ्या पिढ्यांसाठी राखू पाहतं. आत्ताच्या पिढीने आमचा इतिहास जाणावा म्हणून आमच्या भूतकाळाविषयी लिहिताना ते समाधान पावतं.'

अशी आहे माझ्या आयुष्याची चित्तरकथा- दुःखाने भरलेली. माझ्या आठवणीतून निघाली आणि 'निर्जन पूल' बनली. ही कथा आहे कोंडापल्ली कोटेश्वराम्माची... (कुटुंबाचं आडनाव अजूनही तेच आहे)'

कुठलाही विखार मनात न बाळगता कोटेश्वरांम्मा कसे काय लिहू शकल्या? अनेक वर्षे अनुभवलेले एकाकीपण हे यामागील एक कारण असू शकते. या अनुभवातून आयुष्याशी मेळ जोडणे त्यांना शक्य झाले असावे. १९५० च्या सुरुवातीला सीतारामय्या त्यांना सोडून गेल्यानंतर एक दीर्घ कालावधी त्यांनी सर्वस्वी एकट्याने काढला आहे. या काळात एकट्याने, कम्युनिस्ट छत्राशिवाय आत्मसन्मानाने जीवन जगणे त्यांनी आत्मसात केले. १९८० च्या सुरुवातीला हैदराबादमधील स्त्री-शक्ती संघटनेने तेलंगणातील सशस्त्र उठावात आणि त्या वेळच्या कम्युनिस्ट आंदोलनात भाग घेतलेल्या स्त्रियांच्या मुलाखती घेण्याची एक योजना हातात घेतली. यातूनच पुढे 'आम्ही इतिहास घडविला' (We Were Making History) हे पुस्तक तयार झाले. कोटेश्वराम्मांची मुलाखतदेखील ह्या पुस्तकात होती. ह्या पुस्तकाच्या अनुषंगाने त्याही प्रसिद्धीच्या झोतात आल्या. त्या वेळी सार्वजनिक कामाच्या बैठकांना हजेरी लावणे, बैठकांमधून वक्ता म्हणून बोलणे अशा प्रकारच्या कार्यक्रमात त्या सहभागी होऊ लागल्या. यापाठोपाठ पुन्हा एक २०१० पर्यंतचा मोठा कालावधी आत्मचिंतनात गेला आणि त्यानंतर त्यांनी हे आत्मकथन लिहायला घेतले. कदाचित एकांताचा हा एवढा मोठा कालावधीच त्यांच्या मनावरचे घाव भरून येण्यासाठी आणि त्यांना मानसिक स्थैर्य देण्यासाठी उपकारक ठरला असावा.

कोटेश्वराम्मांची दुःखांतिका तत्कालीन सामाजिक-राजकीय समस्या आणि कम्युनिस्ट चळवळीतील समस्या या दोन्हीवर प्रकाश टाकते. त्यांनी लिहिलेल्या

घटनांवरून लक्षात येते की, डाव्या चळवळीचा इतिहास म्हणजे जवळजवळ संपूर्णपणे उच्चवर्णीय हिंदू पुरुषांचा इतिहास आहे. इथे स्त्रियांचा वावर फक्त स्वयंपाक करणे, निवाऱ्याचे घर सांभाळणे इत्यादी कामांमधून किंवा स्टेनोग्राफर्स, कॉपीअर्स, आर्टिस्ट या स्वरूपात दिसतो. दलित जवळपास कुठे दिसतच नाहीत. सत्यमूर्तीचा एकमेव उल्लेख आढळतो, पण तोही उल्लेख त्यांना सोसाव्या लागलेल्या अपमानास्पद वागणुकीच्या संदर्भानेच येतो. आंध्रप्रदेशात इतर राज्यांच्या तुलनेत अल्पसंख्याकांची संख्या जास्त असूनदेखील ख्रिश्चन, मुसलमान, आदिवासी आणि इतर अल्पसंख्याक या इतिहासात दिसत नाहीत. उघडउघड दिसणारे हे उच्चवर्णीय घटक स्वातंत्र्य आंदोलनातील घटकांशी साम्य दर्शवितात. दोन्ही आंदोलनांतील हे समान सामाजिक घटक या दोन्ही आंदोलनांची एकमेकांशी असणारी नाळ दाखवून देतात आणि त्याबरोबरच कम्युनिस्ट चळवळीचा कमकुवतपणादेखील स्पष्ट होतो. पुढे याच कारणांमुळे चळवळ कमजोरही झाली. तळागाळातून दबाव येईपर्यंत मार्क्सिस्ट पोथीनिष्ठतेने भारतीय समाजातील जातीच्या प्रश्नावर बोलायला वा अभ्यासाला काहीच वाव दिला नाही. मुस्लीम आणि आदिवासी समाजाच्या प्रश्नांवरूनही बरेच दडपण आल्यानंतर डाव्यांना या प्रश्नांबाबतची आपली भूमिका बदलणे अखेरीस भाग पडले. ही बाबदेखील नोंद घेण्यासारखी आहे.

वास्तविक एक सामाजिक कार्यकर्ती म्हणून कोटेश्वराम्मांच्या सार्वजनिक जीवनाची सुरुवात कम्युनिस्ट चळवळीपासूनच झाली. तरीदेखील पार्टीमध्ये त्यांना एरवीच्या पारंपरिक समाजामध्ये भेडसावणाऱ्या समस्यांना सुद्धा तोंड द्यावे लागले. डाव्या आणि इतर तात्कालीन संघटनांमध्ये उच्चवर्णीय पुरुषांचा प्रभाव होता. अजूनही दुबळ्या शोषितांचा आवाज ऐकणे, त्यांच्या बरोबर काम करणे, त्यांचा सन्मान ठेवणे ह्या साऱ्या गोष्टी ते शिकलेले नव्हते. हे मान्य करावेच लागेल की कम्युनिस्ट चळवळीने समाजात फार मोठे बदल घडवून आणले. आपल्या घटकपक्षांची काळजी घेण्यासाठी पार्टीने संस्थात्मक उपाययोजना देखील केल्या. परंतु बदलासाठी काम करणाऱ्या कोणत्याही पक्षामध्ये किंवा समूहामध्ये वैयक्तिक वर्तनातील परिवर्तनासाठी लागणाऱ्या व्यवस्थेचे महत्त्वदेखील कोटेश्वराम्मांच्या कहाणीतून अधोरेखित होते.

कोटेश्वराम्मांचा आवाज हा आंध्र प्रदेशातील डाव्या महिलांमधून येणारा पहिला थेट आवाज आहे. विविध लेखांद्वारा आणि मुलाखतींद्वारा आत्तापर्यंत मूलगामी काम करणाऱ्या स्त्रियांविषयी बरीच माहिती नोंद झालेली आहे. परंतु या विषयाशी संबंधित असे हे पहिलेच आत्मवृत्त आहे. वयाच्या ९२ व्या वर्षी हे आत्मवृत्त येते यावरूनच आपण त्याच्यामागे असणाऱ्या अडचणींची कल्पना

करू शकतो. कित्येक प्रसंगांची चर्चा सार्वजनिकरित्या होण्याने कुटुंबातील आणि मित्रपरिवारातील लोकांची नाराजी ओढवून घेण्याचा प्रश्न आहे. आपल्या सहकाऱ्यांना आणि आप्तजनांना दुखावण्याची भीती ही मोठी जोखीम आहे.

अशा परिस्थितीत वंचितांमधून येणारा कोटेश्वराम्मांचा आवाज नव्या प्रगतीशील जगाच्या उभारणीसाठी नक्कीच मदत करणारा आहे. या बदलासाठी लागणारी सर्वसमावेशक विशाल राजकीय धारा या आत्मकथनामुळे निर्माण होणे शक्य होईल. सामाजिक संघर्षाच्या अशा व्यापक विचारसरणीची आणि अशा समताधिष्ठित, सर्वसमावेशक विचारसरणीवर आधारित संघटनात्मक उभारणीची आपण वाट पाहू या.

संदर्भ : - वुई वेअर मेकिंग हिस्टरी (स्त्री शक्ती संघटना, नवी दिल्ली – काली फॉर विमेन प्रकाशन)

लेखिकेचे मनोगत

ऑगस्ट २०१२ मध्ये 'निर्जना वरधी'ची तेलुगू आवृत्ती आली. या आवृत्तीचे प्रकाशन माझ्या नाती - अनुराधा आणि सुधा, याशिवाय वेमना वसंत लक्ष्मी, गीता रामस्वामी यांनी आयोजित केलेल्या एका कार्यक्रमात झाले. अनेक सामाजिक कार्यकर्त्यांना त्यांनी या प्रकाशन समारंभासाठी बोलावले होते. अतिशय उत्साहाने आणि जबाबदारीने त्यांनी या संपूर्ण कार्यक्रमाचे नियोजन केले होते.

चेकुरी रामराव, परचुरी हनुमंतराव आणि A.B K. प्रसाद यासारख्या ज्येष्ठांनी हस्तलिखित संपूर्णपणे शब्दन् शब्द वाचून काढले होते. प्रकाशनाच्या वेळी मल्लु स्वराज्यम्, विमला, वोल्गा, मंजिरी, रमा मेलकोटे यासारख्या क्रांतिकारी स्त्रियांनी आणि लेखिकांनी पुस्तकातील काही उतारे वाचून दाखवले. त्यामुळे उपस्थितांमध्ये पुस्तकाबद्दलची उत्सुकता वाढली.

हैदराबाद बुक ट्रस्टमध्ये विकायला ठेवलेल्या पुस्तकाच्या प्रती लवकरच संपल्या. चंद्रा राजेश्वरा राव वृद्ध निवासात राहणाऱ्या तेलुगू लेखिका अब्बुरी छायादेवींनी पुस्तकाच्या दोन प्रती घेतल्या आणि एक प्रत वृद्ध निवासाच्या लायब्ररीला दिली. पुस्तक वाचून त्याबद्दल माझ्याशी त्या सविस्तर बोलल्या. हे पुस्तक त्यांनी त्यांच्या परिचितांना आणि त्यांच्या समकालीन लेखिका पी. सत्यवती, इंद्रगटी जानकीबाला यांना देखील वाचण्याची शिफारस केली.

पी. सत्यवतींनी जेव्हा नवोदय बुक हाऊसमध्ये पुस्तकाची चौकशी केली, तेव्हा तेथील प्रती केव्हाच विकल्या गेल्या होत्या. अखेरीस राममोहनरावने त्यांना स्वत:ची वैयक्तिक प्रत दिली.

जानकीबालांनी देखील एक प्रत मिळवली आणि वाचून काढली. त्याविषयी त्यांनी माझ्याशी नंतर चर्चा केली. साहित्यामध्ये स्त्रियांच्या जीवनकथांचे आणि आत्मकथांचे प्रमाण नगण्य आहे हा त्यांच्या बोलण्यातील महत्त्वाचा मुद्दा होता. त्यांच्या मतानुसार जे काही थोडेफार लिखाण आहे, ते सर्व स्वातंत्र्य आंदोलनातील स्त्रियांच्या अनुभवावर आधारित आहे, कम्युनिस्ट स्त्रियांविषयी फारच थोडे लिखाण केले गेले आहे. या पुस्तकाप्रमाणेच अजून काही पुस्तके यावीत अशी त्यांची मनापासूनची इच्छा होती.

प्रसिद्ध लेखक-लेखिकांखेरीज इतर लोकदेखील माझे अभिनंदन करण्यासाठी मला भेटू इच्छित होते. परंतु संपर्काचे कुठलेच माध्यम न मिळाल्याने अनेकांनी गीता रामस्वामीच्या कार्यालयात संपर्क केला. इतर काही जणांनी वसंतलक्ष्मी ज्या वर्तमानपत्रासाठी काम करत होती, त्यांच्या कार्यालयात संपर्क केला. त्यांच्या व्यग्र दिनक्रमामध्ये देखील या दोघींनी मला भेटू इच्छिणाऱ्या सर्व लोकांना माझा पत्ता आणि फोन नंबर व्यवस्थित दिला.

डिसेंबर २०१२ पर्यंत पुस्तकाची दुसरी आणि तिसरी आवृत्ती आल्याचेही मला कळले. माझ्या आत्मचरित्राला एवढ्या मोठ्या प्रमाणात मिळणारा प्रतिसाद बघून मला खूप आश्चर्य वाटले. त्यानिमित्ताने येणारे फोन घेताना आनंदही होत होता.

कम्युनिस्ट पार्टीमध्ये आणि पार्टीच्या वैभवशाली काळातील देदीप्यमान नेत्यांबरोबर काम केलेल्या मंडळींना देखील मला भेटण्याची इच्छा होती. हे सगळे लोक वयस्कर असल्याने त्यांच्या मुलांनी फोनवरच गाठ घेण्याचे सुचवले. फोनवर ते म्हणत होते, ‘‘तुमच्या आत्मकथनाबद्दल आमचा तुम्हाला लाल सलाम!’’ हे शब्द ऐकून मला गहिवरून आले. डोळ्यातील पाणी पुसून मीही त्यांना लाल सलाम केला.

‘पच्चनाकु साक्षीगा’ या पुस्तकासाठी अतिशय प्रसिद्ध असलेल्या नामिनी सुब्रहमण्यम् नायडू यांनी देखील माझा पत्ता वसंतलक्ष्मीकडून मिळवला. त्या सांगत होत्या, ‘‘तुमचे पुस्तक वाचत असताना माझ्या डोळ्यातून अखंड अश्रूंची धार वाहात होती. सर्व विचारांच्या लोकांनी हे पुस्तक वाचायला हवं. मला तुम्हाला व्यक्तिश: भेटायचं आहे.’’

मी म्हणाले, ‘‘मला वेगवेगळ्या विचारधारांविषयी आणि साहित्याविषयी फारसं काहीच माहीत नाही. आपण भेटू तेव्हा तुम्ही मला याबद्दल जरूर सांगा.’’

पद्मावती कॉलेजमध्ये प्राध्यापिका म्हणून काम करणाऱ्या राज्यलक्ष्मींना त्यांनी पुस्तकाची एक प्रत पाठवली होती. पुस्तक वाचून त्यांचा फोन आला, ‘‘तुमच्या आदर्शांविषयी आणि तुमच्या स्वप्नांविषयी तर पुस्तकातून आम्हाला कळलं. पण आम्हा सर्वांना तुमच्या तोंडून तुमचे अनुभव प्रत्यक्ष ऐकायचे आहेत. तुम्ही जर तिरुपतीला येऊ शकलात, तर एक कार्यक्रम आयोजित करून तुमचा परिचय येथील लोकांना करून देण्याची माझी फार तीव्र इच्छा आहे.’’ पण प्रकाशनाच्या वेळीदेखील मागे मी हैदराबादला जाऊ शकले नव्हते, या गोष्टीची मी त्यांना कल्पना दिली. राज्यलक्ष्मीच्या म्हणण्यानुसार दोन वर्षापूर्वी हे पुस्तक आले असते, तर राज्यभर चांगलीच दणदणीत खबर झाली असती. त्या वेळी सर्वप्रथम महीधरा राम रावांनी मी असे पुस्तक लिहावे असे सुचवले होते, त्या गोष्टींची आठवण झाली.

असेच आणखी काही लोकांना मला प्रत्यक्ष भेटून या पुस्तकाविषयी माझ्याशी चर्चा करावयाची होती. त्यामध्ये चेलीकानी रामरावांचा मुलगा कॉम्रेड् स्टालिन, CPI पार्टी सचिव कॉम्रेड् नारायण, लेखक दासरी अमरेंद्र, क्रांतिकारी लेखक वरावरा राव आणि त्यांची पत्नी हेमा, CPM च्या नेत्या पुण्यवती, लेखिका मल्लेश्वरी, चेतना महिला संघाच्या संस्थापिका पद्मा, लेखक कालीपट्टणम् रामा राव आणि साहित्य अकादमीच्या सचिव आबुला मंजुलता या सर्वांचा समावेश होता.

वाचकांबरोबर पुस्तकातील घटनांविषयी बोलताना मला माझे क्रांतिकारी काळातील दिवस आठवत होते. आम्ही सर्व जण उत्साहाने त्या कालखंडाविषयी बोलत होतो. एकदा नागल्ला राजेश्वराम्माचे नाव आमच्या चर्चांमध्ये निघाले. कृष्णा जिल्ह्यातील महिला संघाच्या संस्थापकांपैकी ती एक होती. ती स्वत: आंध्राचे मॉस्को म्हणून ओळखल्या जाणाऱ्या काटूरु गावची होती. मला ती प्रेमाने ताई म्हणून हाक मारत असे. पुण्यवतीला मी तिचा ठावठिकाणा विचारला.

ती म्हणाली, ‘‘एवढं वय झालं असूनही मनाने त्या अजूनही क्रांतिकारीच आहेत. अलीकडेच सुन्दरय्यांच्या जन्मशताब्दीच्या कार्यक्रमात काही कॉम्रेड्स तुमच्या आत्मचरित्राच्या प्रती वाटत होते. तिथेच त्यांना तुमचं पुस्तक मिळालं. त्या स्वत: काही वाचू शकत नाहीत, पण त्यांनी इतर कुणाकडून तरी हे पुस्तक पूर्ण वाचून घेतलं. पुस्तक वाचून त्यांना अतिशय आनंद झाला,’’ पुण्यवतीने मला राजेश्वराम्माचाही पत्ता दिला.

मी माझ्या नातीला राजेश्वराम्माशी असलेले माझे नाते सांगून तिला राजेश्वराम्माला फोन करायला सांगितला. फोनवर राजेश्वराम्माची ‘ताई’ म्हणून मारलेली हाक ऐकताना तिचा प्रेमळ हात प्रत्यक्ष माझ्या डोक्यावर आहे असेच मला वाटत होते. ‘‘तू सोसलेलं दु:ख कळल्यावर माझ्या डोळ्यातून पाणी आलं. तुझं विकल झालेलं काळीज या इतिहासाच्या पानापानावर दिसतंय. आम्ही कुणीच तुला मन:शांती मिळवून देऊ शकलो नाही, पण ती तू स्वत: साहित्यामध्ये शोधलीस. आम्ही कुणी जे करू शकलो नाही, ते लिखाण मात्र तू केलंस याचा मात्र खरोखर मनापासून आनंद आहे.’’ हे बोलत असताना तिचा गळा भरून आला. प्रत्यक्ष भेटायची तिची फार इच्छा होती.

तिची मुलगी ज्योती मागाहून माझ्याशी बोलली, ‘‘अम्मा दमल्यासारखी वाटते. खरं तर तिला इतक्या वेळ बोलायला परवानगी नाही आहे. ती कितीतरी वेळा तुम्हाला भेटायचं आहे, असं म्हणते. तुम्हालाही तिला भेटायचं असेल तर मी गाडीची व्यवस्था करते. मग तुम्ही इकडेच या. मी स्वत: डॉक्टर आहे. त्यामुळे तुम्ही इथे असताना मी तुमच्या तब्येतीची व्यवस्थित काळजी घेऊ शकेन.’’

मी माझ्या नातीला ज्योतीच्या मनातील विचार सांगितला. ती म्हणाली,

''एवढा प्रवास तुला झेपणार नाही. जाऊन भेटावंसं वाटणं यात गैर काहीच नाही, पण सगळ्या इच्छा पूर्ण होऊ शकत नाहीत, हेच खरं.'' हे शब्द ऐकल्यावर उतारवय म्हणजे शाप याची माझी खात्रीच पटली. प्रवासाचे जाऊ दे, पण अजून माझे वय वाचन-लिखाणासाठी मला साथ देत होते, हे काय थोडे आहे? असे म्हणून मी माझ्या मनाची समजूत घातली.

माझ्या उतरलेल्या चेहऱ्याकडे बघून नात म्हणाली, ''तुला पाहिजे तेव्हा तू त्यांच्याशी बोलू शकतेस. त्यांचा फोन-नंबर मी तुला लावून देत जाईन. तो फोन तू तुझ्यापाशीच ठेव.'' दोन लांब टोकांवर असलेल्या मैत्रिणींना जोडणारा हा फोन मला अगदी प्रेमळ मित्रासारखाच वाटला. नाती जपण्यासाठी तो अहोरात्र काम करत असतो. हा फोन म्हणजे अगदी दोस्तांचा दोस्त आहे.

आता या नव्या दोस्ताकरवी म्हणजे फोनमधून वेगवेगळ्या लोकांना भेटणे हा माझा रोजचा छंद बनला. दोन दिवस कधी फोन वाजला नाही, तर मला वाटायचे - 'फोन विश्रांती घेतोय'

पण बहुधा मी वाट बघते आहे, याची त्याला जाणीव असावी. एक दिवस असाच फोन खणखणला. मी कोण आहे, म्हणून चौकशी केली. पलीकडून आवाज आला, ''माझं नाव टिळक आहे. मी कृष्णा जिल्ह्यातील एल्लामरू गावचा आहे. आता मी नवी दिल्लीत कामाला असतो. USAमध्ये राहाणाऱ्या जंपाला चौधरींनी तुमच्या पुस्तकाविषयी माहिती देण्यासाठी एक टेलीकॉन्फरन्स आयोजित केली होती. जगभरातील तेलुगू लोकांच्या या पुस्तकाबद्दलच्या प्रतिक्रिया त्यांनी त्या वेळी सांगितल्या होत्या. मी असं धरून चालतो की, तुम्ही आणि तुमच्या नातींनी हा कार्यक्रम पाहिला आहे. तुमची कहाणी राज्य हलवून आता अमेरिकेपर्यंत पोहोचली आहे. इतर भाषांमध्ये देखील या पुस्तकाचं भाषांतर व्हावं, असं मला वाटतं.'' बराच वेळ तो याविषयी बोलला आणि मग विशाखापट्टणममध्ये आल्यावर नक्की भेटेन, असे सांगून त्याने निरोप घेतला.

अशारितीने माझा हा मित्र, म्हणजे हा फोन खणखणत राही. एके दिवशी त्याने माझी काही स्त्रियांशी गाठ घालून दिली. मला वाटले, हा पण अमेरिकेहून आलेला फोन असावा. पण फोन उचलल्यावर पलीकडून आवाज आला, ''आम्ही काकीनाडा पॉलीटेक्निक कॉलेजमध्ये शिकायला होतो. तुम्ही ज्या हॉस्टेलवर कामाला होता, तिथेच आम्ही पण राहायला होतो. आम्ही तुम्हाला 'आंटी' म्हणायचो. आम्ही तुम्हाला आठवतो का?'' या फोनने मला एकदम छान वाटले. ''इंटरनेटवर आम्हाला तुमचा फोटो पुस्तकाच्या कव्हरवर दिसला. आम्ही तुम्हाला लगेच ओळखलं!'' त्या साऱ्या जणी जुन्या प्रसंगांच्या आठवणी सांगत होत्या. ''तुमची मुलगी डॉक्टर आहे आणि मुलगाही इंजिनिअर आहे, हे

आम्हाला माहीत होतं. त्यामुळे तुम्ही फार काळ हॉस्टेलवर राहणार नाही, असा आमचा अंदाज होता. पण मग पुस्तकातून कळलं की, तुम्ही वृद्धाश्रमात काही दिवस राहिलात आणि आता नातीकडे राहात आहात. आम्ही सगळ्या अमेरिकेत आता छान स्थिरस्थावर झालो आहोत. शक्य असेल तर तुम्हाला काही मदत करण्याची आमची इच्छा आहे.''

त्यांच्या शब्दातील आपुलकीने माझ्या मनात एकाच वेळी आनंदाचे आणि सुखाचे तरंग निर्माण झाले. गतआयुष्याच्या स्मृती पुन्हा जाग्या झाल्या. अधूनमधून फोन जरी केला तरी पुरेसे आहे, असे सांगून त्यांनी पुढे केलेल्या मदतीच्या हातासाठी मी त्यांचे आभार मानले. मला प्रत्यक्ष येऊन भेटायचे आहे, असे त्या म्हणत होत्या. त्यांना भेटायची मलाही इच्छा होती. हे मला फारच आवडले.

पुन्हा एकदा असाच माझ्या दोस्ताच्या रिंगचा आवाज आला. मी सावकाश फोन उचलला आणि पलीकडून शब्द कानावर पडायला लागले, ''मी पलनाडू गावचा मूळचा तेलुगूच आहे. पण आता माझा अमेरिकेत स्वतःचा व्यवसाय आहे. माझे नाव जुलकंटी श्रीनिवास रेड्डी.''

''तुम्ही मला कसे ओळखता?'' मी विचारले..

''इंटरनेटवरून एका मित्राने मला तुमच्या पुस्तकाविषयी सांगितलं. मी खरं तर नेहमी पुस्तक वाचणाऱ्यातला नाही. पण मी तुमचं पुस्तक वाचलं. तुमच्या आयुष्याची कहाणी ऐकून मी अक्षरशः रडलो. गीता रामस्वामी यांच्याकडून अजून काही प्रती मी विकत घेतल्या. त्यांच्याकडूनच तुमचा फोन नंबरदेखील घेतला. या प्रती मला एका लायब्ररीला द्यायच्या आहेत. शिवाय या पुस्तकाच्या सन्मानार्थ मला १०००० रु. देण्याची फार इच्छा आहे.''

''पैशापेक्षा तुमची या पुस्तकाविषयीची भावना मला जास्त श्रेष्ठ वाटते. तेवढंच पुरेसं आहे.'' मी म्हणाले. तरीदेखील मी पैसे स्वीकारावेत, असा त्यांचा आग्रह चालू होता. मी त्यांची ही भेट स्वीकारली तर त्यांना आणि त्यांच्या आज्जीला अतिशय आनंद होईल असे त्यांचे म्हणणे होते. मी काही उत्तर द्यायच्या आतच ''मी तुम्हाला विशाखापट्टणमला येऊन भेटेन,'' असे म्हणून त्यांनी फोन ठेवून दिला.

त्यानंतर अजून काही दिवसांनी मला एक फोन आला. हा फोनदेखील अमेरिकेहूनच आला असेल की काय, असा मी विचार करत होते, पण तसे नव्हते. हा फोन गुंटूरहून आलेला होता. एडव्होकेट चेरुकुरी सत्यनारायण यांचा तो फोन होता. मला आठवले, त्यांनीच सुंदरय्यांच्या जन्मशताब्दीच्या कार्यक्रमात पुस्तकाच्या प्रती वाटल्या होत्या. ते म्हणत होते, ''तुमची आत्मकथा मी वाचली. तुम्हाला ज्या व्यक्तीमुळे इतका त्रास भोगावा लागला, त्यांचे नाव न सांगून तुम्ही

चांगलाच संयम दाखविला आहे. लोककल्याणासाठी इतक्या प्रचंड बांधिलकीने काम करणाऱ्या त्या काळच्या नेत्यांविषयी तुम्हाला वाटणारं प्रेमदेखील स्पष्ट दिसतं. तारीमेला नागीरेड्डीसारख्या लोकांविषयी तुम्ही अजून लिहावं, असं मला वाटतं. मी स्वत: तुमचे पुढील लिखाण प्रकाशित करायला तयार आहे.''

''तुम्ही जशी मला साथ देताय, तशीच माझ्या तब्येतीने सुद्धा अजून लिहिण्यासाठी मला साथ द्यायला हवी,'' मी म्हणाले, ''पण तुमचा विचार चांगला आहे. तुम्हाला माझ्या वतीने शुभेच्छा.''

पद्मानेही 'निर्जन वारधी' वाचले होते. क्रांतिकारी चळवळीत तिचादेखील सहभाग होता. नंतर देखील चेतना महिला संघाची स्थापना करून ती लोकांसाठी काम करत होती. तिची आणि माझी मैत्री झाली. ती सांगत होती, ''पुस्तकाच्या कार्यक्रमासाठी तुम्हाला तिरुपतीला जाता आलं नाही म्हणून आमच्या संघटनेच्या वतीने आम्ही विशाखापट्टणममध्येच एक कार्यक्रम घेणार आहोत. पुस्तकाविषयी माहिती आणि तुमचा परिचय करून देण्याचं आम्ही ठरवलं आहे.'' पुढे ती थट्टेने म्हणाली, ''आम्ही तुम्हाला अगदी घरातून तिथे घेऊन जाऊ, गरज भासली तर स्टेजवरही उचलून ठेवू.'' असे सगळे बोलून तिने मला कार्यक्रमासाठी राजी केलेच.

१९५३मध्ये उत्तर-आंध्राच्या निवडणुकीत आम्ही प्रचारकाम केले होते. या कार्यक्रमात त्या निवडणुकांविषयी बोलायचा आग्रह त्यांनी मला केला. उपस्थितांना त्यांनी पुस्तकाची माहिती करून दिली. श्रोत्यांनी टाळ्यांच्या गजरात पुस्तकाचे स्वागत केले. तो कार्यक्रम फारच छान झाला.

थोड्या वेळाने एक परिचित मला भेटायला आले. ''तुमची आत्मकथा हजारो लोकांनी वाचली आहे,'' ते म्हणाले, ''खूप जणांनी हे पुस्तक आवडल्याचं तुम्हाला फोन करून वा प्रत्यक्ष भेटून सांगितलं असेल. पण या पुस्तकावर थोडीफार टीकादेखील झाली आहे. त्याविषयी तुम्हाला काही कल्पना आहे का?'' मला काही कल्पना नसल्याचे मी सांगितले.

''पहिलं म्हणजे, सीतारामय्यांच्या अंत्ययात्रेला त्यांच्याच पार्टीचे लोक आले नाहीत, असा राग तुम्ही व्यक्त केलेला आहे. दुसरी गोष्ट म्हणजे तुमची स्वत:ची प्रतिमा खराब होऊ नये, म्हणून सीतारामय्यांबरोबर राहणाऱ्या दुसऱ्या स्त्रीचं नाव तुम्ही सांगायचे टाळलं आहे.'' खरं तर जर खुल्या नजरेने पाहिलं तर या प्रश्नांचं उत्तर पुस्तकातच आहे. पण टीका करायचाच हेतू असेल, तर ती उत्तरं दिसणार नाहीत.''

मी त्यांना सविस्तर उत्तर दिले. ''सीतारामय्या गेल्यानंतर खरं तर मीच त्यांच्या अंत्ययात्रेला जावं की नाही, असा मला प्रश्न पडला होता. अखेरीस, चळवळीसाठी सर्वस्वाचा होम केलेला तो क्रांतिकारी माणूस आहे, या एवढ्या

कारणासाठी तरी मला तिथे जायला हवं, असा मी विचार केला. मला तिथे त्यांच्या पार्टीचे कोणीही लोक दिसले नाहीत. मी जो विचार केला तो बहुधा त्यांनी केला नसावा.''

राजकीय मतभेदांमुळे माणसं काही वेळा मर्यादा सोडून वागतात. डॉ. अच्चम्मांबानी कितीही प्रयत्न केले, तरी आम्ही त्यांच्याशी एकही शब्द बोलायला तयार नव्हतो. त्या प्रसंगाची आठवण यानिमित्ताने पुन्हा एकदा झाली. वास्तविक आमच्या वागण्याने त्यांना मनस्वी दुःख होईल, याची आम्हाला चांगलीच कल्पना होती, तरी देखील आम्ही असे वागू धजावलो होतो. आम्हा सर्वांच्या प्रसूतीच्या वेळी आईच्या मायेने त्यांनी आमच्या मुलांना या जगात आणले होते. क्रांतीच्या संघर्षपूर्ण वाटेत कितीतरी वेळा त्यांनी आम्हाला मार्गदर्शन केले होते. मग आम्ही त्यांच्याशी असे का वागलो? त्या वेळचे आमचे त्यांच्याबरोबरचे वर्तन आणि एकमेकांवर टीका करून भांडत बसलेल्या आताच्या कम्युनिस्ट पार्टीमध्ये मला काहीही फरक दिसत नव्हता.

मे दिनाच्या दिवशी गुडीवाड्याच्या रस्त्यावर कामगारांना एकत्र येण्याचं आवाहन करणाऱ्या सीतारामय्यांच्या आठवणी मनात जागृत झाल्या. याच सर्व गोष्टीवर विचार करत आणि आता या सातआठ कम्युनिस्ट पार्टीपैकी कोणती पार्टी समाजाचे प्रश्न सोडवणार, या प्रश्नाच्या गर्तेतच मी त्या वेळी त्यांच्या देहाला लाल सलाम केला होता.

सीतारामय्यांच्या बरोबर राहणाऱ्या स्त्रीचं नाव न सांगण्याचा मी निर्णय घेतला, तेव्हा माझ्या प्रतिमेचा विचार माझ्या मनात नव्हता. जे काही घडलं, त्यामध्ये मी कधी त्यांचा वा पार्टीचा किंवा आणि कुणाचाही तिरस्कार केला नाही. मित्रमंडळीच्या प्रोत्साहनामुळे माझी आत्मकथा वाचकांसाठी माहितीपूर्ण आणि विचारप्रवर्तक व्हावी एवढ्याच हेतूने मी हे लिखाण केलं आहे.

सप्टेंबर २०१२ ते जून २०१४ मध्ये अनेक लोकांनी माझं व्यक्तिशः अभिनंदन केलं. त्यांपैकी काही जणांचा उल्लेख करण्याचं माझ्याकडून कदाचित राहून गेलं असेल. त्याबद्दल मी त्यांची माफी मागते आणि पुन्हा एकदा सर्वांचे आभार मानते.

ह्या आत्मकथनाचा शेवट करताना सुंदरय्यांचे शब्द आठवतात - 'तू जगलं पाहिजेस. कसलीही हानी न पोचवणाऱ्या लोकांचीही देशाला गरज आहे. तुझ्या हातून देशासाठी काही काम झालं, तर ते चांगलंच असेल. म्हणून तू जगायला हवंस.' माझा त्यांना मनापासून सलाम. मला वाटतं, आयुष्याच्या शेवटच्या टप्प्यावर ही आत्मकथा लिहून मी एक चांगलं काम केलं आहे.

– कोंडापल्ली कोटेश्वराम्मा

निर्जन पूल

– कोंडापल्ली कोटेश्वराम्मा

आठवणी.....
बहरतात पाकळ्यांसारख्या
मन गंधाळून टाकत
श्वास गोठून टाकतात.
आनंदाची आसवं, ओंजळीत चमचमतात.

काही आठवणी...
रुततात काट्यासारख्या.
दुःखानं भरतात मनाचा काठ
अन् श्वास गोठून टाकतात.
धारदार सुरीसारखी रुतून बसते
त्यांची वेदना, काळजात.

स्वप्न अन् आशा केंव्हाच विरल्यात
नकोशा गोष्टींचा भोवताली पसारा आहे
तुकड्यातुकड्यांचे हे आयुष्य जणू
भयप्रद आठवण होऊन बसलंय..
मनाचा आरसा भंगून गेलाय
या भंगलेल्या तुकड्यांचा ढीग आहेत या आठवणी...

माझे बालपण आई-वडिलांच्या आणि कुटुंबीयांच्या प्रेमळ सहवासात गेले.

माझे भरपूर कौतुकदेखील होत असे. गायन, नृत्य, नाटक या साऱ्यामध्ये मला बक्षिसे मिळत. मी अगदी 'खास' कुणीतरी आहे, असे मला वाटावे असेच भोवताली वातावरण होते. माझ्या शाळेतल्या मैत्रिणींना ही बाब फारशी रुचत नसे. त्यांना त्या मानाने दुय्यम वागणूक मिळते, असे बहुधा त्यांना वाटत असणार. एके दिवशी माझ्याकडे रोखून पाहत एक मैत्रीण म्हणाली, 'तिचा नवरा वारला आहे ना! म्हणून तर ती 'खास' आहे!'

घरी जाऊन मी आज्जीला विचारल्यावर तिनेही या गोष्टीला दुजोरा दिला. मी चार-पाच वर्षांची असताना वीर रेड्डी म्हणजे माझ्या मामांबरोबर माझे लग्न झाले होते. लग्नानंतर दोनच वर्षात त्यांचा क्षयरोगाने मृत्यू झाला होता. त्या क्षणापर्यंत माझे लग्न झाले असल्याची आणि माझा नवरा वारला असल्याची मला तसूभर देखील जाणीव नव्हती. मी बालविधवा होते. माझ्या कुटुंबीयांनी माझ्यावर केलेल्या मायेच्या वर्षावाचे आणि त्यांच्या भरभक्कम आधाराचे महत्त्व तेव्हा मला कळले.

१९२० साली एका उच्चभ्रू कुटुंबात माझा जन्म झाला. आम्ही मूळचे कृष्णा जिल्ह्यातील पामरू गावचे. माझ्या आईचे नाव होते अंजम्मा आणि वडिलांचे सुब्बा रेड्डी. मला एक भाऊही होता - वेंकट रेड्डी. शिक्षकांच्या प्रोत्साहनामुळे मी पाचवीपर्यंत शिकले आणि त्यांच्याच सल्ल्यानुसार माझ्या वडिलांनी मला हायस्कूलमध्ये पाठविले. शाळेत असताना मी घरात गायनही शिकले. त्यागराजांची भजने आणि रामायणातील ऋचा मी गात असे. माझ्या वडिलांना ती फारच आवडत असत. आपल्या मित्रांच्यासमोर देखील ते मला ही भजने म्हणायला सांगत. शाळेमध्ये सुद्धा शिक्षक माझ्याकडून सकाळची प्रार्थना म्हणवून घेत.

ते दिवस स्वातंत्र्य आंदोलनाचे होते. माझी आई चरख्यावर सूत कातीत असे. स्वातंत्र्य आंदोलनात भाग घेण्यासाठी माझ्या एका दूरच्या भावाने- तम्मारेड्डी नागीरेड्डीने आपले कायद्याचे शिक्षण अर्धवट सोडले होते. त्याच्याशी आणि सामाजिक सुधारणांसाठी प्रयत्न करणाऱ्या इतर लोकांबरोबर आमच्या कुटुंबीयांची चांगली जवळीक होती.

बालपणीची देशभक्ती

मी साधारण १० वर्षांची असताना १९३१ साली गांधीजी पामरूमध्ये आले होते. त्यांच्या बरोबर भोगराजु पट्टाभी सीतारामय्या आणि काशिनाथुनी नागेश्वरराव पंतुलू होते.[१] ते पुढे बंदरला जाणार होते. माझ्या काकांनी, नागीरेड्डींनी गांधीजींना गावच्या प्रमुख चौकातच बोलावले होते. मी शाळेतून नुकतीच परत

आले होते. स्टेजपाशी बायकांची गर्दी झालेली दिसली. त्या आपापले दागिने काढून गांधीजींना देत होत्या. मीही भारावून जाऊन माझ्या अंगावरचे दागिने काढले आणि त्यांच्या हातात ठेवले. मी स्टेजवरून उतरत असताना प्रत्येक जण माझ्याकडे बघत होता. माझ्या देशभक्तीबद्दल ते सारे मला आशीर्वाद देताहेत, असे मला वाटले.

उत्साहाने 'वंदे मातरम्' म्हणत मी घरी आले. पण आईला ही गोष्ट आवडली नव्हती. 'देशाचे स्वातंत्र्य राहू दे बाजूला, पण तूच त्याआधी स्वतंत्र झालेली दिसत्येस! आम्हाला कुणाला विचारल्याशिवाय सगळे दागिने देऊन टाकायची तुझी हिम्मत तरी कशी झाली?' ती कडाडली. माझी बाजू घेत माझे वडील लगेचच म्हणाले, 'आपल्याकडे नसलेला मोठेपणा तिच्याकडे आहे, यातचं खरं तर तू समाधान मानायला हवंस. देशसेवा म्हणजेच देवाची सेवा, असंच तिला वाटत असणार.'

यानंतर नागीरेड्डी काकांनी मला देशभक्तीपर गाणी शिकवायला सुरुवात केली. त्यांनीच मला समजावून सांगितले, व्हिक्टोरिया राणी आणि जॉर्ज राजाची स्तुती करणारी गाणी आपण म्हणायची गरज नाहीत. मग त्यांनी मला गरीमेल्लांचे 'मा कोद्दी तेलादोरा तनमु' (गोऱ्यांचे राज्य आम्हाला नको), चिलकामर्तींचे 'भारत देशमु चक्कनी पाडियावू' (भारत म्हणजे एक खजिना आहे) आणि बसवराजुंचे 'सिरुलु पोंगिना जीवगड्डा' (वैभवशाली दिमाखदार आमची मातृभूमी) ही गाणी शिकवली.[२]

महिला स्वातंत्र्यसैनिक आमच्या गावी येत असत. तेव्हा मी त्यांच्याबरोबर खादीचा प्रचार करणारी आणि परदेशी मालावर बहिष्कार टाकायला सांगणारी गाणी म्हणत असे. वल्लभनेनी सीतामहालक्ष्मी, मागंटी अन्नपूर्णम्मा आणि भारती रंगा यांसारख्या नेत्या आमच्या घराच्या ओसरीवर बैठका घेत असत. सरोजिनी नायडू आमच्या गावी आल्यानंतर त्यांना हार घालायचे काम माझ्याकडेच आले होते. स्वातंत्र्यलढ्यातील घटनांमध्ये माझा अशा प्रकारचा सहभाग होता. देशभक्तीची गाणी म्हटली म्हणून मला तुरुंगात टाकतील अशी भीती मला शाळेतील मैत्रिणी आणि शिक्षकदेखील घालत असत. शाळेत 'गाणारी कोकिळा' म्हणून सारे जण मला चिडवायचे. म्हणून मी शाळेत जायचेच थांबवले. आईच्या विरोधाला न जुमानता मी आठवीत असताना शाळा सोडली. वडिलांचा मात्र या गोष्टीसाठी पूर्ण पाठिंबा होता. माझी आध्यात्मिक प्रगती व्हावी असे त्यांना वाटत होते. रोज रामकोटी[३] लिहून काढायचा प्रघात त्यांनी मला घालून दिला होता. महाभारत आणि भागवताचे वाचन हे तर खूप आधीपासूनच माझ्या रोजच्या आयुष्याचा भाग बनले होते.

मिक्कीलीनेनी अक्कया चौधरी हे त्या वेळी आमचे भाडेकरू होते. ते स्वत: देशभक्त होते आणि सामाजिक सुधारणांवर त्यांचा कटाक्ष होता. आमच्या भागातील शिक्षक संघाची आणि विद्यार्थी संघाची मंडळी कायम त्यांच्याकडे येत जात असत. त्यांच्यामध्ये तम्मारेड्डी रामस्वामी नावाचे एक उमद्या स्वभावाचे गृहस्थ होते. ते माझ्या आईला 'पिन्नी' (धाकटी मावशी) म्हणायचे आणि तिच्याशी अगदी प्रेमाने आणि आदराने वागत असत. त्यांना माझ्या गाण्याचे फार कौतुक वाटायचे. मला ते म्हणायचे, 'तुझ्या आवाजातली देशभक्तीची गाणी भागवतातल्या कवितांपेक्षाही सुंदर वाटतात.' नवनवीन गाणी शोधून काढून त्यांनी मला शिकवली. 'अत्याचाराची काळरात्र चालू झाली आहे. लोकहो उठा, जागे व्हा... उज्ज्वल भविष्यासाठी, सगळ्यांच्या आनंदासाठी कामाला लागा!' अशा अर्थाची गाणी मी त्यांच्याकडून शिकले.

पामरू शहर हे महसूल केंद्र (फिरका[४]) असल्याने तिथे अनेक सार्वजनिक कार्यक्रम होत असत. दारूबंदी, अस्पृश्यतेचा प्रश्न, खादीचा पुरस्कार, स्वातंत्र्य आंदोलन, अशा प्रकारच्या सर्व विषयांवर तिथे सभा व्हायच्या. महिला स्वातंत्र्य सैनिक तिथे खादीचे गठ्ठेच्या गठ्ठे घेऊन येत असत. मीही त्यांच्या बरोबर सगळीकडे जात असे आणि स्टेजवरून गाणी म्हणत असे.

पुनर्विवाहाचा विचार

माझ्या पतींचे निधन क्षयरोगाने झाले होते, याचा उल्लेख मी आधी केलाच आहे. त्यांनी त्यांची सर्व संपत्ती माझ्या नावावर केली होती आणि मी पुनर्विवाह करावा अशीही त्यांची इच्छा होती. आमच्याच एका नातेवाईकांनी ही गोष्ट रामस्वामींच्याही कानावर घातली होती. मी पुनर्विवाह करावा अशी माझ्या आईची देखील इच्छा होती. तिने त्या दृष्टीने रामस्वामींना प्रयत्नही करायला सांगितल्याचे माझ्या ऐकण्यात होते.

माझे आयुष्य सुखासमाधानात, आनंदात जावे, असे माझ्या आईला मनापासून वाटत होते. परंतु वडिलांना शेजारीपाजारी आणि गावचे लोक माझ्या लग्नाबद्दल, माझ्या पेहरावाबद्दल काय बोलतील याची चिंता सतावत होती. माझ्या नशिबाचा फेरा चुकणार नाही, उलट मी केसात फुले माळल्याने, कपाळावर कुंकू लावल्याने माझ्या भावालाही वाईट दिवस येतील, अशी भीती लोक घालत. त्याचमुळे माझ्या पुनर्विवाहाने आम्हाला बहिष्काराला तोंड द्यावे लागेल की काय, अशी भीती त्यांना वाटत होती. त्यांच्या मुलाला कोणीही आपल्या मुलीचा हात देणार नाही, ही काळजीदेखील होती. शिवाय पुनर्विवाहानंतर पहिल्या पतीच्या संपत्तीतील वाटा मी गमवून बसेन की काय, अशीही एक शंका त्यांना भेडसावत होती.

परंतु या बाबतीत माझी आई चांगलीच खंबीर होती. यावरून होणारे त्यांचे वाद हा रोजचाच विषय झाला होता.

मी वयात आल्यानंतर आमच्याकडे ना कोणता पारंपरिक कार्यक्रम झाला, ना कोणी नातेवाईक आमच्याकडे आले. माझी आई सारखी अश्रू ढाळत होती. आमचे भाडेकरू, अक्काया चौधरी यांच्या बायकोने आईची समजूत घातली, 'मुली वयात आल्यावर कार्यक्रम करणं ही आता जुनी गोष्ट झाली. आता मुलींना शिकवायचे दिवस आहेत. रडणं बंद करून त्याऐवजी तुम्ही तिला शाळेत पाठवा. शिक्षणातच तिचं पुढचं भवितव्य आहे.'

नवऱ्या मुलाचा शोध

या प्रसंगानंतर मी डोक्यात फुले घालणे, कपाळावर कुंकू[५] लावणे सोडून दिले. आईने देखील माझ्या बरोबरीने तसेच करायला सुरुवात केली. विधवा नसून देखील तिला विधवेच्या रूपात पाहताना मला अतोनात दुःख होई. रामस्वामींना माझी घालमेल समजत होती. मागास चालीरीती आणि त्यांच्या उच्चाटनाविषयीची पुस्तके वाचण्याचा आग्रह त्यांनी मला केला. या सर्वांतून प्रेरणा घेऊन माझा भाऊ विद्यार्थी संघटनेचा सदस्य झाला आणि आईची बाजू घेऊन बोलू लागला. माझे लग्न आधी झाले तर, त्याला बायको न मिळण्याची भीती असल्याने माझे लग्न त्याच्या नंतर करायचे असे आईने ठरवले.

एक भरपूर संपत्ती असलेली विधवा असा माझा लौकिक होता. त्यामुळे चांगल्याचांगल्या घरातल्या मुलींची स्थळे माझ्या भावासाठी चालून येत. त्यातील काही लोक तर आमच्यापेक्षाही श्रीमंत होते. त्यातल्याच एका मुलीशी घरच्यांनी माझ्या भावाचे लग्न ठरवले. आजोबांच्याच जवळच्या नातेवाईकांपैकी ती एक होती. आमच्या घराण्याच्या प्रतिष्ठेला साजेसेच असे ते लग्न चांगले पाच दिवस चालले होते. अशा रीतीने वयाच्या १६व्या वर्षीच माझ्या भावाचे लग्न झाले.

आता माझ्या मनात मात्र प्रश्नांचा भुंगा सुरू झाला. माझ्या लग्नाला नातेवाईक येतील का? माझे लग्न झाले तर भावाच्या बायकोकडच्या माणसांचा माझ्यावर रोष होईल का? आमच्यावर त्यांनी बहिष्कार टाकला तर? ज्या लग्नामुळे भावाला आणि वडिलांना इतका त्रास होणार आहे, त्याने मी सुखी होईन का? मला रामस्वामींना सांगावेसे वाटत होते की, अशा परिस्थितीत वडिलांना दुखावून मला कोणाशीच लग्न करायचे नाही. परंतु हे बोलण्याचे माझे धाडस झाले नाही.

रामस्वामींच्या मित्रमंडळींना माझ्या पुनर्विवाहाच्या प्रयत्नांविषयी बहुधा कल्पना होती. मी त्यांच्या घरी गेल्यावर ते मला कुंकू आणि फुले देत असत. कर्मफल, नशीब या सगळ्या कल्पना म्हणजे थोतांड आहे. अनेक विधवा पुनर्विवाह

करून मुलाबाळांसह आंनदाने संसार करताहेत, असे ते मला समजावून सांगत असत. रामब्रह्मम् नावाच्या एका शिक्षकाने तुलसम्मा नावाच्या एका विधवा स्त्रीशी लग्न केले होते. त्यांना दोन मुले होती. त्यांनी देखील मला घरी बोलावले आणि आपले बाळ माझ्या हातात दिले. उपवर मुलीला देतात तशा बांगड्या आणि कुंकूही त्यांनी मला दिले.

एक दिवस अक्काया चौधरी आईशी बोलत असताना मी ऐकले की, शिक्षक संघाचा माझ्या पुनर्विवाहाला पाठिंबा आहे. माझ्या वडिलांपर्यंत ही खबर पोचली. म्हणूनच बहुधा त्यांनी त्यांचे मत बदलले. दुसऱ्या दिवशी ते रामस्वामींच्या घरी जाऊन म्हणाले, "तुम्हा सर्वांनाच माझ्या मुलीचा पुनर्विवाह व्हावा असे वाटते. परंतु होणाऱ्या परिणामांची मला भीती वाटते. तरीदेखील तुम्हा सर्वांचे सहकार्य असेल, तर तिचे लग्न लावून द्यायला काही हरकत नाही." हे ऐकून माझ्या आईने तर मला आनंदातिशयाने मिठीच मारली. मीही लग्नाला होकार भरला. तरी मला राहूनराहून याचे नवल वाटत होते की, मी तर रामस्वामींची बहीणदेखील नव्हते, तरीदेखील त्यांना आणि त्यांच्या मित्रांना माझ्या लग्नाची इतकी चिंता का होती?

समाजाचा अधिक रोष ओढवून घ्यायला नको, म्हणून माझ्या वडिलांनी रामस्वामींना आपल्याच जातीतील नवरामुलगा शोधायला सांगितले. मंतीनिवारी पालममध्ये कम्युनिस्ट पक्षाचे राजकीय शिक्षण वर्ग चालत असत. नवऱ्या मुलाच्या शोधात रामस्वामी तिथे पोचले. कोंडापल्ली सीतारामय्या नावाच्या रेड्डी जातीतील एका तरुण मुलाविषयी त्यांनी ऐकले. चौकशीअंती त्यांना कळले की, चंद्रा राजेश्वरा राव[६] यांना सीतारामय्या आदर्श मानतो आणि तो स्वतः युवक संघटनेचा एक उत्साही कार्यकर्ता आहे. राजेश्वरा रावदेखील त्याला भावाप्रमाणेच मानतात, हे समजल्यावर रामस्वामी राजेश्वरा रावांकडे गेले. माझ्याशी लग्न करण्याचा प्रस्ताव राजेश्वरा रावांनी सीतारामय्यांपुढे ठेवावा, असे रामस्वामी त्यांना सुचवून आले. राजेश्वरा रावांनी तसे केले देखील, पण सीतारामय्यांची तयारी नव्हती. सुन्दरय्यांसारखेच एकटे राहून संपूर्ण आयुष्य चळवळीला वाहून घेण्याचा आपला विचार असल्याचे सीतारामय्यांचे म्हणणे होते. यावर राजेश्वरा राव हसले आणि म्हणाले, आम्हा सगळ्यांसारखेच लग्न करूनही चळवळीसाठी काम करणे शक्य आहे. देशभक्त मुलीशी लग्न करणे चळवळीच्या फायद्याचेच आहे, असेही राजेश्वरा रावांचे मत होते. सामाजिक सुधारणा ह्या चळवळीच्या कामाचाच भाग आहेत, या दृष्टीने या गोष्टीकडे बघण्याचा सल्ला त्यांनी सीतारामय्यांना दिला.

अशा रितीने सीतारामय्यांची समजूत पटली. रामस्वामींनी मग अक्कया चौधरींना पत्र लिहून आमची भेट घालून द्यायला सांगितले.

माझे लग्न

आम्ही 'पामरू' रेड्डी होतो आणि कोंडापल्ली सीतारामय्या 'जोन्नापाडू' रेड्डी होते. आमचे लग्न ठरल्याचे समजल्यावर गावकऱ्यांनी आक्षेप घेतला. याचे कारण दोन्ही रेड्डी स्वतःला वेगवेगळ्या शाखेचे समजत असत. त्यांच्यामध्ये विवाहसंबंध संमत नव्हते. लोकांच्या दृष्टीने मुळात विधवा पुनर्विवाह हीच गोष्ट मान्य करण्यासारखी नव्हती. त्यातून दुसऱ्या रेड्डी समाजातील मुलाशी लग्न ही तर कल्पनेच्या पलीकडची गोष्ट होती. आपल्या गावाची बदनामी होईल असे त्यांना वाटत होते. हे लग्न होऊ न देण्याची धमकी गावकऱ्यांनी दिली.

माझे वडील घाबरले. श्रावणात[७] लग्न झाले असते तर ते सगळ्यांच्या नजरेत आले असते. म्हणून आषाढात[८] लग्न करायचे ठरले. आमच्या गावी लग्न-विधी करणे शक्यच नव्हते. म्हणून ज्येष्ठ मंडळींनी लग्न वेंट्राप्रगडामध्ये करायचे ठरवले. हे चंद्रा राजेश्वरा राव यांचे गाव तर होतेच, शिवाय कम्युनिस्टांचे एक महत्त्वाचे ठाणेही होते. माझ्या वडिलांचा स्वतःच्या मालकीचा दोन बसेसचा व्यवसाय होता. त्या बसने जाण्याऐवजी आम्ही भाड्याने बस घेऊन वेंट्राप्रगडाला गेलो. २५ -३० तरुणांच्या बरोबर माझी पाठवणी झाली.

एका मित्राचे मोठे घर हेच लग्नघर होते. इतरांच्या नजरेस पडू नये म्हणून सीतारामय्या आणि त्यांचे आई-वडील पडदानशीन स्त्रियांप्रमाणे एका संपूर्ण झाकलेल्या बैलगाडीतून तिथे आले. चंद्रा राजेश्वरांच्या पत्नीने, सावित्राम्मांनी मला वधूसारखे सजवले. कम्युनिस्ट साथीदारांनी थोरामोठ्यांची भूमिका बजावली आणि आमचे लग्न लावले. माझ्या वडिलांच्या जागी तम्मारेड्डी रामस्वामींनी व्यासपीठावर माझे कन्यादान[९] केले. आम्ही लग्नाचा शपथविधी केला आणि 'देशमुनू प्रेमींचुमन्ना'[१०] (तुमच्या मातृभूवर प्रेम करा) अशी देशभक्तीपर गाणी म्हटली. यानंतर एकमेकांच्या गळ्यात हार घालून आम्ही दोघांनी संकल्प केला, की आम्ही कायम समजुतीने आणि आदर्श पद्धतीने एकेमकांना साथ देऊ. थोरामोठ्यांनी आम्हाला आशीर्वाद देऊन आमच्या उज्ज्वल भवितव्याची कामना केली. त्या दिवशी सावित्राम्मांनी लग्नाची खास मेजवानी दिली.

सर्व समारंभ पार पडल्यावर लग्नानंतर आम्ही कुठे राहायचे हा प्रश्न पुढे आला. काही मोठ्या मंडळींचं म्हणणं पडलं की, आम्ही पामरूमध्ये माझ्या आई-वडिलांकडे जावे. परंतु त्या वेळी माझी आई तिच्या बहिणीच्या सुतकामध्ये होती. माझे परंपरेविरुद्धचे लग्नच या दुर्दैवाला कारणीभूत आहे असा नातेवाईकांचा आरडओरडा आधीपासूनच चालू होता. म्हणून पामरूमध्ये राहायचे आम्ही रद्द केले.

सीतारामय्यांचे आई-वडील लिंगवरम् गावात राहात होते. परंतु लहानपणापासून बुच्चम्मांनी, म्हणजे त्यांच्या मावस आजीने त्यांना जोन्नापाडूमध्येच लहानाचे मोठे केले होते. त्यामुळे सारे जण त्यांना जोन्नापाडूचेच समजत असत. कम्युनिझमकडे वळलेले स्वातंत्र्यसैनिक वंगपाटी रंगारेड्डीदेखील जोन्नापाडू गावचेच होते. गावामध्ये आणि तालुक्याच्या ठिकाणीही त्यांना मोठा मान होता. त्यांच्याच प्रभावामुळे सीतारामय्या कम्युनिझमकडे वळले होते. जोन्नापाडूतील सर्वच ज्येष्ठ मंडळी आमच्या लग्नाला हजर होती. परंपरेविरुद्ध जाऊन आम्ही असे लग्न केल्याबद्दल त्या सर्वांनाच आमचे विशेष कौतुक वाटत होते. जोन्नापाडू हेच ठिकाण आमच्या राहण्यासाठी सुरक्षित जागा आहे, असे बहुतेकांचे मत पडले. अखेरीस सावित्रीम्मांनी आम्हाला नवीन कपडे देऊन कार्यक्रमाचा समारोप केला.

रंगारेड्डी सीतारामय्यांना भेटायला म्हणून बऱ्याचदा आमच्याकडे येत असत. त्या वेळी आमच्या ख्याली-खुशालीची जातीने चौकशी केल्याशिवाय जात नसत. गावची तरुण मंडळीही चेष्टा-मस्करी करून आमचा ताण हलका करीत असत. असेच काही दिवस जोन्नापाडूमध्ये गेले.

पण आम्ही स्वत:च्या किंवा माझ्या वडिलांच्या घरी न राहता सीतारामय्यांच्या आज्जीकडे राहत होतो, ही बाब माझ्या वडिलांना फारशी रुचली नव्हती. त्यांनी आम्हाला त्यांच्या घरी राहण्यासाठी बोलावले. त्या वेळी सीतारामय्यांच्या सर्व नातेवाईकांना देखील आमंत्रण होते. आम्हा सर्वांना घेऊन जाण्यासाठी त्यांनी बस पाठवून दिली. एक जंगी मेजवानीचा कार्यक्रमसुद्धा त्यांनी ठेवला आणि पामरूमधील आमच्या सर्व नातेवाईकांना या कार्यक्रमाचे निमंत्रण दिले. ज्या नातेवाईकांचा राग निवळला होता, त्या सर्वांनी आमंत्रणाचा मान राखला. पण अजून त्याच गोष्टीचा रोष धरून बसलेल्यांनी मात्र आम्हाला भरपूर हिणवले. दुसऱ्या लग्नाची मेजवानी दिली, हा त्यांच्या कुचेष्टेचा विषय होता.

परंतु सीतारामय्यांनी माझ्याशी विवाह केला म्हणून त्यांचे जोन्नापाडूमधील पाहुणे मात्र चांगलेच खूश होते. गावी परत गेल्यावर त्यांनी सीतारामय्यांच्या वडिलांना इथली इत्थंभूत खबर दिली, 'तुमची सून सुंदर तर आहेच, शिवाय बड्या घरची लेक आहे. त्यांनी आमची चांगलीच बडदास्त ठेवली होती. त्या दोघांना आता तुम्ही आपल्या घरी सन्मानाने आणा, हे बरं.'

कृष्णा जिल्ह्यातील पामरू रेड्डी कुटुंबे आसपासच्या दहाबारा गावांमधून विखुरली होती. पण जोन्नापाडू रेड्डी मात्र फक्त दोन गावांमध्येच होते. त्यामुळे लग्नकार्यासाठी रोटीबेटी व्यवहार करायला त्यांना अडचणीचे होई. आसपास इतर जोन्नापाडू कुटुंबे शोधण्यापेक्षा पामरू रेड्डींबरोबर काही सहयोग झाला, तर त्यांच्या सोयीचे होते. त्या दृष्टीने काही करावे असे त्यांनी स्थानिक पुढारी

मंडळीना सुचविले देखील होते. परंतु त्या आघाडीवरून काही प्रतिसाद मिळाला नव्हता. कम्युनिस्टांनी अखेरीस हा योग जुळवून आणला म्हणून सगळी जोन्नापाडू रेड्डी मंडळी खूश होती. सीतारामय्यांसाठीही त्यांना आनंद झाला होता. एका पामरू रेड्डी मुलीशी लग्न केल्याबद्दल ते सर्व जण त्यांच्यावर अभिनंदनाचा वर्षाव करत होते.

परिस्थितीने असे चांगले वळण घेतल्याने पार्टीतील आमची मित्र-मंडळी देखील आनंदली. आईच्याही चेहऱ्यावर समाधान दिसत होते. सासरी जाण्यापूर्वी मी आणि सीतारामय्यांनी चार दिवस तिच्याबरोबर राहावे अशी तिची इच्छा होती. शिवाय आमच्या गावच्या शिक्षक संघातील लोकांना सीतारामय्यांनी तिथे राहून गावातील तरुणांना 'कर्रा-सामु'[११] शिकवावे असे वाटत होते. पामरूमध्ये तरुणांचा संघ उभारण्यासाठी त्यांना सीतारामय्यांची मदत हवी होती.

अच्चम्मांबरोबरचे भांडण

असे चित्र एका बाजूला असले, तरी पामरूमधील काही लोकांनी मात्र आम्हाला बहिष्कृत करण्याचा जोरदार प्रयत्न केला. धोब्याला आणि न्हाव्याला आमच्या घरी जायची बंदी त्यांनी घातली. वहिनीच्या माहेरच्या लोकांनाही आम्हाला भेटायला मनाई केली.

एके दिवशी आमच्याकडे काही मित्रमंडळी आली होती. त्यांना निरोप देऊन मी घराच्या बाहेरच उभी होते. रस्त्यावर पलीकडून एक अच्चम्मा जात होत्या. मला बघून त्यांनी शिवीगाळ करायला सुरुवात केली. 'मला का नावं ठेवताय? माझा काय दोष आहे?' असे मी त्यांना म्हणताच त्यांनी मला थोबाडीत दिली. उलट उत्तर दिले म्हणून त्या आणखीनच बडबड करू लागल्या. तेवढ्यात आई तिथे आली आणि सर्व प्रकार तिच्या लक्षात आला. ती त्या अच्चम्मांवर चांगलीच डाफरली. शेजाऱ्यापाजाऱ्यापर्यंत भांडणाचे आवाज पोचले. अच्चम्मा आरडओरड करत तिथून निघून गेल्या. ह्या गोष्टीची कुणकुण लागताच शिक्षक संघाचे आणि विद्यार्थी सभेचे लोक आमच्या घरी आम्हाला भेटायला आले. अच्चम्मांच्या घरच्यांशी बोलून त्यांना चांगलाच धडा शिकवण्याचा त्यांचा मानस होता. पण माझ्या वडिलांनी त्यांना थोपवले. तरुणांच्या रागाने आगीत अजूनच तेल पडेल असे त्यांना वाटत होते.

मग त्याच दिवशी संध्याकाळी ह्या तरुण मंडळींनी गावात एक सभा आयोजित केली. गावकऱ्यांना त्यांनी कंदुकुरी विरेशलिंगमच्या[१२] पत्नीची, राजलक्ष्मीची गोष्ट सांगितली. आपल्या पतीच्या कामात तिने मदत केली म्हणून सासरच्यांनी तिचा किती छळ केला हे वर्णन करून सांगितले. हा सगळा त्रास सोसून त्यांनी

कित्येक विधवा मुलींची लग्ने लावून दिली होती. हे सर्व त्यांनी का केले हेही या तरुणांनी गावकऱ्यांना समजावून सांगितले. अखेरीस अच्चम्मांच्या वागण्याचा संदर्भ घेऊन पुन्हा कोणी अडाण्यासारखे वागले तर कारवाई करायला मागेपुढे बघणार नाही अशी स्पष्ट समजही लोकांना दिली.

यानंतर अक्कया चौधरी मला भेटायला आले होते. त्यांच्याकडून कळले की लोकांनी सीतारामय्यांना टीकेचा धनी बनवले होते. त्यांच्या दृष्टीने सीतारामय्या म्हणजे विधवेशी लग्न करणारा बिनकामाचा माणूस होता. माझा उतरलेला चेहरा पाहून सीतारामय्यांनी माझी समजूत घातली. सर्व मित्रमंडळी मिळून या परिस्थितीतून मार्ग काढण्याचा उपाय शोधत आहेत असे ते मला सांगत होते.

देव आणि सीतारामय्यांची विनोदबुद्धी

श्रावणाचे दिवस होते. त्यामुळे आमच्या नात्यातील तरुण सुवासिनी श्रावण गौरीचे व्रत[१३] करत होत्या. आईच्या जोडीने त्यांनी मलाही कुंकू लावून हळदीकुंकवाच्या कार्यक्रमाचे आमंत्रण दिले. माझ्या आईला या गोष्टीचा विलक्षण आनंद झाला. त्या बायका गेल्यानंतर सीतारामय्यांनी आमची खूप चेष्टा मस्करी केली. आमची थट्टा करत ते म्हणाले, ''अखंड सौभाग्यासाठीच बायका हे व्रत करतात ना? मग हे व्रत कोटेश्वराम्माला कधीच करावं लागणार नाही. कारण मी खुद्द, तिचा पतीदेवच तिला 'अखंड सौभाग्यवती भव' असा आशीर्वाद देतो.'' त्यांचा हा नाटकी ढंग बघून आईची आणि माझी हसताहसता पुरेवाट झाली.

त्यापुढे जाऊन सीतारामय्या म्हणाले, ''नवऱ्याला परमेश्वराच्या ठिकाणी मानणं ही गोष्ट जुनीपुराणी झाली. आताच्या काळात नवराबायकोनी अतिशय जवळच्या मित्र-मैत्रिणीसारखं राहिलं पाहिजे. बायकोने नवऱ्याचं नाव न घेता त्याला 'इमंडी'[१४] म्हणून अहो-जाहो करणं, नवऱ्याने मात्र बायकोला 'ओसे', 'इमे', 'माझ्या मुलांची आई' असं संबोधून दुय्यम समजणं, असल्या प्रथा थांबविल्या पाहिजेत. नवरा बायकोने एकमेकांना नावाने हाक मारून आदराने आणि प्रेमाने एकत्र राहिले पाहिजे. सावित्राम्मा आणि चंद्रा राजेश्वरा रावदेखील एकमेंकाशी नावानेच एकेरी बोलतात. आपणही तसंच करू, चालेल ना कोटेश्वराम्मा?'' माझ्या आईच्या ओठावर स्मित होते. मीही हसून मानेनेच रुकार दिला. माणसाला विनोदाची, मोकळेपणाची आणि त्यातून निर्माण होणाऱ्या आनंदाची केवढी गरज आहे हे त्या वेळी मला स्पष्ट जाणवले.

काही दिवसांनी श्रावणात आम्हा दोघांना गावी पाठवून देण्याचा निरोप सीतारामय्यांच्या वडिलांकडून आला. मग तर माझ्या आई-वडिलांचा आनंद गगनात मावेना. आम्ही कितीही नको म्हटले, तरी त्यांनी आमच्या नव्या संसारासाठी

बऱ्याच वस्तू खरेदी केल्या. जोन्नापाडू आणि लिंगवरममधील आमच्या नातेवाईकांना देण्यासाठी म्हणून लाडू, चलीमिडी, चिलकलू यासारखे भरपूर गोड पदार्थ बनवले. सासू-सासऱ्यांसाठी, सीतारामय्यांच्या आजी-आजोबांसाठी कापड खरेदी झाली. माहेरहून निघताना माझी पाठवणी एक जंगी निरोप सभारंभ करून झाली. दोन्ही गावातील आमच्या पाहुण्यांना आम्ही आणलेल्या भेटवस्तू फारच आवडल्या. आमच्या लग्नाद्वारे पामरू रेड्डीबरोबर तयार झालेल्या नातेसंबंधामुळे ते चांगलेच खूश होते.

अस्पृश्यता

माझ्या सासरच्या मोठ्या वाड्याला दोन परसदारे होती. मुख्य घराजवळचे परसदार गाई-गुरांसाठी होते आणि थोड्या दूर असलेल्या परसदारामध्ये गवताच्या गंजी रचून ठेवलेल्या असत. मालागुडमहून[१५] येणारे दोन नोकर गाई-गुरांच्या अंगणातील सगळे शेण गोळा करीत आणि दुसऱ्या अंगणात चुरून त्याचे ढीग लावून ठेवत असत. माझ्या सासूबाई या शेणाच्या एकसारख्या गोवऱ्या[१६] करून अंगणाच्या भिंतीवर थापून ठेवत. त्यातल्या काही गोवऱ्या विकून कुटुंबासाठी त्या काही वरकड कमाई करत असत. मला किंवा नोकरांपैकी कुणालाच गोवऱ्या करता येत नाहीत, असे त्यांचे पक्क मत होते. त्यामुळे हे सगळे काम त्या स्वत:च करीत असत. अंगणात जाण्यापूर्वी त्या मला सूचना देत, ‘‘बैलांसाठी चुलीवर हरभऱ्याचा पेंडपाला शिजायला ठेवलाय. तयार झाला की धर्माण्णाकडे दे.’’ धर्माण्णा हा आमच्याकडील वयाने सर्वांत मोठा नोकर होता.

घरकामाच्या जोडीने सासूबाई मला नोकरदार माणसांशी कसे वागावे ह्याचे ही धडे देत असत. मला म्हणायच्या, ‘‘धर्माण्णा खालच्या जातीतला आहे, माहीत आहे की नाही तुला? माला जातीच्या लोकांनी आपल्या घरात येणं आपल्या संस्कारात बसत नाही. म्हणून मी नसताना घरचं सगळं काम तुला एकटीलाच जमायला हवं. आळसापायी जुनी परंपरा मोडून नोकरांना घरात येऊ देऊ नको. नाहीतर शेजारी-पाजारी माझ्या तोंडात शेण घालतील. ‘लेकाचं लग्न विधवेशी लावून भागलं नाही, म्हणून खालच्या जातीतल्या लोकांना पण घरात घ्यायला लागली,’ असं म्हणतील. असलं ऐकून घ्यायची वेळ माझ्यावर आणू नको.’’

माझ्या माहेरी आमची जमीन कुळांना कसायला दिलेली होती. आमच्याकडे बैलही नव्हते आणि त्यांच्यासाठी हरभरा वगैरे शिजवणे ह्यातले काहीच नव्हते. मी तर एक अतिशय लाडाकोडात वाढलेली मुलगी होते. मला घरकाम तर येत नव्हतेच, पण इतर जातीतील लोकांना आमच्या घरची कामे करताना देखील मी

पाहिलेले नव्हते.

माला आणि मादिगा जातीच्या लोकांना अस्पृश्य मानतात एवढेच मला माहीत होते. पण त्यामागच्या कारणांचा काही मी कधी विचार केला नव्हता. 'माला जातीची माणसं माणूस नव्हेत का?' या अर्थाची गाणी मी ऐकली होती आणि स्वत: गायली देखील होती. पण अस्पृश्यता का आहे हे मोठ्या लोकांना विचारायचे मला कधी सुचले नव्हते. पण शिवाशिवीचे सर्व नियम मला माहीत असणे हे माझे कर्तव्यच होते, असा सूर माझ्या सासूबाईंच्या बोलण्यातून यायला लागल्यावर मी अस्वस्थ झाले.

एकदा हरभऱ्याची उकडण स्टोव्हवरून उतरवताना माझे लक्ष नव्हते. परिणाम असा झाला की, उकळते पाणी चुकून माझ्या पायावर पडले. पाय भाजल्यामुळे मी जोरात ओरडले आणि भांडे खाली पडले. स्वयंपाकघराच्या बाहेर व्हरांड्यात उभा असलेला धर्माण्णा 'काय झाले अम्मा?' म्हणून विचारू लागला. पडलेल्या भांड्याकडे बोट दाखवत मी त्याला उकडण वाडग्यात गोळा करून फरशी पुसून घ्यायला सांगितले. तसा तो का कूं करायला लागला. तो माला असल्याने भांड्याला हात लावायचा अधिकार त्याला नाही, ही त्याची अडचण होती.

मी त्याला म्हणाले, ''पण भांड्याला तू 'माला' असल्याचं माहीत नाही.''

''मी भांड्याला हात लावल्याचं बाईसाहेबांना समजलं तर माझी नोकरी जाईल'', चाचरत त्याने उत्तर दिले.

''जर उकडण वाया गेली तर तुझ्या बाईसाहेब मला ओरडतील आणि शिवाय भुकेने बैल हंबरतील, ते वेगळंच,'' मी प्रत्युत्तर दिले.

माझ्या भाजलेल्या पायाकडे बघून धर्माण्णाने त्याची भीती बाजूला सारली आणि भांड्यातील पाणी ओतून दिले. उकडण गोळा करून तो बैलांकडे गेला. दुखऱ्या पायांना जरा आराम मिळावा म्हणून मी तिथेच पाय चोळत बसले. त्या वेळी मला लहानपणची एक गोष्ट आठवली.

कामेश्वरी नावाची माझी एक ब्राह्मण मैत्रीण होती. मी तिच्याकडे नेहमी खेळायला जात असे. मी तिच्याकडे गेले की तिची आज्जी तिला नेहमी सूचना द्यायची, ''कोटेश्वराम्मा खालच्या जातीची शूद्र मुलगी आहे. तिने आपल्या घरात येता कामा नये. तिला व्हांड्यात बाहेर बसू दे.'' पण कामेश्वरी आणि मी अगदी जिवाभावाच्या मैत्रिणी होतो. तिला आई नव्हती. तिच्या आज्जीनेच तिला सांभाळले होते. आई नसल्यामुळे की गरिबीमुळे, कशामुळे कोण जाणे, त्यांच्याकडे नोकर नव्हते. त्यामुळे अर्थातच घरकामात तिलाच आज्जीची मदत करावी लागत असे. मी बऱ्याचदा खेळायला म्हणून जरी तिच्याकडे जात असले, तरी तिला बाहेर

येऊन खेळायला फुरसत मिळत नसे. मला पाहिल्याबरोबर तिची आज्जी मला म्हणायची, ''कामेश्वरीचं काम संपलं की मग तुम्ही खेळायला जा. तोपर्यंत तू इथे वऱ्हांड्यातच बैस. घरात जाऊ नको.''

कामेश्वरी शाळेतून घरी येऊन कपडे बदलायला आत गेली की ह्याच धर्तीवर आज्जीच्या सूचना चालू व्हायच्या, ''शाळेत कोटेश्वराम्माबरोबर खेळतेस, तिला स्पर्श करतेस ते एक वेळ ठीक आहे, पण घरी आल्यावर घरच्या कपड्यांनी तिला शिवू नको आणि खेळू पण नको. नाहीतर आपलं घर अशुद्ध होईल.'' कामेश्वरीने देखील तिला का म्हणून कधी उलट विचारले नाही. ती फक्त मान हलवायची.

तिची आज्जी प्रवचन ऐकायला देवळात जात असे. आज्जी देवळात गेली की मी लगेच कामेश्वरीला घरकामात मदत करायला सुरुवात करत असे. भांडी घासायची, घर झाडून काढायचे, अशा प्रकारची ती कामे असत. काम जेवढे लवकर संपेल, तेवढा अधिक वेळ आम्हाला खेळायला मिळे. जातीपातीचे नियम मोठ्या माणसांसाठी आहेत, आम्हा लहान मुलांसाठी नाहीत अशीच आमची समजूत होती. तरी देखील आम्ही दोघी मिळून घरकाम करतो ही गोष्ट आज्जीला आजिबात सांगायची नाही असे आम्ही आपसांत ठरवले होते.

एके दिवशी कामेश्वरी वऱ्हांड्यात ल्युडोचा बोर्ड घेऊन सोंगट्या लावत बसली होती. त्या वेळी मी घासलेली भांडी जागेवर लावून स्वयंपाक घराचे दार लावतच होते, तेवढ्यात तिची आज्जी परत आली. त्या दिवशी देवळात बहुधा प्रवचन नव्हते. मला असे पाहिल्यावर माझ्यावर ती जोरात ओरडली. ''तुला सांगितलं होतं ना घरात पाऊल टाकायचं नाही म्हणून? मग?''

तिचा रागाचा पारा बघून मी घाबरून रडायला लागले आणि तोंडातून शब्दही न काढता नुसतीच तिच्याकडे एकटक बघायला लागले.

कामेश्वरी माझ्या मदतीला धावली आणि म्हणाली, ''एक कुत्रं स्वयंपाकघरात शिरलं होतं. मला खूप भीती वाटत होती, म्हणून कोटेश्वरम्मानी त्या कुत्र्याला बाहेर काढलं. त्यानंतर ती स्वयंपाकघराचं दार लावत होती तेव्हाच तू आलीस.''

''असं झालं होय? मग ठीक आहे.'' म्हणत अखेरीस आज्जीची समजूत पटली.

पण त्या प्रसंगानंतर माझ्या डोक्यात मात्र प्रश्न पडायला लागले. 'ब्राह्मणांच्या घरात कुत्री-मांजरी जाऊ शकतात्त, पण ब्राह्मण नसलेली माणसं जाऊ शकत नाहीत? माणसांमुळेच फक्त घर अशुद्ध होतं का? आणि रोजच्या रोज असं खोटं बोलून आम्हाला कसला आनंद मिळणार? उद्यापासून मी कामेश्वरीकडे खेळायला जायचं बंद करू का?' माझ्या मनात अशा प्रश्नांची भाऊगर्दी झालेली

होती आणि या विषयावर घरी आई-वडिलांशी बोलायची तर अजिबातच सोय नव्हती.

पण हा सगळा भूतकाळ झाला. आत्ताच्या घडीला धर्माण्णाच्या बाबतीत काय चालू आहे हे मला सीतारामय्यांना सांगायचे होते. हे सर्व सासूबाईंच्या समोर सांगण्याची मात्र माझी हिम्मत नव्हती. म्हणून मग त्या नसताना मी झालेला सर्व प्रकार सीतारामय्यांच्या कानावर घातला. माझे सर्व कथन मान डोलावत त्यांनी शांतपणे आधी ऐकून घेतले. नंतर अंगणातील कडुनिंबाची पाने माझ्या दुखऱ्या पायावर चोळत ते मला म्हणाले, "तुझ्या सासूला आपल्या पायावरच्या जखमा दाखवायला तुला कोणी अडवलं होतं का? की बसून तुला नुसतं रडत भजन गायचं होतं?..'रामा रघुनंदना, आता मला कोण वाचवेल..?" मी त्यागराजांची भजने गात असे हे त्यांना ठाऊक होते. म्हणूनच त्यांनी असा उल्लेख केला होता.

पुढे ते म्हणाले, "अनुभवातून विचार सुरू होतो. तुझ्या लहानपणीच्या अनुभवातून अस्पृश्यता वाईट आहे एवढं तर तुला कळलं. म्हणूनच तुला धर्माण्णाकडे माणूस म्हणून बघता आलं. त्यामुळेच तू त्याला घरात बोलवू शकलीस. पण त्याला का अस्पृश्य समजायचं हा जाब मात्र माझ्या आईला तू विचारू शकली नाहीस. लहानपणी तुला जेव्हा कामेश्वरीच्या घरात जाऊ देत नव्हते, तेव्हा जसं तिच्या आज्जीला विचारू शकली नाहीस, अगदी तसंच. नुसती जाणीव असून भागायचं नाही, प्रश्न विचारण्याचं धाडसदेखील हवं...

....माझ्या जातीचं काही नामोनिशाण राहू नये म्हणून मी माझं नाव सीताराम रेड्डीच्या ऐवजी नुसतंच सीतारामय्या केलं. तूही जातीचं बंधन तोडून माझ्याशी लग्न केलेलं आहेस. अशा परिस्थितीत आपल्या घरात कुणाला अस्पृश्यतेची वागणूक मिळत असेल, तर त्याचा दोष आईला देता येणार नाही. ती संपूर्णपणे आपलीच चूक आहे."

अस्पृश्यतेची प्रथा मुळापासून उखडून टाकणे हे सामाजिक परिवर्तनाच्या कामातील महत्त्वाचे काम आहे, असे माझ्या पतीचे ठाम मत होते. ते म्हणाले,

"आपल्या पार्टीच्या कार्यकर्त्यांमध्ये सुद्धा अशा प्रकारचे प्रश्न निर्माण होण्याची शक्यता आहे. या सगळ्याचा विचार करूनच पार्टीने विजयवाड्यामध्ये मुलींना राजकीय शिक्षण देण्यासाठी एक कॉलेज सुरू करायचं ठरवलं आहे. भारतीय परंपरांचा उगम, त्यांचा समाजावर होणारा परिणाम, अशा प्रकारचे विषय शिकवण्याचा यामागे हेतू आहे. त्यासाठी आपण आधी आपल्या घरी बदल करूयात, मगच इतरांना तसं सांगता येईल."

यानंतर सीतारामय्यांनी रोज काही ना काही निमित्ताने धर्माण्णाशी बोलायला

सुरुवात केली. त्याच्याबरोबर जोडीने काही कामे करायलाही त्यांनी सुरुवात केली. या जवळकीचा धर्माण्णाला संकोच वाटत असे. अशा वेळी सीतारामय्या त्याच्या खांद्यावर हात ठेवून विनोदाने हसत बोलत, ''माझ्याकडे असा काय बघतोस? तुला काय वाटतं, हे काम मला येत नाही? तुझं थोडं काम मला देखील करू दे.'' त्याच्याशी गप्पा मारताना गावातल्या परिस्थितीबद्दल आणि शेतमजुरांच्या प्रश्नांबद्दल देखील ते नेहमी धर्माण्णाशी बोलत असत.

सासरचे नवीन आयुष्य

लिंगवरम हे तसे छोटेसे गाव होते. गावच्या तरुणांमध्ये सीतारामय्या चांगलेच लोकप्रिय होते. त्या सर्वांचे आमच्याकडे भरपूर जाणेयेणे असायचे. युवा संघटनेच्या कामाबद्दल त्यांची सीतारामय्यांबरोबर चर्चा चालत असे. या चर्चांमध्ये ते मलाही सामील करून घेत असत. त्यामुळे माझ्या मनातील उरली-सुरली भीती आणि हो ला हो म्हणायची प्रवृत्तीदेखील हळूहळू नाहीशी व्हायला लागली. ते सारे जण मला 'ताई' म्हणत असत आणि सीतारामय्यांची अखंड चेष्टा करीत असत.

माझा भाऊ या वेळी बंदर कॉलेजमध्ये[१७] शिकत होता. मला भेटायला येताना तो कम्युनिस्ट मासिकाच्या - स्वतंत्र भारतीच्या - प्रती लपून-छपून आणत असे. भेट म्हणून द्यायच्या नावाखाली घेतलेल्या पेरूच्या किंवा ताडगोळ्याच्या पिशवीत ह्या प्रती लपवलेल्या असत. गावची तरुण मुले ह्या मासिकाचे स्टेन्सिल बनवून रातोरात त्याच्या सायक्लोस्टाईल प्रती काढत. त्या वेळी त्यांच्यासाठी चहा बनविण्याचे काम माझ्याकडे असे. मी केकही बनवत असे. केकच्या खाली मासिकाच्या प्रती लपवून इतर ठिकाणी पाठवल्या जायच्या. या कामात मी त्यांना मदत करत असे. पण माझी ही असली कामे मात्र सासूबाईंना अगदी नापसंत होती.

कम्युनिस्ट पार्टीच्या धोरणाप्रमाणे सीतारामय्यांनी गुडीवाडामध्ये[१८] लाल निशाण फडकावून मे दिनाचे आणि ऑक्टोबर क्रांतिदिनाचे अनेक मोर्चे, मिरवणुका संघटित केल्या. त्या वेळी आपल्या भाषणांमधून पी. सुन्दरय्या आणि राजेश्वरा राव यांसारखे प्रसिद्ध नेते या घटनांचे महत्त्व लोकांना ठासून सांगत असत. या मिरवणुकांमध्ये माझाही सहभाग हमखास असे. स्टेजवरून मी क्रांतिकारी गाणीही म्हणत असे.

अशा प्रसंगी मी गुडीवाड्याहून परतल्यावर सासूबाईंची चिडचिड सुरू व्हायची, त्या म्हणायच्या, ''ह्या सगळ्यांना जेवायला खायला घालतो आहोत. तेवढं पुरेसं नाही म्हणून वर अजून तू त्यांच्या मोर्च्यांमध्ये जातीस होय? अशी

वागशील तर कुठे तोंड दाखवायला तरी जागा राहील का?'' त्यांची ही आरडाओरड सुरू झाली की सीतारामय्या मला ही गोष्ट फार मनाला न लावून घेता त्याकडे दुर्लक्ष करायला सांगायचे.

एकदा आमच्या गावच्या तम्मारेड्डी रामस्वामींनी पिशवीत मिठाईच्या खाली लपवून ठेवलेल्या स्वतंत्र भारतीच्या प्रती पहिल्या. हे सर्व कुणी केले अशी चौकशी त्यांनी करायला सुरुवात केली. मी हे काम केल्याचे कळल्यावर त्यांना अतिशय आनंद झाला. ते म्हणाले, ''माझ्या छोट्या बहिणीचं हे काम आहे तर!''

माझा मिरवणुकीतील सहभाग आणि स्टेजवरून गायलेले गाणे चंद्रा राजेश्वरांच्या नजरेतून सुटले नाही. माझी चळवळीच्या कामाला मदतच होईल अशी भविष्यवाणी त्यांनी पूर्वीच केली होती. ती प्रत्यक्षात येताना बघून त्यांनी साश्चर्य आनंदसुद्धा व्यक्त केला. हे सगळे कळल्यावर माझा त्यांच्या विषयीचा आदर आणखीनच दुणावला. इथून पुढे पार्टीसाठी अजून मन लावून झटण्याचा मी निर्धार केला.

कोंडापल्लींचे श्रीमंतीचे स्वप्न

सीतारामय्यांना भरपूर धनसंपत्ती आणि ऐश्वर्य मिळावे असे त्यांच्या आईचे स्वप्न होते. त्यांच्या दिराच्या मुलाची स्वत:च्या मालकीची पंचवीस-एक एकर तरी जमीन होती, असे ऐकण्यात होते. आपल्या मुलाला पण तेवढीच जमीन मिळवून देण्याचा त्यांनी चंग बांधला होता. म्हणूनच त्या दूध विक्रीसाठी म्हशी पाळणे, कोंबड्यांची अंडी विकणे, पैसे उधारीवर देणे, असे काहीबाही कडेचे उद्योग करीत असत. हे सर्व त्या आमच्यासाठी करतात असे त्यांचे म्हणणे असायचे. आर्थिक बाजू त्या सांभाळत असताना साहजिकच घरकामाची आघाडी मी बघावी असे त्यांना वाटत असे.

सीतारामय्या आणि त्यांचे वडील दोघांचीही माझ्या स्वयंपाकाबद्दल काही तक्रार नव्हती. पण सासुबाईंची मर्जी राखण्यासाठी मला मुसळात भात कांडणे, गोवऱ्या बनवणे हे सगळे काही शिकणे भाग होते. आमच्या घरी नेहमी येणाऱ्या जाणाऱ्या कॉम्रेड्सनी माझ्या या कामांचा उल्लेख एकदा सीतारामय्यांपाशी केला. सीतारामय्या मला म्हणाले, ''लहानपणी तू तुझ्या माहेरी लाडाकोडात वाढलेली मुलगी आहेस. पण आता सासरकडचे लोक तुला असली सगळी कामं करायला भाग पाडताहेत आणि तुझा छळ करताहेत, हे तुला लोकांना सांगायचं आहे का?'' उत्तर द्यायला काहीच न सुचून मी नुसतीच आत रडत गेले. पण सीतारामय्या घरात नसताना मी ही असली कामे करतच राहिले.

आमच्या भागात एक 'नाम' नावाची प्रथा होती. या प्रथेप्रमाणे शेतमजूर

जमीनदाराकडून एक पिशवी भात पेरायला घेत असे आणि पीक आल्यानंतर दोन पिशव्या भात परत करत असे. थोडक्यात दोन महिन्यांचे व्याज १००% दराने होई. या प्रथेच्या विरुद्ध निव्वळ जनजागृती करण्यावरच न थांबता प्रत्यक्ष कृतीतून एवढे भरमसाठ व्याज न घेऊन एक वस्तुपाठ ठेवला पाहिजे आणि ही प्रथाच मुळातून उखडून टाकली पाहिजे असे आमच्या पार्टीच्या नेत्यांचे धोरण होते.

या पार्श्वभूमीवर एकदा सीतारामय्याना लक्षात आले की याच प्रथेच्या नियमांना अनुसरून आमच्या घरच्या एका गड्याने सासूबाईंकडून भात बी कर्जाऊ घेतले आहे. त्यांनी ताबडतोब तिच्याकडून कर्ज उचललेल्या सगळ्या लोकांना बोलवून घेतले आणि जास्तीचे घेतलेले सामानसुमान ज्याचे त्याला परत देऊन टाकले. त्यानंतर लगेचच ते पार्टीच्या कामासाठी विजयवाड्याला निघून गेले. पण इकडे सासूबाईंनी स्वत:ला खोलीत कोंडून घेतले आणि अखंड रडत राहिल्या. खाणे-पिणे सोडून उपोषणाला बसल्या. मीच हे सर्व काही करायला सीतारामय्यांना भाग पाडलं म्हणून सारा दोष त्यांनी माझ्या माथी मारला. "आम्हाला तर सांगितलं होतं की तू भरपूर लक्ष्मी घेऊन येणार आहेस. पण इथं तर रोज आमचंच सगळं लुटून जातंय.." असे त्यांचे रडगाणे चालू राहिले.

सीतारामय्या परत येईपर्यंत माझा काही धीर राहिला नाही. अस्वस्थ मनाने सासूबाईंना काही न सांगताच मी पामर्रूला माहेरी गेले. दोन दिवसांनी सीतारामय्या पामर्रूमध्ये आले. घरातल्यांशी मी झाल्या गोष्टींविषयी काही बोलले आहे का याची त्यांनी आधी चौकशी केली. मी काहीच बोलले नसल्याचे लक्षात आल्यावर त्यांच्या चेहऱ्यावर हास्य आले. एक दिवस तिथे राहून ते मला लिंगवरमला परत घेऊन आले.

सुन्दरय्या आणि राजेश्वरा राव यांसारख्या पार्टीच्या नेत्यांनी आपापली कौटुंबिक संपत्तीमधील वाटणी घरच्यांकडून घेऊन पार्टीच्या राज्यनिधीसाठी, मासिकासाठी देऊन टाकली होती. अन्यायकारी सावकारी पद्धतीला विरोध करण्यासाठी उभारलेल्या व्यापक चळवळीच्या कामाचाच एक भाग म्हणून त्यांनी हा आदर्श घालून दिला होता. सीतारामय्यादेखील जिल्हा पातळीवरचे नेते होते. या नेत्यांच्या पावलावर पाऊल टाकून त्यांनी देखील संपत्तीतील आपला हिस्सा विकला आणि सगळे पैसे पार्टीला देऊ केले. अर्थात त्यांच्या वडिलांना ही गोष्ट अजिबात आवडली नाही. त्यांच्या आईने तर विहिरीत उडी मारून जीव देण्याची धमकी दिली. चारचौघांनी त्यांना थोपवल्यावर 'आता मुलाबरोबर आणि सुनेबरोबर एका छपराखाली राहणार नाही' असे त्यांनी जाहीर केले आणि जोन्नापाडूला त्यांच्या मावशीकडे राहायला निघून गेल्या. त्या वेळी मला दिवस गेलेले होते. त्यांच्या या अशा

अचानक जाण्याने मला खूपच त्रास होऊ लागला. मला पामरूमध्ये नेऊन सोडण्याचे मी सीतारामय्यांना सुचवले.

परंतु माझ्या भावाच्या सासरच्या मंडळींनी वडिलांना धमकी देऊन ठेवली होती. मला घरात घेतले तर ते त्यांच्या मुलीला पामरूत कधीही पाठवणार नव्हते. सीतारामय्या किंवा माझे वडील यापैकी कुणीच मला या धमकीविषयी कल्पना दिली नव्हती. माझे मन दुखावले जाऊ नये, असाच त्यांचा हेतू असणार आणि बहुधा याच कारणामुळे मला पामरूला पाठवण्यासाठी सीतारामय्या चालढकल करत होते. माझ्याशिवाय ते एकही दिवस राहू शकत नाहीत, असे ते मला सांगत होते. साऱ्या घडामोडी लक्षात घेता पार्टीने सीतारामय्यांना जोन्नापाडूमध्ये नुकत्याच सुरू झालेल्या एका शाळेत हिंदी शिक्षक म्हणून पाठवायचे ठरवले. तिथेच राहून जोन्नापाडूतील पार्टीचे काम देखील त्यांना बघायचे होते. सीतारामय्यांच्या वडिलांपाशी हा विषय काढल्यावर ते मला इथेच राहण्यासाठी आग्रह करू लागले. ते मला म्हणाले, "तुझ्या सासूला तुझ्या मुलीला अंगाखांद्यावर खेळवायचं होतं. तिचा राग कमी झाल्यावर ती परत येईल. तिच्या मुलानेच सगळं काही पार्टीला दान करून टाकल्याचा राग ती तुझ्यावर काढत होती, एवढंच. बाकी तिची तुझ्याबद्दल काही खरी तक्रार नाही. तू जोन्नापाडूला जाऊ नको."

पण मला याची स्पष्ट जाणीव होती की सीतारामय्या पार्टीच्या ध्येयधोरणाप्रमाणेच वागणार आणि त्यांच्या आईला हे कधीही पटणार नाही. हे चक्र असेच चालू राहिले तर घराचा नरक व्हायला फार वेळ लागला नसता आणि सगळेच जण दुःखी झाले असते. या सर्वाचा विचार करूनच पार्टीने हा निर्णय घेतला असावा. माझ्या सासऱ्यांशी हे सर्व बोलावे असे मला मनापासून वाटत होते. पण थोरामोठ्यांशी शहाणपणाच्या गप्पा केल्याबद्दल मलाच दूषणे मिळतील या भीतीने मी गप्प बसले.

तीन भाऊ

माझ्या गप्प राहण्याचा मथितार्थ माझ्या सासऱ्यांना समजला आणि त्यांनी माझ्याबरोबर एक नोकर पाठवून माझी जोन्नापाडूला जाण्याची व्यवस्था केली. लिंगवरममधल्या या घरात मी एके दिवशी चारचाकी गाडीतून मोठ्या थाटामाटाने प्रवेश केला होता, आणि आज मी तिथून बैलगाडीतून बाहेर पडत होते. पण मी नवी नवरी असताना जोन्नापाडूने मोठ्या मायेने माझे स्वागत केले होते. आताही तेच जोन्नापाडू मला आधार देईल, अशी मी स्वतःची समजूत काढत होते.

जोन्नापाडूच्या शाळेतील मुले मला प्रेमाने 'आक्का' म्हणू लागली. त्यांच्या सहवासात माझ्या सगळ्या काळज्या मिटल्या. घरच्या कामात देखील ही मुले

मला मदत करत असत. माझ्या वडिलांच्या मालकीच्या दोन बस होत्या, हे मी मागे सांगितले आहेच. त्यामुळे आईला सुद्धा माझ्याकडे नेहमी येऊन काय हवे-नको ते बघणे सहज शक्य होई. आमच्या घरमालकीणबाईदेखील माझी चांगलीच काळजी घेत असत. मी त्यांना प्रेमाने 'पेद्दाम्मा' म्हणजे मावशी किंवा काकू म्हणावे असा त्यांचा आग्रह असे. या पेद्दाम्मांचे घरच माझे माहेर बनले. माझ्या पहिल्या मुलाचा जन्म इथेच झाला. परंतु जन्मानंतर काही महिन्यातच तो गेला. बहुधा त्याला कसे सांभाळायचे हे मला माहीत नाही असे त्याला वाटले की काय, कोण जाणे?

या सर्व काळात माझ्या वडिलांना माझी इतकी चिंता लागून राहिलेली असे की त्यांचे कामधंद्यावर लक्ष रहायचे नाही. या परिस्थितीचा फायदा घेऊन त्यांच्या भागीदारांनी त्यांना फसवले. धंद्याचे मोठे नुकसान झाले आणि सगळे कर्जदार पैशासाठी तगादा करू लागले. या सगळ्याचा माझ्या भावाच्या शिक्षणावर परिणाम झाला. अखेरीस जमीनजुमल्यापैकी काही भाग विकून वडिलांना कर्ज चुकवावे लागले.

इकडे तोपर्यंत सरकारने कम्युनिस्ट पक्षावर बंदी घातली होती आणि सीतारामय्यांना भूमिगत होण्याशिवाय दुसरा पर्याय नव्हता. मलाही पुन्हा एकदा दिवस राहिले होते. रोज रात्री गुपचूप आमची गाठ पडत असे. त्यावेळी ते मला धीर देत असत. एक दिवस त्यांनी मला त्यांचे दोन चुलत भाऊ रामराघव रेड्डी आणि गादीरेड्डी जगन्नाथ रेड्डी यांची गाठ घालून दिली. "हे दोघे तुझे दीर नव्हेत तर आजपासून तुझे भाऊच आहेत, असं मानून चाल" असे त्यांनी मला सांगितले होते. खरोखरीस त्या दोघांनी मला त्या वेळी भावाची माया दिली. त्यांच्यामुळे माझ्या मनातील पोलिसांची भीती कमी व्हायला मदत झाली. आमच्यामध्ये खूपच आपुलकीचे संबंध तयार झाले. रामराघव रेड्डींना मी 'पेद्दाब्बाई' म्हणजे मोठा भाऊ म्हणत असे, तर जगन्नाथ रेड्डीना 'चिन्नाब्बाई' म्हणजे छोटा भाऊ म्हणत असे. ते दोघेही माझे लाडके होते. त्या दोघांच्या आसपास असण्याने माझी चिंता कुठच्या कुठे नाहीशी होत असे.

माझ्या पुढील अडचणींचा डोंगर पाहून आईने माझ्याकडे येऊन राहण्याचा निर्णय घेतला. जात-बिरादरीपेक्षा आपली लेक महत्त्वाची असा तिने विचार केला असावा. पण धंद्यात माझे वडील आपले सर्वस्व गमावून बसले होते. त्यांना तिथे एकटे सोडून तिने माझ्याकडे येणे मला ठीक वाटेना. परंतु माझे वडील चांगलेच स्वाभिमानी होते. कर्ज फेडल्यानंतर जे काही उरले होते, त्यातून त्यांनी माझ्या नावावर दोन एकर जमीन खरेदी केली. गहाण टाकलेले दागिनेही सोडवून घेतले. या सर्व प्रकरणावर पूर्ण पडदा टाकून मगच ते माझ्याकडे राहायला आले.

तोपर्यंत दुसरे महायुद्ध चालू झाले होते. कम्युनिस्ट पार्टीने हे युद्ध 'पीपल्स वॉर' म्हणजे लोकयुद्ध म्हणून जाहीर केले. चंदूचा जन्म त्याच सुमारास २५ डिसेम्बर १९४२ मध्ये झाला. म्हणून पेद्दाब्बाई आणि चिन्नाब्बाई त्याला 'पीपल्स वॉर' म्हणूनच हाक मारीत असत. ते दोघे रांगणाऱ्या चंदूला लाल झेंडा देऊन त्याच्या बरोबर खेळत असत. (पुढे सीतारामय्यानी त्यांच्या पार्टीचे नाव 'पीपल्स वॉर' ठेवले. यामागे कदाचित ही गोष्टदेखील त्यांच्या मनात असावी.) चंदूला एकदा कडेवर घेऊन त्याच्याशी खेळताना माझे वडील त्याला म्हणत होते, ''तुझे काका पेद्दाब्बाई आणि चिन्नाब्बाई किती चांगली माणसं आहेत!''

माझे वडील म्हणाले तसे ते दोघे खरोखरीच चांगले होते. पेद्दाब्बाईने आडनावातील रेड्डी काढून टाकले आणि स्वतःची ओळख 'राघवराव' एवढीच ठेवली. सामाजिक सुधारणेच्या कामाचा एक भाग म्हणून त्याने कम्मा जातीतील 'लोलाक्षी' नावाच्या मुलीशी लग्न केले. आमच्याच घरी तो तिला राहायला घेऊन आला. त्यामुळे मला एकत्र कुटुंबाचे सुख अनुभवता आले. चिन्नाब्बाई विद्यार्थी नेता म्हणून प्रसिद्ध होता. तो रशिया आणि झेकोस्लोव्हाकीयामध्ये गेला. आपले शिक्षण त्याने प्रागमध्ये पूर्ण केले आणि 'नताशा' नावाच्या एका झेक मुलीशीच त्याने लग्न केले. दोघेही भारतात परत आल्यावर आधी आम्हाला भेटले आणि मग त्यानंतर आपल्या आईला भेटायला गेले. त्या वेळी आम्ही विजयवाड्याला राहत होतो. काही दिवसांनी तो मला आणि लोलाक्षीला जोन्नापाडूमध्ये घेऊन गेला. तिथे आम्हा तीन जावांचे दोन दिवस अगदी आनंदात गेले. या तिघा भावांपैकी मोठ्या भावाने एका विधवेशी लग्न केले होते, दुसऱ्याने जातीबाहेर लग्न केले होते आणि तिसऱ्याने धर्माच्या आणि देशाच्याही सीमा ओलांडून लग्न केले होते. हे तिघेही जण गावचे एक महत्त्वाचे वैशिष्ट्य बनले होते आणि याबद्दल गावातल्या लोकांनाही त्यांचा सार्थ अभिमान होता.

१९४२ मध्ये सरकारने कम्युनिस्ट पक्षावरची बंदी उठवली. भूमिगत झालेले सर्व कॉम्रेड्स अज्ञातवासातून बाहेर पडले. सीतारामय्या आता लवकरच परत येतील ही बातमी ऐकून माझ्या वडिलांनी शांतपणे जगाचा निरोप घेतला. पामर्रूमधील आमचे सर्व पाहुणे आम्हाला भेटून गेले. माझ्या सासू-सासऱ्यांनी वडिलांचे शेवटचे सर्व विधी केले. स्वतःच्या गावात वडिलांचा मृत्यू झाला नाही म्हणून माझ्या आत्या दुःख करत होत्या. मी आणि माझा भाऊ मात्र आता हे सर्व जण आईला विधवेचं जिणं जगायला भाग पाडतील म्हणून रडत होतो.

विजयवाडा आणि प्रजाशक्ती

बंदी हटल्यानंतर पार्टीने सीतारामय्यांना विजयवाड्यामध्ये राहून कृष्णा

जिल्ह्यातील पार्टीच्या कामात लक्ष घालायला सांगितले. पार्टीच्या कामाला बळकटी आणण्यासाठी या भागात पार्टीचे एक ऑफीस सुरू करण्याचे देखील ठरले होते. प्रजाशक्ती साप्ताहिकाचे आता दैनिक वर्तमानपत्रात रूपांतरण करण्यात आले. आमच्या बरोबर माझी आईही विजयवाड्याला राहायला आली. आम्ही गांधीनगरमध्ये राहायला लागलो. लोंकांना संघटित करण्याचा पार्टीचा निर्णय होता आणि या कामात त्यांनी स्त्रियांना सहभागी करून घेण्याचे ठरवले होते. त्यानुसार पार्टीच्या सर्व कार्यकर्त्यांच्या बायकांनी आणि बहिणींनी चळवळीच्या कामात सहभागी व्हावे असा पार्टीने फतवा काढला.

स्त्रियांचे राजकीय ज्ञान विकसित होण्यासाठी पार्टीने कॉलेजही सुरू केले. या वर्गामधून पार्टीच्या कार्यकर्त्यांशी संबधित असणाऱ्या कितीतरी महिलांना मी भेटले. व्याख्यान द्यायला आलेल्या सर्व लोकप्रिय नेत्यांना पण जवळून बघता आले. आपल्या सर्वस्वासकट त्यांनी आपले आयुष्य पार्टीच्या कामासाठी वाहून घेतले होते. त्यामुळे ह्या सर्वांबद्दल माझ्या मनात खूप आदर होता. ते सांगतील त्या गोष्टी केव्हाही मागे पुढे न बघता करण्यासाठी मी तयार होते. त्यातूनच वर्गातील इतर स्त्रियांच्या बरोबर माझे सहकार्य वाढले.

तो काळ असा होता की, मुलींचे घराबाहेर पडणे हादेखील गुन्हा समजला जात असे. अशा परिस्थितीत पार्टीतील इतर तरुणांच्या बरोबरीने आमच्यापैकी काही स्त्रिया विजयवाड्याच्या रस्त्यावर प्रजाशक्तीच्या कॉपीज विकत असत. या कामात कम्भमपाटी माणिक्यअंबा, ज्योस्यभाटला सुब्बम्मा, मानीकोंडा सूर्यवती, तापी राजम्मा आणि अजून काही स्त्रिया प्रामुख्याने सहभागी असत. लोकांमध्ये होणारी हुर्यो, मानसिक त्रास या सगळ्याकडे दुर्लक्ष करून आम्ही क्रांतीच्या बोल्शेविक विचाराने काम केले.

समाजामध्ये सांस्कृतिक बदल घडवून आणण्यासाठी चळवळ उभारण्याच्या दृष्टीने पार्टीने काही स्वयंसेवकांचे गट स्थापन केले. आमच्यापैकी ज्यांनी रस्त्यावरती पार्टीची मासिके विकण्याचा नवा पायंडा पाडला होता, त्यांनी या कामात देखील सहभाग घेतला. पार्टीच्या विजयवाड्यामधील राज्य परिषदेमध्ये मी, राजम्मा, आणि अजून दोघी जणींनी मिळून लोकपरंपरेवर आधारित कार्यक्रम सादर केला. अखिल भारतीय शेतकरी परिषदेसाठी एक लाखाहून अधिक लोक आले होते. या सर्व लोकांसाठी माझी आई आणि तिच्यासारख्या असंख्य स्त्रियांनी लोणची आणि त्यासारखे काही खाद्य पदार्थ बनविले. 'दुन्ने वानिदे भूमी' (कसणाऱ्याची जमीन) अशा घोषणा देत आम्ही कित्येक मैल मोर्चे काढले. विजयवाडा शहर आमच्याकडे आश्चर्याने पाहत असे. 'नी चेती चलुवतो, नी चेमटा इरुपुतो, वाटेडू दुब्बेसी वरीचेनु पंडूगा' (तुझ्या घामानं, तुझ्या श्रमानं भात तरारून

आलंय) अशा अर्थाची आम्ही गाणी म्हणत असू. इतर राज्यातून आलेल्या लोकांना ह्या गोष्टीचे खूप कौतुक वाटायचे.

आम्ही 'निन्नु अबलानु वारू निरविन्नुलई चूडा, पारचेतनु बट्टवे चेल्लम्मा, मट्टी तट्टनु इत्तवे चेलम्मा'(सखे गं खोरं उचल, सखे गं घमेलं घे डोक्यावर, तुला दुबळी म्हणणाऱ्यांना दाखव तुझी ताकद.. या अर्थाचे गाणे) अशी गाणी आम्ही म्हणत होतो. या गाण्यांमधून हजारो एकर जमिनीला पाणीपुरवठा न देऊ शकणाऱ्या सरकारच्या निष्क्रियतेकडे आम्ही बोट दाखवत असू. अशा प्रकारची गाणी गात कृष्णा कालव्यातील गाळ उपसण्याच्या कामातही आम्ही भाग घेत असू.

सर्वसामान्य माणसाच्या प्रगतीच्या आड असणाऱ्यांना आणि जमीनदारांच्या चमच्यांना कम्युनिस्ट स्त्रियांची ही धाडसी कृत्ये आणि त्यांना लोकांचा मिळणारा पाठिंबा खपेनासा झाला. म्हणून त्यांनी आमच्यावर राजकीय हल्ले करायला सुरुवात केली. 'मुलकोला' नावाचे एक मासिक 'बंडी बुच्चय्या' नावाचे संपादक चालवत होते. या मासिकामधून सामाजिक घडी बिघडवल्याचे आरोप कम्युनिस्टांवर केलेले असत. आमची खिल्ली उडवणारे 'वेंगम्मा नाटकम' (वेंगम्माचे नाटक) नावाचे एक नाटक या संपादक महाशयांनी लिहिले होते आणि ह्या नाटकाचे प्रयोग ते सगळीकडे करत असत. त्यांनी नारला व्यंकटेश राव[१९] यांना देखील आमच्याबद्दल उपहासात्मक लिखाण करायला सांगितले होते. याखेरीज गुंडांना देखील त्यांनी आमच्या घरांवर आणि पार्टी-ऑफिसवर हल्ला करायला प्रवृत्त केले. हे गुंड जिल्हा कार्यालयात प्रथम गेले. तिथे त्यांनी चंद्रा सावित्राम्मांना[२०] अपमानित करायचा प्रयत्न केला. पण आमच्या तरुण कार्यकर्त्यांकडून त्यांना मोठ्या विरोधाला तोंड द्यावे लागले. मग त्यांनी आपला मोर्चा पार्टीच्या प्रमुख राज्य कार्यालयाकडे वळवला. त्या वेळी तिथे पार्टीच्या चाळीस सभासदांची मीटिंग चालू होती. माझ्या आठवणीप्रमाणे रवि नारायण रेड्डी[२१] देखील त्या वेळी कार्यालयात होते. पार्टीच्या लोकांनी गुंडांचा सामना करायचा ठरवले. कार्यालयाच्या बाहेर पडून त्यांनी एक सीमारेषा आखली आणि ही सीमारेषा ओलांडल्यास खूप महागात पडेल अशी त्या गुंडांना तंबीही दिली. गुंडांकडे हत्यारे होती आणि आमच्या कार्यकर्त्यांकडे फक्त झेंडे बांधायच्या काठ्या होत्या. शेजारच्या लाकडाच्या दुकानातून आमच्या लोकांनी अजून काठ्या गोळ्या केल्या आणि मारामारीसाठी तयार झाले. चंद्रा राजेश्वरा राव आणि सीतारामय्या पहिल्या रांगेतच उभे होते. सीतारामय्यांना काठी आणि कोयता कसा चालवायचा हे चांगले माहीत होते. आमच्या नेत्यांकडून होणाऱ्या प्रतिहल्ल्याला तोंड न देता आल्याने गुंडांनी पळ काढला. नंतर त्यांनी आमच्या घरांवर हल्ला केला. त्या वेळी मी गरोदर होते,

म्हणून आईने मला शेजारी पाठवले आणि पार्टीच्या तरुणांना हल्ल्याची खबर पोचवली. आमचे पार्टीचे सदस्य खंबीरपणे आमच्या बरोबर उभे राहिले आणि लोकांचाही त्यांना पाठिंबा होता. हे सर्व बघून गुंड अखेरीस पळून गेले.

दुसऱ्या दिवशी पार्टीच्या लोकांनी गुंडांच्या कुटुंबीयांची गाठ घेऊन त्यांना समज दिली. पार्टीतील किंवा पार्टीबाहेरील स्त्रियांवर हल्ले झाले तर त्याविरुद्ध गंभीर कारवाई होईल असा इशारा दिला. त्यानंतरचे काही दिवस आमनेसामने चकमकीचे, कोर्टकज्जे, तहकुबी, खरे-खोटे साक्षीदार उभे करणे, अशा चक्रात गेले.

परंतु या घटनांमधून पार्टीला सामान्य माणसांचा विश्वास मिळवता आला आणि विजयवाडा पुरोगामी साहित्य आणि संस्कृतीचे एक प्रमुख केंद्र म्हणून पुढे आले.

महिला संघ

जोन्नापाडूमध्ये असताना मी माझा पार्टीच्या कार्यक्रमांमधील सहभाग गुडीवाडा तालुक्यापुरता मर्यादित ठेवला होता. विजयवाड्याला आल्यानंतर मी पार्टीच्या विभागवार बैठकांमधूनही सहभाग घ्यायला सुरुवात केली. पार्टीच्या आणि महिला संघाच्या नेहमीच्या कामकाजापलीकडे मी अनेक सांस्कृतिक कार्यक्रमांमधून भाग घेतला. आमच्या भागातील राष्ट्रीय चळवळीतील नेत्यांपेक्षा कितीतरी पटीने अधिक बांधिलकीने आम्ही अनेक सामाजिक सुधारणा राबवल्या. पार्टीने तरुण मुलांसाठी रात्रशाळा सुरू केल्या, जेणेकरून वाईट संगतीपासून ते लांब राहतील. युवक संघांची स्थापना केली. या संघातील चाळीस टक्के तरुणांनी जातीबाहेर किंवा विधवांशी लग्न केले. पार्टीने लहान मुलांचेही गट स्थापन करून मुलांमध्ये प्रेरणादायी विचारांचा प्रसार केला व शिस्तीचे महत्त्व त्यांच्या बालमनावर बिंबवले. या सर्वांच्या एकत्रित परिणामी लोकांमध्ये पार्टीच्या नावाचा खूपच प्रसार झाला.

महिला संघामध्ये काम करण्यासाठी कॉम्रेड् आपापल्या बायकांना, बहिणींना घेऊन येत असत. आमच्या गटामध्ये मानीकोंडा सूर्यवती, कात्रगड्डा हनुमायम्मा, एल्लन्की अन्नपूर्णम्मा, तापी राजम्मा आणि ज्योस्यभाटला सुब्बम्मा अशा राज्यस्तरावरच्या महिला संघाच्या सदस्या होत्या. सूर्यवतीच्या सासूबाई - बुल्लम्मा विजयवाड्यामध्ये एक कम्यून चालवत होत्या. राजम्मा आणि सत्यवतीसारख्या अविवाहित तरुणी या कम्यूनचा भाग होत्या. सूर्यवती आणि तिच्या पतीने आपली सर्व संपत्ती पार्टीला दिलेली होती. बुल्लम्मादेखील पार्टीचे काम करत होत्या. सर्व जण त्यांना 'गोर्कीची आई' म्हणून ओळखत असत.

तिरुवुरु आणि नंदीग्राम तालुक्यातील मागास गावांमधील कामाची जबाबदारी

राजम्मावर आणि माझ्यावर सोपवलेली होती. पार्टीच्या स्थानिक स्वयंसेवकांच्या साहाय्याने तिथे आम्ही छोट्या-मोठ्या गटसभा घेत असू आणि त्याद्वारे गावकऱ्यांना स्त्रियांचे हक्क, आरोग्याची प्राथमिक काळजी, मातृत्त्व व बालसंगोपन यासारख्या विषयांवर जागृत करत असू. लोकांनी पार्टीचे सभासद होऊन पार्टीच्या वैचारिक साहित्याचा प्रसार करावा यासाठी आम्ही त्यांना प्रोत्साहित करत असू. पार्टीची महत्त्वाची केंद्रे असणारी काही 'लाल गावे' होती. नंदीगाम तालुक्यातील विरुल्लापाडू हेदेखील असेच एक गाव होते. मी आणि राजम्मा या गावामध्ये बऱ्याचदा जात असू. या गावात स्वच्छ संडास बांधण्याचे काम आम्ही हाती घेतले होते. त्या वेळी गावांमधून संडास नसत. त्याअभावी आरोग्यावर होणाऱ्या अनिष्ट परिणामांविषयी डॉ. अच्चमाम्बांनी[२२] आम्हाला पूर्वीच वारंवार कल्पना दिलेली होती. हीच माहिती आम्ही लोकांपर्यंत पोचवत होतो. जातीयता, अस्पृश्यता अशा सामाजिक प्रश्नाबरोबरच आमच्या पार्टीच्या राजकीय शिक्षणवर्गात इतर कॉम्रेड्सबरोबर शिकलेले विषयदेखील आम्ही त्यांच्याशी बोलत असू, थोडक्यात या भागात आम्ही कम्युनिस्ट पार्टीचे विचार पोचवण्याचे काम आमच्या परीने करत होतो.

नंदीगाम तालुक्यातील सनगापाडू गावामध्ये पार्टीला काही विरोधाला तोंड द्यावे लागले होते. एकदा तिथे सूर्यवतीवर हल्ला झाल्याचे पण चर्चेत होते. म्हणून मी आणि राजम्माने एकदा तिकडे जायचे ठरवले. तिथे आमच्यावर देखील नामुष्कीचा प्रसंग येऊ शकतो, म्हणून आमचे कॉम्रेड्स या कल्पनेला विरोध करत होते. तरीदेखील आम्ही तिकडे गेलोच. तिथे आम्ही एक छोटीशी मीटिंग घेतली आणि काही गाणीही म्हटली. गाण्यांमुळे लोक आकर्षित झाले. हळूहळू आम्ही गावातील वीस जणांना पार्टीचे सभासद करून घेतले. या छोट्याशा यशाने आम्हाला प्रचंड आनंद झाला.

काँग्रेसच्या महिला संघाबरोबर आमच्या महिला संघाचे विलीनीकरण करावे असा काही लोकांचा विचार होता. या दृष्टीने अरुणा असफअली यांनी काही प्रयत्नही केले होते. परंतु काँग्रेसमधील सभासद या विचाराला अनुकूल नव्हते. त्यांच्या काकीनाडातील परिषदेला आम्ही हजर राहिलो होतो. तिथे आम्ही आमच्या पार्टीतील नवीन सभासद नोंदणीच्या पद्धतीची माहिती दिली. भारती रंगासारख्या सुप्रसिद्ध नेत्यांना या विलीनीकरणात रस होता. परंतु ही योजना काही पुढे सरकली नाही. काँग्रेसची सभासद नोंदणी फी १ रु. होती, तर आमची फक्त १ आणा[२३] होती. लवकरच सहकार्याने एकत्र काम करणे शक्य नसल्याचे आमच्या लक्षात आले आणि मग आम्ही विलीनीकरणाची कल्पनाच रद्द केली. आमच्या महिला संघाची वेगळी राज्यस्तरीय परिषद आम्ही गुंटूर जिल्ह्यातील चिलुमुरूमध्ये घेतली. त्या वेळी हजारा बेगमसारख्या ज्येष्ठ नेत्या उपस्थित होत्या. केरळ-

मद्रास सारख्या देशभरातील प्रांतांमधून अनेक महिला कॉम्रेड्स आल्या होत्या. या परिषदेत आम्ही आमच्या राज्यस्तरावरील आणि जिल्हास्तरावरील कार्यकारिणी निवडल्या. हनुमायम्मा, एल्लन्की अन्नपूर्णा, राजम्मा आणि मी, आम्ही साऱ्या कृष्णा जिल्ह्यातील कार्यकारिणीमध्ये होतो.

डॉ. अच्चमाम्बा

बेझवाडाच्या[२४] सूर्यपेटातील डॉ. अच्चमाम्बांचे घर आमच्या सर्व कार्यक्रमांचे प्रमुख केंद्र होते. माझी दोन्ही बाळंतपणे त्यांनीच केली होती. आमच्यातल्या कित्येक जणींसाठी त्या मातृस्थानी होत्या. पार्टीतील अनेक स्वयंसेविकांना त्यांनी स्त्रियांचे आरोग्य, लहान मुलांसाठीचा सकस आहार, बाळंतपणात घ्यावयाची काळजी आदी विषयात प्रशिक्षण दिले होते. पार्टी-कार्यकर्त्यांच्या लग्नात त्या नेहमी त्यांना कुटुंब-नियोजनाचा सल्ला देत असत. विशेषत: 'एक किंवा दोनच पुरे' असा आशीर्वाद अगदी आवर्जून देत असत. त्या काळी लोक बाळंतपणे घरच्या घरी सुईणीच्या मदतीने करत असत. आमच्या अनेक आरोग्यविषयक कार्यक्रमांपैकी एक कार्यक्रम या प्रवृत्तीविरोधात लोकांना जागरूक करण्याचा होता. ज्योस्यभाटला सुब्बम्मासह पार्टीतील कितीतरी स्त्रियांना डॉ. अच्चमाम्बानी नर्सचे प्रशिक्षण दिले होते. घराच्याऐवजी एखादा दवाखाना किंवा पक्ष-कार्यालय वाटावे, अशी लोकांची सतत त्यांच्या घरामध्ये वर्दळ चालू असे. अनेक मोठे विचारवंत नेहमी येत-जात असत. त्यांच्याच घरामध्ये मी चासो, सोमसुंदर[२५] आणि रवि नारायण रेड्डी यांसारख्या लोकांना प्रथम जवळून पाहिले.

मात्र एका प्रसंगातून पार्टी कार्यकर्त्यांची पक्ष मानसिकता आणि सारासार विचार न करता मुकाट आज्ञा पाळण्याची प्रवृत्ती समोर आली. त्याचे असे झाले की, एकदा डॉ. अच्चमाम्बांची पार्टीच्या एका निर्णयाबद्दल काही कारणाने नाराजी होती. त्यांचे या विषयाबाबत मतभेद होते. त्या सुमारास विजयवाडा महिला संघाच्या आम्ही साऱ्याच सदस्या नंदीगाम तुरुंगात राजकीय कैदेत होतो. कोर्टातील सुनावणीला नियमित हजेरी न लावल्यामुळे आम्हा सर्वांची नंतर विजयवाडा तुरुंगात पाठवणी झाली. त्या वेळी आमचे सदस्य डॉ. अच्चमाम्बांशी नीट बोलायला देखील तयार नव्हते. दुसऱ्या एका प्रसंगी डॉ. अच्चमाम्बांना रस्त्यात राजम्मा आपल्या छोट्या मुलीला, विमलाला, घेऊन जाताना भेटली. त्यांनी विमलाला पटकन उचलून कडेवर घेतले. यावरून नंतर बाकीच्या सदस्यांनी राजम्मावर खूप टीका केली. राजम्माने आपल्या मुलीला अच्चमाम्बांजवळ जाऊ दिले नाही पाहिजे असे ह्या सर्वांचे म्हणणे होते. प्रत्येकाला पार्टीच्या विचारसरणीला आणि धोरणाला धरून राहायचे होते. मागाहून आम्हाला समजले की, डॉ.

अच्चमाम्बा या सर्व गदारोळामुळे चांगल्याच दुखावल्या गेल्या होत्या आणि दोन दिवस त्यांनी काही खाल्ले सुद्धा नव्हते. खरे तर त्या आम्हाला आईसारख्या होत्या. आम्हा सर्वांची बाळंतपणे त्यांनी केली होती. याखेरीज त्यांच्या प्रभावी व्यक्तिमत्त्वामुळे अनेक प्रसंगी आम्हाला प्रेरणा मिळाली होती. त्यांच्याशीच आम्ही इतक्या उद्धटपणाने कसे काय वागू शकलो? राजम्माला आणि मला या गोष्टीचे खूप वाईट वाटले. राजकारण किती निर्दय असू शकते याची जाणीव होऊन आम्ही विचारात पडलो.

डॉ. अच्चमाम्बांना आणि सूर्यवतीला राजकीय कैदी म्हणून अटक करण्यासाठी एकदा पोलीस आले होते. त्या वेळचा प्रसंग आमच्या डोळ्यापुढे उभा राहिला. सूर्यवती त्या वेळी आजारी होती म्हणून आम्ही पोलिसांना विरोध केला होता. पोलिसांनी चिडून आम्हाला झोडपून काढण्याची धमकी दिली. त्या वेळी एखाद्या संरक्षक भिंतीसारख्या डॉ. अच्चमाम्बा आमच्या पुढ्यात उभ्या राहिल्या आणि गरजल्या, "माझ्या मुलींच्या अंगाला मी तुम्हाला हात लावू देणार नाही. तुम्हाला मारायचंच असेल तर पहिल्यांदा मला मारा." एवढे बोलून त्यांनी पोलिसांना नीट समजही दिली. "मी एक डॉक्टर म्हणून तुम्हाला सांगतीय, एका आजारी माणसाला अशा प्रकारे तुम्ही हलवणं योग्य नाही." असे होते डॉ. अच्चमाम्बांचे वागणे. आम्ही त्यांच्या बरोबर केलेल्या क्षुद्र वर्तणुकीपुढे त्यांचे वागणे किती वेगळे होते! आमची आम्हालाच यामुळे लाज वाटू लागली.

साहित्य आणि संस्कृतीचा जागर

अतिशय निष्ठेने केलेल्या कामामुळे सार्वजनिक आयुष्यातील सगळ्याच क्षेत्रात कम्युनिस्ट पार्टीने हळूहळू चांगलाच जम बसवला होता. कंदुकुरी विरेशलिंगम्, गुर्जाडा आप्पाराव आणि गिडगु राममूर्ती[२६] यांच्या लिखाणाद्वारे पार्टीने बोली भाषेचा प्रसार करण्याचे ठरवले होते. १९४३मध्ये तेनालीत सुधारणावादी लेखक संघाची (progressive writers association) स्थापना झाली होती. १९४४मध्ये संघाने गुर्जाडांना मानवंदना म्हणून त्यांचे 'कन्याशुल्क' हे नाटक करायचे ठरवले. त्यातील स्त्रीपात्रांची कामे मुलींनी करावी अशी संघाची अपेक्षा होती. मी या नाटकात भाग घ्यावा असे सीतारामय्यांनी मला सुचविले. अभिनय ही काही कोलाटम[२७] करण्यासारखी किंवा गाणे गाण्यासारखी साधी सोपी गोष्ट नाही असे मला वाटत होते. म्हणूनच मी कां-कू करत होते. पण तीन दिवस उपास करून सीतारामय्यांनी माझ्याकडून राजी मिळवलीच.

त्या काळी नाटकामध्ये काम करणाऱ्या स्त्रियांबद्दल फारसे चांगले बोलले जायचे नाही. आता आम्ही नाटकांमधून देखील कामे करायला लागलो तर

आणखी लोकापवाद ओढवून घेऊ, अशी काळजी मला लागून राहिली होती. त्या वेळी मड्डूकुरी चंद्रम् पार्टीतील सर्व सांस्कृतिक कार्यक्रमांची जबाबदारी सांभाळत असत. सीतारामय्या नक्कीच त्यांच्याशी या विषयावर बोलले असणार, कारण नंतर चंद्रम् मला म्हणाले, ''समाजात चांगले बदल व्हावेत म्हणूनच आपण लोकांपुढे सामाजिक आणि सांस्कृतिक सुधारणा ठेवत आहोत. कोणीतरी आपल्याला नावं ठेवतंय म्हणून आपण हार मानणार का? बंगालमध्ये आपल्याकडच्या स्त्रिया रंगमंचावर उत्तमोत्तम काम करताहेत. रवींद्रनाथ टागोरांची पुतणी देविकाराणी आपल्या अभिनय गुणामुळे सगळ्या लोकांचे डोळे दिपवून टाकतीय. तिचं उदाहरण आपण डोळ्यांसमोर ठेवलं पाहिजे.''

अखेरीस मी, ज्योस्यभाटला सुब्बम्मा आणि कोमरज्जु पद्मावती अशा आम्ही तिघींनी या नाटकात स्त्रीपात्रांच्या भूमिका केल्या. आमच्यापैकी खरे तर कुणीही उत्तम अभिनेते नव्हते. तरीदेखील उत्तम कथा आणि उत्तम संवाद यामुळे लोकांनी ही नाटके अगदी मनापासून पाहिली. यानंतरच प्रजा नाट्य मंडळीची स्थापना झाली. थोडक्यात हा आम लोकांचाच नाटक संघ होता. अपनिंदा, मुंदडगु आणि मा भूमी या संघाने केलेल्या नाटकांमुळे पार्टीला चांगलीच प्रसिद्धी मिळाली.

महिला संघाच्या मेळाव्यात आम्ही मंचावर नेहमी गुर्जाडांचे 'पूर्णम्मा' आणि 'कन्यका' गात असू. कंदुकुरी राज्यलक्ष्मी आणि तिचा नवरा विरेशलिंगम् यांचे कामही कथारूपाने सांगत असू. गुर्जाडा व कंदुकुरी यांची जयंती आणि पुण्यतिथी आम्ही साजरी करत असू. त्यांचे साहित्य प्रकाशित करून आम्ही ते खूप लोकप्रिय करण्यात हातभार लावला.

याच सुमारास मुंबईमध्ये अखिल भारतीय साहित्यिक आणि सांस्कृतिक मेळावा झाला. या मेळाव्यात दुसऱ्या महायुद्धाचे परिणाम आणि बंगालमधील दुष्काळ अशा त्या वेळच्या ज्वलंत समस्यांवरील नाटकांसाठी आंध्रप्रदेशातील आमच्या संघाला प्रथम पारितोषिक मिळाले. थोड्याच लोकांना जाण्याची परवानगी असल्याने मी मुंबईला जाऊ शकले नाही. पार्टीच्या निर्णयाप्रमाणे नाटकाची जबाबदारी घेतलेले लोक, म्हणजे सूर्यवती व राज्य सहसचिव हनुमायम्मा आणि सचिव एवढेच लोक जाणार होते.

इतिहासाच्या आठवणी : चंदू आणि करुणा

ऑगस्ट १९४४ मध्ये आम्हाला मुलगी झाली. धार्मिक कर्मकांडापेक्षा माणूसपणच माणसांसाठी महत्त्वाचे आहे, जर माणसामध्ये दयेचा भाव असेल तर क्रौर्याला काही वावच नाही, या अर्थाने आमचे सहकारी मित्र आमच्या

मुलीला 'करुणा' म्हणू लागले.

आमच्या मुलाचे, चंद्रशेखरचे नाव क्रांतिकारी नेते 'चंद्रशेखर आझाद' यांच्या नावावरून ठेवले होते. चंद्रा राजेश्वरा राव बनारसमध्ये विद्यार्थीदशेत राहात असताना त्यांच्यामुळे खूपच प्रभावित झाले होते. ते आणि सीतारामय्या, दोघांनाही चंद्रशेखर आझाद यांच्याविषयी प्रचंड आदर होता. राजेश्वरा राव आणि सावित्राम्मांच्या मुलाचेही नाव हेच होते. दोघांमध्ये फरक करण्यासाठी आमच्या मुलाला 'चंदू' आणि त्यांच्या मुलाला आम्ही सगळे 'आझाद' म्हणायचो.

विजयवाड्यामध्ये सर्व कॉम्रेड्स मिळून मिसळून एखाद्या कुटुंबाप्रमाणेच राहात असत. आमचे शेजारी वेमुरी नागेश्वरा यांची बायको संतम्मा आणि मी अगदी सख्ख्या बहिणींसारख्या राहायचो. आम्ही दोघी एकाच कुटुंबातील मुली आहोत, असेच गल्लीतील सगळ्या लोकांना वाटत होते. संतम्मा माझ्या आईला 'अम्मा' म्हणूनच हाक मारत असे. मी घरात नसताना करुणा रडू लागली तर तीच तिला जेवू खाऊ घालत असे. घरी परतल्यावर तिच्या मुलाचे जेवणखाण मी बघत असे. आमची जेवणेसुद्धा एकत्रच व्हायची.

गरीकापाटींचे अश्रू

बंगालमध्ये दुष्काळाने थैमान घातले होते. त्यामुळे दुष्काळग्रस्तांसाठी काम करायचा निर्णय पार्टीने घेतला. महिला संघाच्या इतर गटांसोबत दुष्काळग्रस्तांसाठी कपडे आणि धान्य गोळा करण्याच्या मोहिमेला आम्ही लागलो. या मोहिमेत आम्ही या विषयावरची वेगवेगळी गाणी म्हणत असू आणि नाटकदेखील सादर करत असू. दुष्काळावरच आधारीत असलेल्या इदी लोकम् (अशी दुनिया) नावाच्या नाटकात मी काम केले होते. पोटापाण्यासाठी शहरात आलेल्या आणि अखेरीस वेश्या बनलेल्या बंगालमधील एका ग्रामीण मुलीची ही कहाणी होती. तिला कोणी तिचे नाव विचारले, तर ती 'दिशाहीन प्राणी' म्हणून उत्तर देत असे. माझ्या या नाटकातील कामामुळे लोक गहिवरून जात असत आणि सढळ हाताने आम्हाला मदत करीत असत. हे नाटक बघितल्यावर गरीकापाटी राजारावांच्या[२८] डोळ्यातून अश्रू वाहू लागले. ते ग्रीनरूममध्ये येऊन मला म्हणाले, "तू अभिनय करतेस, तेव्हा नाझरच्या[२९] बहिणीसारखी वाटतेस." या नाटकास सर्वोत्तम नाटकाचे बक्षीस मिळाले आणि मला सर्वोत्तम अभिनेत्रीचे. राष्ट्रीय युवक व विद्यार्थी महासभेच्या मंचावर आम्हाला हे पारितोषिक दिले गेले. आमच्या काही रशियन कॉम्रेड्सनी देखील हे नाटक पाहिले होते. त्यांना भाषा जरी समजत नसली, तरी त्यातील भाव मात्र त्यांच्यापर्यंत पोचला. हे नाटक आवडल्याचे त्यांनी मला आवर्जून येऊन सांगितले. या गोष्टीचा तर मला प्रत्यक्ष

पारितोषिक मिळण्यापेक्षाही जास्त आनंद झाला होता. 'इदी लोकम्'चे प्रयोग आम्ही त्या वेळी राज्यभर केले आणि चंदा गोळा करून बंगालच्या दुष्काळग्रस्तांप्रतिचे आमचे कर्तव्य आमच्या परीने पूर्ण केले. मला नाटकात काम करण्यासाठी भाग पाडणाऱ्या चंद्रम आणि सीतारामय्यांची दूरदृष्टीच या यशामागे कारणीभूत होती. त्या दोघांची या प्रसंगी मला आठवण न होती तर नवलच.

तेलंगणातील संघर्ष

१९४७ मध्ये पंडित जवाहरलाल नेहरूंच्या नेतृत्त्वाखाली स्वतंत्र भारताचे पहिले काँग्रेस सरकार बनले. पंतप्रधान होण्यापूर्वी 'कसेल त्याची जमीन' अशी पं. नेहरूंनी घोषणा दिली होती. त्यांचे सरकार बनल्यानंतर कम्युनिस्ट पार्टीने त्यांच्याकडे या घोषणेच्या अंमलबजावणीची मागणी केली. शेतकऱ्यांकडून जमीन लुटण्याचा डाव असणाऱ्या चोरांना पाठिंबा देऊ नका, असेही या मागणी पत्रात म्हटले होते. सरकारने शेतकऱ्यांच्या हितासाठी काम न केल्यास पार्टी ब्रिटिशांप्रमाणे काँग्रेसला देखील विरोध करून सरकारविरोधी लढा पुकारेल असा इशाराही पार्टीने सरकारला दिला. ४ जुलै १९४६ रोजी तेलंगण्यातील शेतकऱ्यांच्या उठावाला[३०] आधीच सुरुवात झाली होती. पार्टीचा या उठावाला पाठिंबादेखील होता. आधीपासूनच पार्टीचे आंध्रातील नेते आणि सीतारामय्यांसारखे निधडे जवान तेलंगणामधील कम्युनिस्टांना गोरील्ला लढाईचे तंत्र शिकवत होते.

सशस्त्र संघर्षाला पाठिंबा देण्याच्या आरोपाखाली सरकारने पार्टीवर आणि पार्टीच्या मुखपत्रावर बंदी घातली. महिला संघ चालवत असलेल्या 'आंध्र महिला' या मासिकावरही बंदी घालण्यात आली. डॉ. अच्चमाम्बांच्या नेतृत्वाखाली आम्ही हे मासिक चालवत होतो. लेख आणि संपादकीय लिहिण्यासाठी चन्द्रम आम्हाला मदत करत असत. नंतर दर्सी सुभद्राम्मांनी सूत्रे हातात घेतली. या मासिकाचे जेमतेम दोनच अंक निघाले होते. विजयवाड्यामध्ये झालेल्या राष्ट्रीय महिला सभेमध्ये ही बंदी उठवण्याच्या दृष्टीने काम करण्याचा निर्णय घेण्यात आला. सरकारने १४४ कलम लागू करून जमावबंदी केली होती. तरी देखील १००० स्त्रिया या मासिकावरील बंदी उठवण्याच्या मागणीसाठी रस्त्यावर उतरल्या आणि मोर्च्यामध्ये सहभागी झाल्या. हा मोर्चा गव्हर्नरपेट मध्ये पोचता क्षणीच पोलिसांनी अश्रुधूर सोडला. त्यामुळे कितीतरी स्त्रिया रस्त्यावरच बेशुद्ध पडल्या. मोर्चा अडवला गेला आणि जवळजवळ १०० स्त्रियांना नंदीगाम तुरुंगात डांबले गेले. सरकारने आमच्या अध्यक्षा, डॉ. अच्चमाम्बा आणि आमची सचिव - सूर्यवती दोघींनाही तामिळनाडूमधील कडलूर तुरुंगात पाठवले. माझ्यासारख्या १६ जिल्हा प्रतिनिधींचा कोर्ट केसेस आणि सुनावण्या या चक्रात अडकवून छळ करण्यात

आला. सुनावणीला हजर राहण्याचे आम्ही नाकारले म्हणून आमच्यावर अजून एक केस करून आम्हाला तुरुंगात टाकण्यात आले.

या केसच्या निकालानंतर आम्हाला कारावास आणि दंड ठोठावण्यात आले. ज्यांनी दंड भरायला नकार दिला, त्यांची मालमत्ता सरकारने ताब्यात घेतली. या काळात सीतारामय्या भूमिगत झाले होते. त्यांचा ठावठिकाणा शोधून काढण्यासाठी पोलिसांची मारझोड, गुंडागर्दी आणि छळ हे प्रकार रोजचेच झाले होते. मला आणि मुलांना या काळात अतोनात त्रासाला सामोरे जावे लागले.

जमीन, अन्न-पाणी आणि स्वातंत्र्यासाठीच्या तेलंगण्याच्या या लढ्यात कित्येक शहीद झाले. दोड्डी कोमरय्या हा पहिला शहीद सैनिक होता. त्याच्या मृत्यूने लोकांमधील सरकारविरोधी असंतोष अजूनच वाढला. 'रक्ताच्या निव्वळ एका थेंबाच्या पोटात देखील झंझावाती आग असते, एका योद्ध्याचा मृत्यू आणखी हजारो योद्ध्यांना जन्म देतो' हे कवींचे शब्द अक्षरश: खरे ठरले. हजारो शूर वीर या लढ्यातून पुढे आले आणि त्यांनी इतिहास घडवला. त्यांनी त्या वेळच्या सामाजिक, राजकीय, आर्थिक जीवनपटावर तर आपला प्रभाव टाकलाच, शिवाय तेलंगणाच्या साहित्यिक आणि सांस्कृतिक क्षेत्रावर देखील आपला अमीट ठसा उमटविला.

सरकारच्या अत्याचाराविरुद्ध आणि आमच्या पार्टीवरील व इतर संघटनावरील बंदीविरोधात जोशाने लढणाऱ्या आपल्या तरुण-तरुणींचे चित्र आजही माझ्या डोळ्यासमोर सुस्पष्ट उभे आहे. त्यांचा जयघोष आजही माझ्या कानात घुमतो.

"छातीतून आमुच्या सुरे आरपार जातील,
रक्ताचे पाट वाहतील..
पण झेंडा आमचा खाली होणार नाही, होणार नाही
लाल झेंड्याला आमचा लाल सलाम, लाल सलाम"

या लढ्यातील जखमी युवकांना मदत करण्याची, प्रशिक्षण देण्याची आणि त्यांच्या पर्यंत वैद्यकीय साहाय्य पोचवण्याची जबाबदारी पार्टीने घेतली. आंध्रप्रदेश मधील लोकसंघटनेने यातील बराचसा कार्यभाग स्वत:च्या शिरावर घेतला. तेलंगणामधून रझाकारांच्या[३१] अत्याचाराला कंटाळून आंध्रप्रदेशात येणाऱ्यांनाही त्यांनी आधार दिला.

तेलंगणामध्ये दोरांचे आणि जमीनदारांचे निझामाशी साटेलोटे होते. म्हणून त्यांच्या हवेल्यांवर तेलंगण्यातील या नव्या वाढत्या ताकदीने हल्ले करायला सुरुवात केली. उठावाची आग सगळीकडे पसरत जाऊन आंध्रप्रदेशापर्यंत पोचली. आंध्रातील पोलीसदेखील हुकूमशहाप्रमाणे वागू लागले. त्यांनी पार्टीतील कार्यकर्त्यांच्या आणि हितचिंतकांच्या कुटुंबीयांना आपल्या अत्याचाराचे निशाण बनवले. सरकार

विरोधी कारवायांमध्ये सामील झाल्याच्या आरोपाखाली महिला कार्यकर्त्यांना देखील त्यांनी तुरुंगात टाकले. दंड, तुरुंगवास आणि दंड न भरल्यास घरादारावर जप्ती हे दृश्य सार्वत्रिक झाले.

पार्टीतील स्त्रियांसाठी काही संरक्षण व्यवस्था नव्हती. सरकारी कारवाईच्या भीतीने त्यांचे पालकदेखील त्यांना निवारा द्यायला तयार नव्हते. भरीस भर म्हणून भूमिगत झालेल्या त्यांच्या पतींचा ठावठिकाणा कळवा म्हणून पोलिसांनी त्यांचा छळ मांडला होता. पोलीस त्यांच्या घरातील अन्नधान्याचे डबे केरोसीनने पेटवून देत, लोणच्याच्या बाटल्या फोडून टाकत. अशा प्रकारच्या कारवाया करून या बायकांना घाबरवून टाकण्यासाठी ते वाट्टेल त्या थराला जात होते. आंध्रातील पोलीस कमी वाटले म्हणून की काय, सरकारने मलबार पोलिसांना देखील पाचारण केले.

भूमिगत दिवस

अगदी राज्यपातळीपासून तालुका पातळीपर्यंतचे आमचे सगळेच नेते भूमिगत झाले. हे नेते जिथे राहात होते तिथे काम करण्यासाठी पार्टीने काही धैर्यवान स्त्रियांची निवड केली. यांमध्ये काही स्त्रिया कम्युनिझमच्या तत्त्वांची उत्तम जाण असणाऱ्या होत्या, तर काही भूमिगत नेत्यांच्या कुटुंबीयांपैकी अडचणीत आलेल्या स्त्रिया होत्या. अशारितीने काही क्रांतिकारी स्त्रियांचाही भूमिगतांमध्ये समावेश झाला.

मलाही जावे लागले. माझ्या पतीनेही मी भूमिगत व्हावे असा आग्रह धरला होता. मी भूमिगत आयुष्याचा काळ कसा काढला? कुठे काढला? मी काय काम करत होते? कुठल्या संकटांना मी तोंड दिले? चळवळीला माझा काय उपयोग झाला? मी पोटापाण्यासाठी काय केले? या साऱ्या प्रश्नांची उत्तरे द्यायची म्हटली तर एक मोठीच कथा होईल. त्यापेक्षा माझ्या आठवणीतले अगदी न विसरण्यासारखे प्रसंग मी तुम्हाला सांगते.

बंदर

बंदर शहरात कम्युनिस्ट पार्टीची काही भूमिगत ठाणी होती. ही सगळी निवासस्थानेच होती. यापैकी एका निवाऱ्याच्या ठिकाणी मी, नरसिंहा राव नावाचा एक विद्यार्थी, त्याची बहीण व मेहुणे आणि कात्रगड्डा व्यंकटारायडू नावाचा आणखी एक कार्यकर्ता असे आम्ही सारे राहात होतो. नरसिंहा रावच्या शिक्षणासाठी आम्ही सगळे बंदरमध्ये रहायला आलो होतो, असे आम्ही शेजारीपाजारी सांगून ठेवले होते. सीतारामय्या आणि कडीयाला गोपालरावदेखील अधूनमधून

रात्री या ठिकाणी येत असत. कधीकधी काही दिवस त्यांचा मुक्कामही असे. मी या कॉम्रेड्ससाठी जेवणखाणं बनवत असे. त्यांच्या गुप्त लिखाणाच्या प्रती काढण्याचे कामही मी करत असे. आमची कपोलकल्पित कथा खरी वाटावी म्हणून नरसिंहा राव रोज कॉलेजला देखील जात असे.

मी त्या वेळी गरोदर होते. त्यामुळे मेहनतीचे, कष्टाचे काम करणे मला फारसे जमत नसे. परंतु या निवाऱ्यामध्ये खूप जणांची ये-जा असे. अशा परिस्थितीत माझ्या अवघडल्या अवस्थेमुळे पार्टीला माझा काही उपयोग होण्याऐवजी मीच पार्टीवर एक भार होऊन राहीन की काय हा विचार मला सतत छळत असे. माझ्या सहकाऱ्यांना देखील बहुधा हीच चिंता होती. यावर तोडगा म्हणून मी गर्भपात करून घ्यावा असे त्यांनी सुचवले. पण या कामासाठी मला कुठल्या डॉक्टरकडे घेऊन जाणे सगळ्यांसाठीच अतिशय धोकादायक ठरले असते. म्हणून त्यांनी मला काहीतरी पारंपरिक जडीबुटीचे औषध आणून दिले. त्या औषधाने आपले काम तर केलेच, पण रक्तपात थांबायचे काही लक्षण दिसेना.

शेजाऱ्यापाजाऱ्यांना तर आमच्या हालचालींचा मागमूस लागणे परवडणारे नव्हते. त्यामुळे रक्ताने भरलेले कपडे मला धुवून वाळवता येत नसत. त्या काळात घरामध्ये बाथरूमची किंवा संडासची सोय नसे. तात्पुरत्या, घराबाहेर उभ्या केलेल्या जुजबी आडोशाआडच आम्ही आंघोळ करत असू. या आडोशापर्यंत चालत पोचण्याची ताकदही माझ्या अंगात तेव्हा नव्हती. मग नरसिंहा राव स्वत: माझे रक्ताने भरलेले कपडे हाताने धुवत असे. त्याने माझ्यासाठी जे काही केले आहे, त्यासाठी मी त्याला साष्टांग दंडवतच घातले पाहिजे. अखेरीस माझी गंभीर परिस्थिती पाहता डॉ. लक्ष्मी एक दिवस निवाऱ्यावर मला तपासायला आल्या. जणू काही कुठल्या तरी घरगुती कार्यक्रमाचे निमंत्रण द्यायला आल्या आहेत अशा अविर्भावात त्या अगदी नटून-थटून आमच्याकडे आल्या होत्या. त्या वेळी सायकल-रिक्षा नव्हत्या. म्हणून त्या टांग्यात बसून आल्या होत्या. मला तपासल्यावर तिथल्या आमच्या इतर मंडळीना उद्देशून त्या म्हणाल्या, "मी एक तास जरी उशिरा आले असते, तर तिच्या जिवाचं काहीतरी बरं-वाईट झालं असतं. पार्टीच्या सर्व कार्यकर्त्यांना समजावून सांगा, कधीही कुठेही असले प्रयोग कुणावर करू नका." नरसिंहा रावने या काळात माझ्या घेतलेल्या काळजीबद्दल त्यांनी त्याचे तोंडभरून कौतुक केले. त्या गेल्यानंतर माझ्या तब्येतीची वार्ता बहुधा सर्वत्र लगेचच पसरली. कारण पुढील चार दिवस आमच्या निवाऱ्यावर कुणीही भेट दिली नाही. प्रत्येक गोष्ट नरसिंहा रावने एकट्याने जातीने सांभाळली. पार्टीसाठी आणि पार्टीच्या लोकांच्या सुरक्षिततेसाठी त्या दिवसांमध्ये पार्टीचे कार्यकर्ते कुठलेही काम कसलाही बाऊ न करता अगदी सहजपणे करीत असत.

आम्ही तेथून निघाल्यानंतर पुढे काय झाले? ते घर पूर्ण रिकामे झाले का, की कुणी इतर तिथे राहायला आले? नरसिंहाच्या शिक्षणाचे पुढे काय झाले? त्याच्या भवितव्यात पुढे काय वाढून ठेवले होते? अशा कितीतरी बाबींविषयी कितीही जाणून घ्यावेसे वाटले तरी हे आणि असे असंख्य प्रश्न विचारायची आम्हाला परवानगी नव्हती. तो सगळा काळच मुळी भूमिगत असण्याचा आणि गुप्त गोष्टींचा होता!

त्या वेळी प्रत्येक कम्युनिस्ट नेत्याचा एक वेगळा निरोप्या[३२] माणूस असे. अशाच एका निरोप्याने मला एका निवाऱ्यातून दुसऱ्या निवाऱ्यात पोचवले. हे घर मोठे होते. घरची मालकीण सर्व धार्मिक प्रथा-परंपरा नेमाने पाळणारी एक साधी गृहिणी होती. रोज ती घरासमोर दारात रांगोळीही काढत असे. अशा प्रकारचे घर म्हणजे सुरक्षिततेच्या दृष्टीने पार्टीसाठी स्वर्गच होता. अनेक राज्यपातळीवरच्या नेत्यांच्या बैठका इथे सर्रास होत असत. पण गृहस्वामिनीला किंवा मला, आम्हाला दोघींनाही कोण आले, कोण गेले याचा पत्तादेखील नसे. खाणे-पिणे, चहा-पाणी एवढ्यापुरताच आमचा सहभाग असे. या बैठकांसाठी पार्टीच्या नेत्यांना सुरक्षित आणण्या-नेण्याची जबाबदारी कृष्णा जिल्ह्यातील एका कॉम्रेड्‌कडे होती. (पार्टीवरील बंदी उठल्यानंतर त्याचे लग्न झाले आणि मग त्याने विजयवाड्यात ऑटोमोबाईलचा एक धंदा सुरू केला.)

मी या ठिकाणी असताना एकदा मोठे वादळ झाले. रेडिओवरून आम्ही चक्रीवादळाच्या सूचना ऐकत होतो. लवकरच सगळीकडे अंधारगुडूप झाला. घरात विजेचा पत्ता नव्हता. सोसाट्याचा वारा सुटला होता. दार उघडले असते तर घरात लावलेले केरोसीनचे दिवे केव्हाच विझून गेले असते. तेवढ्यात निरोप देण्याघेण्याचे काम करणारे काही कॉम्रेड्‌स आमच्या इथे पोचले. त्यांनी लपूनछपून आमच्यापैकी काही कॉम्रेड्‌सना तिथून हलवले. वादळामध्ये ते घर भुईसपाट होण्याची चिन्हे दिसत होती. त्यामुळेच इतके खराब हवामान असूनदेखील काही महत्त्वाच्या नेत्यांना तिथून हलवणे भाग होते. घराच्या भिंती कोसळण्याचा आवाज आला. छपरावरची कौलेही उडून गेली. मी आणि अजून दोन कॉम्रेड्‌स असे आम्ही तिघे जण अजून त्या घरात अडकलो होतो. शिवाय अजून एका कॉम्रेड्‌ची बायको आणि त्यांची मुलेही होती.

पावसाचे पाणी घरात यायला लागले होते. घरातील एकन्‌एक चीजवस्तू पाण्याने कच्च भिजून गेली होती. मी मुळात आधीच अशक्त झाले होते. त्यामुळे पावसाच्या पाण्यात भिजून थंडीने चांगलीच कुडकुडू लागले. गारठ्याने माझे दात अगदी दातावर आपटून वाजू लागले. बरोबरच्या कॉम्रेड्‌ने थोड्या कोरड्या ठिकाणी कॉट सरकवली आणि मला त्यावर बसायला सांगितले. माझ्या डोक्यावर

छत्री धरून पावसाच्या माऱ्यापासून माझा बचाव करत तो तसाच तिथे दोन-तीन तास ताटकळत उभा होता. थोड्या वेळाने वादळ शमले. आमच्या कॉम्रेड्‌ची बायको आमचे प्राण वाचवल्याबद्दल हात जोडून देवाचे आभार मानू लागली. त्यावर हा कॉम्रेड् हळूच माझ्या कानात कुजबुजला, "परमेश्वर अस्तित्त्वात नाही असे काही तिला आत्ता सांगू नकोस. तिला तिच्या विचारांप्रमाणे जशी आहे तशी सुखी राहू देत. तिचे श्रद्धाळू असणे आपल्या सर्वांच्या हिताचेच आहे."

एलुरु

त्या वेळी एलुरुमध्येही दोन-तीन निवाऱ्याची ठिकाणे होती. त्यापैकी एका घरात मी राहिले होते आणि मला सांगण्यात आलेली कामे करत होते. नंतर तिथून माझा मुक्काम दुसऱ्या ठिकाणी हलविण्यात आला. या ठिकाणी पोटलुरी सुंदरम्‌देखील राहात होता. त्याने स्वतः सशस्त्र लढ्यात भाग घेतला होता, असे आम्ही ऐकले होते. तो ठेंगणा आणि वर्णाने काळा होता. स्वतःबरोबर तो कायम एक शस्त्र बाळगत असे. जमीनदारांच्या हवेलीसमोरून ऐन धुमश्चक्रीत अगदी नाट्यमय पद्धतीने तो पोलिसांच्या तावडीतून सुटून जात असे. याबाबतचे अनेक किस्सेही सगळ्यांच्या चर्चेत होते. उघडी छाती, भगवी धोती, डोक्यावर भगवी पगडी आणि चपला लटकवलेली एक काठी हातात, अशा अवतारात तो वावरत असे आणि त्याचाच फायदा घेऊन तो सुटून जात असे. अशा वेळी वाटेने येणाऱ्या-जाणाऱ्या प्रत्येकाला तो अगदी लवून नमस्कार करायचा आणि अगदी अजिजीच्या सुरात म्हणायचा, "मायबाप सरकार, पाया पडतो. मी तर तुमच्या चरणांचा दास आहे जी." त्याच्याजवळ असलेली शस्त्रे प्रत्यक्ष बघायची मला फार इच्छा होती. ही इच्छा मी आमच्या इथल्या माझ्या एका कॉम्रेड् मित्रांपाशी बोलून दाखवली. मी त्यांना बाबाई म्हणत असे, पण बाबाईंनी साफ मना केले. तो कोण आहे, त्याने आत्तापर्यंत काय काय केले, त्याच्याकडे शस्त्रे आहेत का, असले प्रश्न मी पुन्हा विचारू नयेत अशी सक्त ताकीद त्यांनी मला दिली. ते म्हणाले, "मडिगा जातीपैकी कुणीतरी असल्याचा बहाणा करून त्याने स्वतःची तर सुटका करून घेतली, पण आपल्यावर वेळ पडली तर आपण काय करणार त्याचा विचार करूयात. असं करू, मी एका भिक्षेकरी ब्राह्मणाचं सोंग घेतो आणि तू माझी लेक हो. तीसुद्धा नुसती लेक नव्हे, तर नवऱ्याने टाकून दिलेली पोरगी. मग आपण दोघेही मिळून भीक मागू यात. एवढंच बोलून बाबाई थांबले नाहीत, तर पुढे अजून माझी चेष्टा करत म्हणाले, "म्हणून सांगतोय, ते पुड्या बांधायचे दोरे फेकून देऊ नको. माझं जानवं म्हणून ते उपयोगाला येतील." हसताहसता आमची पुरेवाट झाली. इतक्या धोकादायक परिस्थितीत

जगत असताना देखील कधीमधी असे विनोदाचे प्रसंगही आमच्या वाट्याला येत असत.

थोड्याच दिवसात पुन्हा मला एका दुसऱ्या निवाऱ्याच्या ठिकाणी माझा मुक्काम हलवावा लागला. मी तिथे पोचले तेव्हा एक कमिटी मीटिंग नुकतीच संपल्यासारखे वाटत होते. रात्रीचे जेवण करून प्रत्येक जण आपापल्या ठिकाणी निघून गेला होता. एकटे सीतारामय्या तिथे होते. बंदरमध्ये माझी मनापासून काळजी घेणारा आमचा विद्यार्थी नरसिंहा रावदेखील तिथे होता. शिवाय आमचे निरोप पोचवण्याचे काम करणारा कॉम्रेड् मूलपुरी कोटेश्वरा राव देखील होता. ते दोघे बाहेरच्या खोलीत आवराआवर करत होते. नरसिंहा रावला बघून मला खूपच आनंद झाला. खूप दिवसानंतर माझे अगदी जिवाभावाचे, जवळचे माणूस भेटल्यासारखे मला वाटत होते. प्रत्येकाशीच तो अतिशय आपुलकीने वागत असे. सीतारामय्याना फुटबॉल खेळताना जखम झाली आहे, म्हणून त्यांना विश्रांतीची गरज आहे असे मला इथे येताना सांगून पाठवले होते. पण प्रत्यक्षात त्यांना नसबंदीची शस्त्रक्रिया करून घेण्याची पार्टीकडून सूचना होती. नवरा आणि बायको दोघेही भूमिगत असताना बाळंतपण, लहान मुलांचे संगोपन या गोष्टी संभाळणे खूप मुश्कील होईल, म्हणून पार्टीने या सूचना जारी केल्या होत्या. डॉ. टिळकांच्या मार्गदर्शनाखाली सीतारामय्या आणि अजून कित्येकांच्या नसबंदी शस्त्रक्रिया झाल्या. नरसिंहा रावने मला या सगळ्याची कल्पना दिली. परंतु बाहेरच्या लोकांना मात्र, नरसिंहा रावच्या मेहुण्यांना फुटबॉल खेळताना लागले होते आणि त्याची बहीण त्यांची शुश्रूषा करण्यासाठी इथे येऊन राहिली होती, असेच भासवले गेले.

या निवाऱ्यामध्ये खूप प्रसिद्ध व्यक्तींची वर्दळ असे. लक्ष्मी पेरुमल्लू[३३] हे त्यापैकीच एक. पार्टीवरील निर्बंध काढून टाकल्यानंतर ते एक फिल्म अभिनेता म्हणून प्रसिद्ध पावले. तेदेखील नियमितपणे गुप्त पत्रके लिहीत असत आणि त्याच्या प्रती मला काढायला सांगत असत. मला अगदी चांगले आठवतेय, त्यांचे अक्षर अगदी मोत्याच्या दाण्यासारखे सुंदर होते. पार्टीविषयीची माहिती नोकरा-चाकरांकरवी बाहेर फुटते, म्हणून या निवाऱ्यावर घरकामासाठी एकही मोलकरीण वा गडी नव्हते. त्यामुळे स्वयंपाक, घरकाम, साफसफाई, येणाऱ्या जाणाऱ्यांचे खाणे-पिणे सगळे मला एकटीलाच बघावे लागे. माझी चांगलीच दमणूक होत असे. नरसिंहा राव भांडी घासायला, घराची साफसफाई करायला मला मदत करीत असे. एवढेच नव्हे तर, कधी खाण्यापिण्याचे जिन्नस पुरेसे नसले, तर तो स्वत: कमी खात असे. जेवढे शिल्लक आहे, ते आपण दोघे मिळून खाऊ असा त्याचा आग्रह असे. एकदा मला कळले की मूलपुरी कोटेश्वरा

रावने मी त्याची मदत न घेता फक्त नरसिंहा रावचीच मदत घेते अशी तक्रार केली होती. परंतु मला त्याच्याविषयी तितकीशी जवळीक वाटत नव्हती. त्यामुळे असे होत असावे.

एकदा असा निरोप आला की, या निवाऱ्यातील कम्युनिस्टांबद्दल गुप्तचर खात्याला सुगावा लागला आहे. सीतारामय्या अजूनी अंथरुणावरून उठलेले नव्हते, तरीदेखील महत्त्वाच्या कागदपत्रांसह ताबडतोब त्यांना एका अज्ञात ठिकाणी हलविले गेले. त्यांना न्यायला आलेले कॉम्रेड्स मला म्हणाले, ''दोन दिवस घर पूर्ण रिकामं असणार आहे. तुला एकटीलाच राहावं लागेल.'' एवढं सांगून ते दरवाज्याला बाहेरून कुलूप लावून निघून गेले. ते गेल्यानंतर मी अनेक प्रश्नांनी बेजार झाले. दारावरचे कुलूप बघून पोलीस निघून जातील ना? की दरवाजाच तोडतील? हे आणि असलेच प्रश्न. धुरावरून पोलिसांना कुणीतरी घरात असल्याचा सुगावा लागला असता, म्हणून मी त्या दिवशी जेवण पण रांधले नाही. (त्या वेळी स्टोव्ह नव्हता. गाईच्या शेणाच्या गोवऱ्या हेच इंधन होते.) मी दोन दिवस पूर्ण उपाशी राहिले. भुकेपेक्षा पोलिसांच्या तावडीत मी सापडले तर पोलीस माझे काय करतील हीच भीती माझे काळीज कुरतडत होती.

दुसऱ्या दिवशी कोटेश्वरा राव बैलगाडी घेऊन हजर झाला. मला त्याने एक सुटकेस आणि एक पाण्याची बाटली बरोबर घ्यायला सांगितली. ना त्याला, ना मला, आम्हा दोघांनाही आम्ही नेमके कुठे जाणार आहोत हे माहीत नव्हते. ती एकदम गुप्त गोष्ट होती. रेल्वे स्टेशनवर आम्ही पोचलो आणि ट्रेनमध्ये बसलो. दुसऱ्या दिवशी सकाळी १० वाजण्याच्या सुमारास कोटेश्वरा राव माझ्या डब्यामध्ये आला आणि मला म्हणाला, ''पुढच्या स्टेशनवर अजून एक कॉम्रेड् तुम्हाला घ्यायला येईल. त्या वेळी पाण्याची बाटली बरोबर ठेवायला विसरू नका. तुम्हाला हवं तर सुटकेस त्याला उचलायला सांगा.''

विशाखापट्टणम्

ट्रेन विशाखापट्टणम्ला पोचली. गुडीवाडा तालुक्यातील कोडुरू गावचा कॉम्रेड् 'अडूसूमिल्ली मल्लिकार्जुन राव' मला न्यायला आला होता. माझ्यासाठी त्याने टांग्याची व्यवस्था केली आणि स्वत: मागून सायकलवरून येऊ लागला. सेन्ट्रल जेलजवळच्या एका घरासमोर टांगा थांबला. मी टांग्यातून उतरले. मला वाटले, याच घरामध्ये माझा पुढचा मुक्काम असणार आहे. परंतु तो मला चार बिल्डींग सोडून पलीकडे एका गच्ची असलेल्या घरात घेऊन गेला.

चंद्रा सावित्राम्मा, चंद्रा राजेश्वरा राव, तम्मारेड्डी रामस्वामी आणि अजून दोन कॉम्रेड्स या घरात राहात होते. मी दमलेली असल्याचे सावित्राम्मांच्या लक्षात

आले आणि त्यांनी मला लगेच गरम कॉफी करून दिली. हातपाय धुवून मला त्यांनी जरा आराम करायलाही सांगितले. त्यांच्या या अशा गोड बोलण्याने माझा थकवा कुठच्या कुठेच पळून गेला.

सीतारामय्या आणि इतर काही नेते या निवाऱ्याला कायम भेट देत असत. छतावरती गार हवेत झोपायला म्हणून गेले की, जेलमधील तासाचे टोल कानावर पडत. अशा वेळी जेलमध्ये असणाऱ्या आमच्या कॉम्रेड्सची आठवण अस्वस्थ करून टाकत असे. शेजारच्याच जेलमध्ये अगदी आदल्याच दिवशी एकाला फाशी झाल्याचे आम्हाला समजले होते. अजून किती जणांना फाशीच्या तख्तावर लटकावे लागेल, या विचारांनी झोप लागणे अगदी अशक्य होऊन जाई.

याच ठिकाणी सुन्दरय्या किती सहिष्णू आणि विनयशील होते याचा मी प्रत्यक्ष अनुभव घेतला होता. माझ्या गर्भपाताविषयी त्यांना माहीत होते म्हणा किंवा मी खूपच अशक्त दिसत असल्याने म्हणा, मी पौष्टिक अन्न खावे यावर त्यांचा बारीक कटाक्ष असे. डॉक्टरांनी देखील माझ्या आहारात दुधाचा आणि अंड्यांचा समावेश करायला सांगितले होते. मी लहानपणापासूनच अंडी किंवा दूध यापैकी काहीच घेत नाही, हे सावित्राम्मांना ठाऊक होते. त्यामुळे डॉक्टरांचा सल्ला कसा अमलात आणायचा या विचारात त्या पडल्या होत्या. त्यावेळी सुन्दरय्या मला म्हणाले होते, "आपली तब्येत चांगली असेल तरच आपण आपलं काम नीट पार पडू शकू. तब्येतीसाठी जे काही चांगलं आहे, ते सर्व आपण खाल्लं पाहिजे." या निवाऱ्यामध्ये ते असेपर्यंत मी अंडी, दूध घेतले का नाही याची ते रोज विचारपूस करत असत. येणाऱ्या दिवसांत आपल्याला खाणे-पिणे किंवा औषधे मिळतील याचा काही भरवसा नाही अशी आठवणही ते आम्हाला करून देत असत. पुरुषांचे जेवणखाण झाल्यावर जे काही उरेल त्यावर भागवायची आम्हा स्त्रियांना सवय होती. त्यामुळे मी आणि सावित्राम्मांनी पुरुषांच्या बरोबर बसून व्यवस्थित जेवावे असा सुन्दरय्यांचा नेहमी आग्रह असे. शिवाय, जेवण-खाणे कितीही बेचव असले, तरी त्यांनी खाण्यापिण्याविषयी कधीही तक्रार केली नाही.

या घरात राहात असताना कधीतरी बाहेरील घडामोडीदेखील कानावर येत असत. उदा. नुकतीच झालेली लग्ने, नव्याने ठरलेली लग्ने, पार्टीमध्ये नव्याने समावेश होणाऱ्या त्यांच्या जोडीदारांची नावे, इत्यादी. एकदा असे समजले की, एका निवाऱ्यामध्ये मुख्य कॉम्रेड्च्या गैरहजेरीत काही कॉम्रेड्सनी तेथील स्त्रियांशी शारीरिक सलगी करण्याचा प्रयत्न केला. त्या स्त्रियांनी या कॉम्रेड्सना कोंडून ठेवले आणि मुख्य कॉम्रेड्कडे तक्रारदेखील केली. हे सगळे कळल्यावर सावित्राम्मा

त्यांच्या नवऱ्याला म्हणाल्या, "या स्त्रिया आपल्या सर्व कॉम्रेड्सची काळजी एखाद्या आईप्रमाणे घेताहेत. भविष्याची पर्वा न करता पोलिसांच्या दहशतीला तोंड देताहेत. त्यांचा पार्टीच्या विचारांवर अतूट विश्वास आहे, म्हणूनच त्या हे सर्व करताहेत. अशा परिस्थितीत हे कॉम्रेड्स असे कसे वागू शकतात? वासनांनी वखवखलेल्या पुरुषांमध्ये आणि कम्युनिस्टांमध्ये काही फरक आहे की नाही? कृपा करून नवरा-बायको दोघांनाही एकाच निवाऱ्यामध्ये ठेवत चला. त्यांना वेगळे करू नका." पुष्कळ चर्चा झाली. अखेरीस राजेश्वरा राव त्यांना म्हणाले, "भूमिगत असताना नवरा-बायकोंना कायम एकत्र ठेवणं अशक्य आहे. निझामाबरोबरच्या लढाईत सीतारामय्या सध्या तिकडे तेलंगणामध्ये लोकांना गुरील्ला लढाईचं प्रशिक्षण देतोय. त्याच्या बरोबर कोटेश्वराम्मा तिकडे राहू शकेल का? मी जिथे जाईन, तिकडे नेहमी तू येऊ शकशील का? तुम्ही काळजी करू नका. तुमच्यापैकी कुणाच्याही केसाला धक्कादेखील लागणार नाही. या कॉम्रेड्सना वाटलं असेल, की या अजाण बायका त्यांच्या कसल्याही इच्छांपुढे मुकाट मान तुकवतील आणि काहीदेखील बोलणार नाहीत. हा मानवी स्वभावाचा दोषच म्हणावा लागेल."

विशाखापट्टणम्‌मध्ये अजून एक घर असल्याची माहिती आम्हाला राजेश्वरा रावांनी दिली. एक सुप्रसिद्ध कॉम्रेड् आणि त्यांची पत्नी कस्तुरी नोकरी सोडून तिथे राहायला गेले होते. कस्तूरी बाळंतपणाच्या रजेवर होती. तिला मुलगी झाली असल्याचेही ऐकले होते. या निवाऱ्यामध्ये राहात असताना सावित्राम्मांकडून एक गोष्ट मला स्पष्ट झाली होती. ती म्हणजे पोरेबाळे आणि वयस्कर माणसे असलेल्या नांदत्या घराविषयी पोलिसांना फारसा संशय येत नसे. ती एकदम चारचौघांच्या घरासारखी सहज, स्वाभाविक आणि शांत भासत.

कधीकधी मुले आणि आई कसे असतील या विचाराने मी उदास होत असे. सावित्राम्मांना पण त्यांच्या मुलाची काळजी लागून राहिलेली असे. आमच्याकडे निदान आमच्या मुलांची काळजी घ्यायला आमची आई होती. पण ज्यांच्या घरी असे कुणाचे पाठबळ नाही, ते काय करत असतील या विचारानेच आम्ही हैराण व्हायचो. मुलाबाळांच्या विचारात न अडकता आपण झुंजार स्त्रियांसारखा विचार करायला हवा, अशी एकमेकींची समजूत घालून आम्ही आमचे अश्रू पुसून टाकत असू.

या निवाऱ्यात राहाणारे बरेचसे सहकारी आणि निरोपे हे कृष्णा जिल्ह्यातील आहेत, ही बाब माझ्या लक्षात आली. सावित्राम्मांना मी यामागचे कारण विचारले होते. पार्टीचा या जिल्ह्यात बराच प्रभाव होता. तेथील खूप लोकांनी मार्क्सिझमचा अभ्यास केला होता, असे त्यांनी मला त्या वेळी सांगितले होते.

मग एक दिवस बातमी आली की, पोलिसांनी चिंतापल्ली पापारावला गोळ्या घालून ठार मारले. कम्युनिस्टांच्या 'युवाजन संघम्' नावाच्या युवक संघटनेचा तो नेता होता. मरतेसमयी जेव्हा पोलिसांनी त्याच्यावर बंदुकीची नळी रोखली होती, तेव्हा त्याचे अखेरचे शब्द होते - "नि:शस्त्रावर गोळी घालणं भेकडपणाचं लक्षण आहे, अनैतिक आहे. मला एक शस्त्र द्या आणि मग माझ्यावर गोळी झाडा." हे सर्व ऐकून आम्हा सर्वांच्या डोळ्यात पाणी भरून आले. मी आणि सावित्राम्मा, आम्हां दोघींनाही तो अगदी जवळचा होता. हा शूर योद्धा अखेरीस मातृभूमीच्या कुशीत नि:शस्त्र पडला.

तेलंगणामध्ये मृत्यूला आलिंगन देणारे पहिले महान योद्धा होते 'दोड्डी कोमरय्या'. आंध्रातील पहिला हुतात्मा बहुधा पापारावच होता. भविष्यात अशा अनेक हुतात्म्यांसाठी आम्हाला शोक करावा लागणार होता. समताधारित समाजासाठी आणि आपल्या उज्ज्वल भविष्यासाठी या सर्व जणांनी आपल्या प्राणाची आहुती दिली.

कृष्णा, गुंटूर आणि गोदावरीच्या दोन्ही जिल्ह्यांमध्ये पोलिसांनी अक्षरश: हैदोस घातला होता. कम्युनिस्टांपैकी कोणालाही मदत केली अथवा घरात जरी घेतले, तरी चिंतापल्ली पापारावसारखी गत करण्यात येईल अशी उघडउघड धमकी पोलीस खुलेआम लोकांना देत होते. हे सर्व चालू असतानाच आम्हाला समजले की, स्टेट कम्युनिस्ट पार्टीचे आता दोन विभाग झाले होते. एका विभागात कृष्णा जिल्ह्यापासून श्रीकाकुलमपर्यंतचे पाच जिल्हे होते. सीतारामय्या, उद्दमराजू रामम् आणि बालाजी दास हे या भागातील प्रमुख नेते होते. सावित्राम्मांच्या बोलण्यातून या घडामोडी मला कळत होत्या.

थोड्याच दिवसात आमच्या निवाऱ्यातील काही कागदपत्रे, पुस्तके आणि सामान दुसऱ्या ठिकाणी हलविण्यात आले. सावित्राम्मांना देखील दुसऱ्या ठिकाणी हलवायचे ठरले. आपल्या डोळ्यातल्या अश्रूंना बांध घालून त्यांनी माझेही डोळे पुसले आणि म्हणाल्या, "आता आपली गाठ परत कधी पडेल, कुणास ठाऊक! तुझ्यावर सोपवलेलं काम न घाबरता कर. पार्टीसाठी प्राणांचं बलिदान केलेल्या लोकांची आठवण ठेव." त्यानंतर दोनच दिवसात मलाही पाण्याची बाटली आणि सुटकेस घेऊन तयार राहायला सांगण्यात आले.

पुरी आणि नागपूर

मग मला जगन्नाथाचे मंदीर असलेल्या पुरीमध्ये पोचवण्यात आले. सीतारामय्या राहात असलेल्या हॉटेलमध्ये त्यांनी मला सोडले. तिथे मी चार दिवस राहिले होते. जगन्नाथाचा रथ न थांबता अखंड चालतो असे माझ्या ऐकण्यात होते. एका

कार्यक्रमामध्ये मी श्री श्रींचे जगन्नाथाच्या रथाचा उल्लेख असलेले गाणे गायले देखील होते. 'पतीतुलारा, भ्रष्टलारा, एडवकंडएडवकंडी वस्तुन्नायी! वस्तुन्नायी! वस्तुन्नायी! जगन्नाथुनी रथ चक्रालु!'[३४] (दु:खितांनो, शोषितांनो, आता अश्रू पुसा! तो पाहा! तुम्हाला मुक्त करण्यासाठी जगन्नाथाचा रथ आला.) मला जगन्नाथाचा रथ पाहण्याची फार इच्छा होती. पण सीतारामय्यांनी हा विचार खोडून काढला. भूमिगत आयुष्यामध्ये असल्या हौशीसाठी जागा नसते, याची त्यांनी मला आठवण करून दिली.

नंतर आम्ही नागपूरमध्ये देखील चार दिवस एका हॉटेलमध्ये राहिलो. एके दिवशी शेजारच्या खोलीतून बालसरस्वतींच्या[३५] आवाजातील तेलुगू गाण्याचे सूर माझ्या कानावर पडले. हे गाणे ऐकताच मी आमच्या भूमिगत आयुष्याबद्दल विसरूनच गेले आणि या गाण्याची धून गुणगुणत आमच्या खोलीबाहेर गेले. सीतारामय्यांनी मला ताबडतोब थांबवून सावध केले, ''आपण तेलुगू आहोत हे बाहेर कुणालाही कळता कामा नये.'' मनाला आवर घालून मी परत खोलीत आले. त्याच रात्री आम्ही दुसऱ्या हॉटेलवर राहायला गेलो. काळ्या मण्यांचे मंगळसूत्र[३६] घालून अगदी पारंपरिक पत्नीच्या रूपात मी दोन दिवस त्या हॉटेलमध्ये राहिले. तसा तो अगदी थोडाच काळ होता. सीतारामय्यांना हिंदी बोलता येत असल्याने ते सगळ्यांशी सहजपणे बोलत असत. पण मला हिंदी येत नसल्याने मी अगदी मोजकेच बोलायची. हॉटेल मॅनेजर बहुधा सीतारामय्यांना ओळखत असावा. तो त्यांना म्हणाला, ''तुमची खोली पूजापाठासाठी तितकीशी सोयीची नाही. तुम्ही तुमच्या पत्नीला हॉटेलच्या आवारातल्या मंदिरात पूजा करायला सांगा. त्यामुळे मग कसलाही संशय यायला वाव राहणार नाही.'' मी प्रार्थनेसाठी त्या मंदिरात गेले. त्यांनी दिलेला प्रसाद घेतला आणि परत आले. कुणाला कसलाही संशय येऊ नये, म्हणून माझ्या परीने मी सर्वतो प्रयत्न केले.

मग पुन्हा एकदा आमचा निष्ठावान कॉम्रेड् गंगाधर राव मला ट्रेनमधून रायपूरला घेऊन गेला.

रायपूर

रायपूरच्या एका स्टेशनअलीकडे ट्रेन थांबली, तेव्हा एक कॉम्रेड् माझ्या डब्यामध्ये चढला. नंतर लगेचच तो पुढच्या स्टेशनवर उतरला. पण त्याचे सामान घेऊन उतरण्याऐवजी तो माझी बॅग घेऊन उतरला. त्याने माझ्यासाठी सोडलेल्या बॅगेत शस्त्रे आणि कागदपत्रे आहेत, हे मला माहीत नव्हते. खूप नंतर कळले की, तेलंगणातील लढाईसाठी मध्यप्रदेश आणि दंडकारण्याच्या जंगलातून अन्नधान्य, गुप्त कागदपत्रे, धोरणात्मक संदेश, शस्त्रास्त्र याचा पुरवठा महिला

कॉम्रेड्सकरवी होत होता.

रायपूरमध्ये जुन्या आणि नव्या अशा दोन्ही प्रकारच्या इमारती होत्या. एका जुन्या घरामध्ये काही कॉम्रेड्स राहात होते. त्यांची स्वैपाकी आणि कॉपीरायटर म्हणून मी वरच्या मजल्यावर एक आठवडाभर राहिले. नंतर माझ्या सामानासह मी एका दुसऱ्या निवासस्थानी राहायला गेले. हे घर आणि त्यातील स्वयंपाकघर दोन्ही वरच्या मजल्यावरच होते. परंतु बाथरूम खालच्या मजल्यावर होते. हाडे गोठविणाऱ्या थंडीत वरखाली करणे अगदी जिवावर येत असे. एका केरोसीन स्टोव्हवर पाणी गरम करून ते वर आणण्याचे काम दुसरा एक कॉम्रेड् करत असे. सूर्योदयापूर्वी उठणे हेसुद्धा खूप जड जात होते.

शेजाऱ्यापाजाऱ्यांना माझी ओळख तिथे राहणाऱ्या एका कॉम्रेड्ची बायको आणि दुसऱ्या एकाची बहीण अशी करून दिलेली होती. आमच्या समोर एक सोनाराचे कुटुंब राहात होते. त्या घरातील एक तरुण स्त्री सतत आमच्याकडे रोखून बघत असे. आम्ही कम्युनिस्ट आहोत, असा तिला संशय आला की काय या विचाराने मला भीती वाटू लागली. माझ्या तेथील कॉम्रेड् नवऱ्याला जेव्हा मी माझी धास्ती बोलून दाखवली, तेव्हा हे सगळे चेष्टेवारी घेत तो हसत म्हणाला, ''तुला असंच कशाला वाटायला हवं? बहुधा तिला आपला तरुण कॉम्रेड् पट्टाभी आवडत असेल.''

पार्टीकडून आम्हाला विविध प्रकारच्या सूचना, निर्देश वेळोवेळी येत असत. प्रत्येकाने सर्वसामान्य कुटुंबातील माणसांसारखे वावरले पाहिजे आणि त्याच पद्धतीने पार्टीचे काम पार पाडले पाहिजे. शेजारच्या लोकांना संशय येईल असे वागता कामा नये. खिडक्या, दरवाजे सदा सर्वकाळ बंद ठेवू नयेत, इत्यादी. सीतारामय्यादेखील इतर कॉम्रेड्सबरोबर गुप्त बैठकांसाठी या निवाऱ्यावर येत असत.

यानंतर गुरू नानक मंदिराजवळील एका निवाऱ्यात पार्टीने मला राहायला पाठवले. इथे काही नेतेमंडळी राहात होती. सीतारामय्या आणि काही कॉम्रेड्स मागाहून आले. पंजाबचे निर्वासितसुद्धा त्या काळात रायपूरमध्ये राहात होते. भाडे देणे परवडण्यासारखे नसल्याने खूप जण एकाच घरात गर्दी करून राहात असत. निर्वासितांच्या या वस्तीमुळेच पोलिसांचे या निवाऱ्याकडे लक्ष गेले नव्हते. त्यामुळे इथे आमचे कॉम्रेड्स मोकळेपणाने ये-जा करीत असत.

बऱ्याच जणांना हिंदी लिहितावाचता सफाईने येत नसले, तरी जवळजवळ सगळ्यानांच हिंदी बोलता येत होते. हिंदी बोलता येण्याचे महत्त्व सगळ्यानांच माहीत होते. परंतु आमचा एक कॉम्रेड्, बालाजी दास याने स्वत:चे हिंदी सुधारायचा कधीही प्रयत्न केला नाही. त्यामुळे बोलताना तो पुष्कळ चुका

करायचा. याच गोष्टीवरून त्याची सतत चेष्टा करणे हा आमचा त्या काळातील मनोरंजनाचा एक भाग होता.

थोडे दिवसानंतर अजून एक नेते, सीतारामय्यांचे दूरचे भाऊ - कोंडापल्ली राघवराव आणि त्यांची पत्नी लोलाक्षी या निवाऱ्यावर राहायला आले. निवाराप्रमुख म्हणून त्यांनी तेथील सर्व जबाबदारी उचलली. येणाऱ्या जाणाऱ्यांचे खाणे-पिणे बघणे, त्यांना काय हवे-नको ते पाहाणे हे सगळे काम लोलीक्षी अखंडपणे न थकता करायची. मग अजून एक कॉम्रेड् आणि त्यांची पत्नी आपल्या दहा महिन्यांच्या लहान बाळासह राहायला आले. हे कॉम्रेड् प्रजा नाट्य मंडळीमधील लोकप्रिय कलाकार होते. याच सुमारास कळले की, सर्कार[३७] भागामध्ये पोलिसांचा जुलूम वाढत चालला आहे. आमच्या कॉम्रेड्सचा मोठ्या प्रमाणात छळ होत होता. त्यांना छळ-छावण्यांमध्ये बंदी बनविले जात होते. स्त्रियांना सुद्धा त्रास दिला जात होता. कृष्णा जिल्ह्यातील काटूरु आणि एल्लामरू गावातील एक घटना कानावर आली. तिथे गावकऱ्यांना विवस्त्र करून लाठीमार[३८] देत गांधीजींच्या पुतळ्याभोवती फेऱ्या मारायला लावल्या होत्या. आमच्यापर्यंत अगदी सगळ्या बातम्या जरी पोचत नसल्या, तरी थोडीफार कुणकुण आम्हाला लागायचीच. आम्ही रडू नये म्हणून अशा बातम्या माझ्यासारख्या स्त्रियांपासून लपवल्या जायच्या. आमच्या माहितीतील कॉम्रेड्सविषयी ऐकले की आम्ही अजूनच उदास होऊन जायचो.

या संघर्षात मरण पावलेल्यांच्या सन्मानार्थ आम्ही एका कॉम्रेड्च्या मुलाचे नाव 'अमर' ठेवले होते. परंतु अमरची तब्येत फारशी चांगली नव्हती. त्याला वारंवार जुलाब होत असत. आमची कुणाचीही लहान मुलांशी क्वचितच गाठ पडत असल्याने तो सगळ्यांचाच लाडका होता.

एके दिवशी एक ज्येष्ठ कॉम्रेड् माझ्यापाशी येऊन मला म्हणाले, ''पेद्दाम्मी, मी तुझ्यासाठी दोन आंबे आणणार आहे.'' मला मोठी मुलगी या अर्थाने सर्व जण 'पेद्दाम्माई' म्हणत असत आणि लोलाक्षीला 'चिन्नाम्माई' म्हणजे छोटी मुलगी म्हणत असत.

''या दिवसांत आंबे कसे मिळतील? उगीच माझी चेष्टा करून नका,'' मी आश्चर्याने म्हणाले.

परंतु तासाभरात ते माझी मुलगी 'करुणा' आणि मुलगा 'चंद्रशेखर' या दोघांनाही बरोबर घेऊन आले. मुलांना बघून मला एकाच वेळी आनंद आणि दुःख अनावर झाले. त्या दोघांनाही मी पोटाशी घट्ट धरले.

आपण आत्ता प्रत्यक्ष भेटत आहोत यावर आमच्यापैकी कुणाचाच विश्वास बसत नव्हता. त्या वेळी मला हेही समजले की, काही कॉम्रेड्सना सुरक्षित

आसरा देण्यामध्ये माझी आई, मुले आणि राममोहन राव[३९] यांचा देखील महत्त्वाचा वाटा होता. माझी आई जिथे रहायला जात असे, तिथे स्वयंपाकाची जबाबदारी सांभाळत असे. तिथे राहणाऱ्या सर्वच कॉम्रेड्सची काळजी ती अगदी आईच्या मायेने घेत असे. त्या वेळी राममोहन राव चौदा वर्षाचा होता. सगळे जण त्याला 'रामू' म्हणत असत. छोट्यामोठ्या कामांवर त्याची पाठवणी होत असे.

घरच्याही काही बातम्या मला समजल्या. आमच्या गावच्या एका कॉम्रेड्ला - सत्यनारायण रेड्डीला गोळया घालून ठार मारण्यात आले होते. अजून दोघा जणांना रायवेल्लूरच्या[४०] तुरुंगात डांबण्यात आले होते. माझ्या सासऱ्यांनाही अटक झाली होती आणि आमचा ठावठिकाणा कळावा म्हणून सासूचे हाल केले जात होते. आमची गुरेढोरे पोलिसांनी ताब्यात घेतली होती. कुळांनाही आमची शेती करायला पूर्ण बंदी घातली होती. असलेच मार्ग वापरून पोलीस भूमिगत झालेल्या कॉम्रेड्सच्या कुटुंबीयांना त्रास देत असत. हे सगळे ऐकून मी दुःखाने आणि संतापाने कापू लागले. दोनचार क्षण तर मी विसरूनच गेले की मी आंध्रात नसून दुसरीकडेच कोठेतरी आहे.

त्या वेळी एक निर्वासित वयस्कर शीख माणूस आमच्या घरासमोर राहात होता. त्यांची तब्येत काही ठीक नव्हती. माझ्या मुलांना हिंदी बोलता येत असल्याने लवकरच माझ्या मुलीची त्यांच्याशी चांगलीच दोस्ती झाली. ती त्यांना 'आजोबा' म्हणत असे. तिला कायम तिचे जेवण-खाण त्यांना द्यायचे असायचे. अशा वेळी मग ती व्हरांड्यात बसून जेवण्याचा हट्ट करत असे. घरात न खाता, बाहेर जाण्याच्या नावाखाली ही मुलगी जेवण टाकून देते अन् आम्हाला मूर्ख बनवते की काय, अशी आम्हा सगळ्यांना शंका होती. एकदा याची शहानिशा करण्यासाठी एक कॉम्रेड् तिच्या मागोमाग बाहेर गेला, तेव्हा खरी काय ती गोष्ट कळली. ती आपले जेवण आजोबांना नेऊन देत असे. या इवल्याशा छोट्या मुलीचा प्रेमळ स्वभाव बघून आम्ही सारे गहिवरून गेलो आणि मनोमन आनंदलो. त्या दोघांनाही पुरेसे खाणे मिळावे म्हणून मग आम्ही तिला दोन जादाच्या इडल्या दिल्या. खरे तर हे सगळे कळल्यावर आम्ही तिला रागे भरणार अशी तिला भीती वाटत होती. पण प्रत्यक्षात सगळे उलटे झाल्यावर आमच्या प्रतिक्रियेमुळे ती खूपच खूश झाली आणि ताबडतोब सरदारजींना भेटायला धावली. दुर्दैवाने त्याच दिवशी त्यांचा मृत्यू झाला. त्यांच्या अंत्ययात्रेच्या वेळेस पाऊस पडत होता. त्या वेळी ती आम्हाला विचारात होती, "आजोबा पावसात भिजतील ना? त्यांना का पावसामध्ये भिजत घेऊन चाललेत?" मरण पावलेली माणसे परत येत नाहीत, हे कटू सत्य सांगून तिच्या बालमनावर ओझे टाकणे शक्यच

नव्हते. अखेरीस 'त्यांना जेवायला घेऊन चाललेत' असे सांगून एका कॉम्रेड्ने तिची कशीबशी समजूत घातली. या प्रसंगानंतर तिच्या या प्रेमळ स्वभावामुळे सगळेच जण तिला 'बेबी' न म्हणता 'करुणा' या नावाने बोलवू लागले.

एक कॉम्रेड् आणि त्यांच्या कुटुंबीयांनी साधारण एक महिन्यानंतर हा निवारा सोडला. कुणीतरी त्यांच्या ठावठिकाण्याची चौकशी करत असताना मी ऐकले. वास्तविक असले प्रश्न आम्ही विचारणे अपेक्षित नव्हते. पण मी काही त्यामध्ये हस्तक्षेप केला नाही. नाहीतर, 'या गोष्टीशी तुझा काय संबंध?' म्हणून कुणीतरी आक्षेप घेतला असता. एका दिवसानंतर मला पुढच्या मुक्कामी जाण्यासाठी तयार राहायला सांगण्यात आले. लोलाक्षी तेव्हा गरोदर होती. आर्थिक तंगीमुळे मोलकरणीचेही काम बंद केलेले होते. आता या अवघड अवस्थेमध्ये एकटी लोलाक्षी निवाऱ्यातील सर्वांचे कसे काय बघणार याची मला चिंता लागून राहिली. 'सुटकेसची आवश्यकता नाही' असे सांगून या वेळी मला फक्त माझे कपडे बरोबर घ्यायला सांगितले होते. त्यावरून याच शहरात मला राहायला जायचे आहे असा माझा होरा होता.

त्या वेळी शहरात रिक्षा अगदी नवीनच होत्या. आमची रिक्षा रझा तालाबपाशी पोचली. त्यावरून पूर्वीच्याच निवाऱ्यात राहायचे आहे असे मला वाटले. पण तिथे पोचल्यावर रिक्षा वेगळ्याच दिशेने जाऊ लागली. पती-पत्नी जोडीने बरोबर चालले आहेत असे वाटावे म्हणून एक कॉम्रेड् माझ्याबरोबर आला होता. एका घरासमोर रिक्षा थांबवून त्याने मला त्या घरात नेले. बघते, तर माझ्या स्वागताला समोर कस्तूरी हसत उभी होती. विशाखापट्टणम्मध्ये असतानाच कस्तुरीने एका मुलाला जन्म दिलेला होता. तिच्यापाशी मी तिच्या नवऱ्याची, सुब्बारावची चौकशी केली. तो तिथेच गच्चीवर असल्याचे तिने सांगितले. सीतारामय्या आणि वेमुलापल्ली हनुमंतराव नावाचे अजून एक कॉम्रेड् पण पलीकडच्या खोलीत राहात होते. मोहन कुमारमंगलम[४१] प्रमाणेच हनुमंतरावदेखील मद्रास कटाच्या खटल्यातील आरोपी होते. त्यांची तब्येत काही ठीक वाटत नव्हती. त्यामुळे ते इथे विश्रांतीसाठीच आले आहेत असे मला वाटले.

या निवाऱ्यातील माझे दहा दिवस पार्टीची कागदपत्रे कॉपी करण्यात आणि कस्तूरीच्या लहान मुलाशी खेळण्यात चटकन संपून गेले. एके दिवशी कुणीतरी जाऊन मुलांना मला भेटण्यासाठी आणले आणि नंतर मला एकटीलाच गुरू नानक निवाऱ्यात नेले. तिथे राघवराव आणि लोलाक्षी अजूनही राहात होते. शिवाय तिथे या वेळी मला आईही भेटली. मला पाहताच ती माझ्याकडे नुसती एकटक बघत राहिली. पण तिने मला काही जवळ घेतले नाही. त्या नजरेतील अगणित प्रश्न पाहून मला काही बोलायला सुचेनासे झाले. माझ्या डोक्यावरून

हात फिरवीत मग ती म्हणाली, "राघवरावला देवी झाल्या आहेत. जा, बघ जा त्याला." राघवरावला खूपच त्रास होत होता. लोलाक्षीच्या चेहऱ्यावरही रोग होऊन गेल्याची पुसट लक्षणे दिसत होती. ती त्याच्याजवळच बसली होती. माझ्याबरोबर आलेले कॉम्रेड् शास्त्री म्हणाले, "या गोऱ्यांनी त्यांच्या बरोबर साथीचे रोगसुद्धा आणलेत. पहिल्यांदा चिन्नाम्माईला (लोलाक्षीला) देवी झाल्या. आता यामध्ये तिचा गर्भपात होतो की काय, अशी भीती वाटायला लागली होती. सुदैवाने तसं काही झालं नाही. पण, त्याऐवजी राघवरावला देवी झाल्या. चांगल्या डॉक्टरला दाखवून व्यवस्थित औषधपाणी करणं पैशाअभावी अवघड व्हायला लागलं. तुझ्या मुलांनाही देवी होतील की काय असा घोर तुझ्या आईला लागून राहिला. म्हणूनच मग आम्ही मुलांना तुमच्या निवाऱ्यात आणलं. तू आणि आई इथे असलात तर लोलाक्षीला जरा बरं वाटेल, म्हणून तुला आणि आईला एकेक करून इथे घेऊन आलो."

शास्त्रींच्या या शब्दांनी मला खूपच उदास वाटायला लागले. तुरुंगात असलेल्या लोकांच्या तब्येतीची निदान चौकशी तरी उघडपणे करता येते, पण जे भूमिगतच झाले आहेत, त्यांचे काय? असल्या अडचणींना कसे तोंड द्यायचे? मला अगदीच निराधार वाटू लागले. मी माझे मंगळसूत्र काढून शास्त्रींच्या हातात ठेवले. ते विकून आलेल्या पैशातून लोलाक्षी आणि राघवरावच्या औषधपाण्याची काहीतरी व्यवस्था होईल, अशी मला आशा वाटत होती. पण शास्त्रींनी 'ही वेळ रडत बसून असल्या गोष्टींचा विचार करत बसण्याची नव्हे' असे म्हणून स्पष्ट नकार दिला. "रात्री दहानंतर आपल्याला रिक्षा मिळणार नाही. कुणालाही काही कळायच्या आत आपल्याला आता निघायलाच हवे," हे सांगून त्यांनी मला वास्तवाचे भान आणून दिले.

वेमुलपल्ली हनुमंतरावांनी त्यांच्याबरोबर भरपूर पुस्तके आणि मासिके आणलेली होती. ही पुस्तके वाचण्यात आणि त्यांच्या बरोबर गप्पा-गोष्टी करण्यात वेळ कसा निघून गेला, ते कळलेच नाही. करुणादेखील कस्तूरीच्या लहान मुलाबरोबर खेळण्यात आणि हनुमंत रावांकडून गोष्टी ऐकण्यामध्ये छान रमली होती.

एके दिवशी ही माझी लाडकी लेक मला म्हणाली, "अम्मा, काका किती छान छान गोष्टी सांगतात! माझ्याबरोबर बाळाशी पण खेळतात. आता आपण कायम इथेच राहू. नको कुठे दुसरीकडे जायला." पण ते दिवस भूमिगत राहाण्याचे होते. आमच्या बरोबर आमची मुलंदेखील त्यांचे स्वातंत्र्य हरपून बसली आहेत या जाणिवेने मी व्याकूळ होऊन गेले. मनातल्या मनात बोलू लागले, 'बाळा, तुझी ही इच्छा पुरी होणार नाही गं!' दुसऱ्या खेपेस एकदा माझा मुलगा मला विचारू लागला, "तू राममामाकडे आम्हाला नेणार नाहीस

का? आज्जी कुठे आहे?'' त्याला उत्तर द्यायला माझ्याकडे कोणतेच शब्द नव्हते.

काही दिवसानंतर मुलांना दुसऱ्या एका निवाऱ्यावर पोचवण्यात आले. मलाही इथून निघण्याविषयी निरोप आला. ट्रेनमध्ये प्रवासात काही छत्तीसगढचे प्रवासी बरोबर असल्याचे माझ्या लक्षात आले. काही प्रवासी तेलंगणामधून मध्यप्रदेशात राहायला निघाले होते. रात्री प्रत्येक स्टेशनवर ट्रेन थांबत होती. या प्रवासात सुद्धा माझ्या सुटकेसची अदलाबदल झाली होती. सूर्योदयापर्यंत ट्रेन गोंदिया स्टेशनला पोचली. तिथे मला उतरवून घेण्यासाठी एक जण आला होता.

गोंदिया

स्टेशनपासून चार फर्लांगावर म्हणजे साधारण अर्ध्या मैलावर आमची रिक्षा एका ठीकठाक गच्ची असलेल्या घरासमोर थांबली. हॉल, किचन आणि दोनचार खोल्या असलेले ते एक साधेसुधेच घर होते. घरात गेल्यावर मला लोलाक्षी आणि राघवराव नजरेस पडले. मागच्या वेळेपेक्षा त्या दोघांची तब्येत या वेळी सुधारलेली दिसली. मी सुटकेचा निःश्वास टाकला. मला वाटते, साधारणपणे दहा ते पंधरा कॉम्रेड्स सहज राहू शकतील एवढे ते घर प्रशस्त होते. रायपूरमधल्या घरासारखे हे घरदेखील कदाचित वरिष्ठ नेतेमंडळींसाठी असावे, असे मला वाटले. पण लोलाक्षी तर गरोदर आहे. इतक्या सगळ्या लोकांचे करणे तिला कसे झेपणार? झोप अपुरी झाल्याने मलाही थकव्याने काही सुचत नाहीये. कसे काय करणार आता सगळे? अशा विचारांची शृंखला माझ्या मनात सुरू झाली.

पार्टीमध्ये आर्थिक तंगी होतीच. त्यामुळे घरकामासाठी वा स्वयंपाकासाठी बाई कामावर ठेवणे आजिबात परवडण्याजोगे नव्हते. अशा परिस्थितीत घरकामासाठी कुणाला तरी कामाला ठेवण्याची मागणी करायला मी चाचरत होते. पण अंजनेय शास्त्रींना देखील बहुधा या समस्येचा अंदाज आला होताच. त्यांनीच पार्टीमध्ये ही अडचण बोलून दाखवली.

घरमालकाने आम्ही कोण, कुठले, अशी विचारपूस केल्यावर आम्ही एक व्यापारी कुटुंब असल्याचे त्याला सांगितले होते. गोंदियातील कारखान्यातून पोर्सेलीनच्या वस्तू विकत घेऊन दुसऱ्या शहरात पाठवण्याचा आमचा उद्योग आहे, आणि म्हणूनच हे घर भाड्याने घ्यावे लागत आहे अशी बतावणी आम्ही केली होती. आम्ही एका सधन व्यापारी कुटुंबातले आहोत, असा आभास आम्हाला शेजारीपाजारी करायचा होता. प्रत्यक्षात आम्ही जमिनीवर झोपत होतो, पण बाहेरच्या खोलीत खूप सारे फर्निचर आणून ठेवले होते. जे घराच्या बाहेर पडत असत, ते महागडे कपडे घालूनच बाहेर पडत असत. आम्ही पण श्रीमंत

घरच्या बायका वाटाव्या म्हणून घरात मोलकरीण असणे आवश्यक होते. बहुधा घरच्या पुरुषमंडळींनी घरमालकाला आमच्यासाठी एका मोलकरणीची व्यवस्था करून द्यायला सांगून ठेवले होते.

'कलाबती' नावाची एक छत्तीसगडची बाई त्यांना मोलकरीण म्हणून मिळाली. पण यात एक अडचण होती. आमचे हे घर म्हणजे एक छुप्या निवाऱ्याचे ठिकाण आहे, अशी दुरून देखील शंका तिच्या मनात येणे परवडणारे नव्हते. म्हणून मग आम्ही एक युक्ती योजली. आम्ही क्षत्रिय कुळातील असल्याने इतर लोकांना घरात घेऊ शकत नाही, असे आम्ही तिला सांगितले. भांडी घासणे आणि पुढचे अन् मागचे अंगण लोटून घेणे एवढी दोनच कामे आम्ही तिला सांगितली. संभाषणासाठी समान भाषेचा कोणताच दुवा आमच्यात नसल्याने सांगितलेले काम फारसे न बोलता ती गुपचूप करून निघून जात असे.

राममोहन राव माझ्या मुलांना घेऊन एक दिवस या निवाऱ्यावर आला. पण बरोबर आई दिसत नव्हती. आई कुठे होती, काय करत होती मला काहीच माहीत नव्हते. पार्टी नेतृत्त्वासमोर आमचे कुटुंब आणि आमची मुले, यापेक्षा चालू असलेला संघर्ष आणि सर्व निवाऱ्यांची सुरक्षितता यासारखे खूप मोठे गंभीर प्रश्न आ वासून उभे होते. लहान मुले आणि वडीलधारी मंडळी घरात असणे निवाऱ्याच्या सुरक्षिततेसाठी सोयीचे जात असे. त्यामुळे माझ्या आईला आणि मुलांना वेगवेगळ्या निवाऱ्याच्या ठिकाणी नेले जात असे. त्यांना माझा पत्ता नसे आणि मला त्यांचा. एकमेकांविषयी काहीच माहीत नसेल तर पोलिसांच्या धरपकडीत आमच्याकडून चुकून देखील इतरांचा ठावठिकाणा कळणार नाही, यासाठी ही काळजी घेतली जात होती.

आता लोलाक्षीचे दिवस भरत आले होते. ती नुकतीच देवीच्या रोगातून उठली होती, त्यामुळे तिची प्रसूती कशी पार पडेल याची मला चिंता लागून राहिली होती. गरज भासल्यास तिला दवाखान्यात नेता येईल की नाही हाही प्रश्न शिवाय छळत होता. शास्त्रींना माझी घालमेल समजली. एक महिला डॉक्टर प्रसूतीच्या वेळेस हजर असेल आणि सर्व काही व्यवस्थित पार पडेल असा धीर त्यांनी मला दिला. पण हे फक्त माझी समजूत काढण्यापुरतेच होते की खरेच पार्टीला मदत करणारी मंडळी या भागात होती, हे शेवटपर्यंत मला कधीच कळले नाही.

लोलाक्षीला कळा सुरू झाल्यावर मी आणि शास्त्री दोघेही तिला घेऊन निवाऱ्याजवळच्याच एका दवाखान्यात घेऊन गेलो. एका सुस्वभावी प्रेमळ महिला डॉक्टरने लोलाक्षीची प्रसूती केली. बाळाच्या अंगावर देखील देवीचे पुसटसे व्रण होते. ते दाखवून ती डॉक्टर म्हणाली, "गरोदरपणात आईला देवी

झाल्या, म्हणून बाळालाही त्याची लागण झाली. पण आई जर या आजारातून सुरक्षित बाहेर पडली, तर बाळाचा जन्मही अगदी निर्धोक पार पडतो.'' सर्वांनाच या बाळाचा जन्म म्हणजे एक महदाश्चर्यच वाटत होते. आम्हा दोघींना जसे सगळे 'पेद्दाम्माई' आणि 'चिन्नाम्माई' म्हणायचे, तसेच हे बाळ घरी आल्यावर आमच्या मुलींना सगळे 'पेद्द बेबी' आणि 'चिन्न बेबी' म्हणू लागले.

खरेतर शाळा शिकण्याच्या वयामध्ये मुलांचा वेळ निवाऱ्यामध्ये नुसता फुकट चालला होता. ही गोष्ट वरिष्ठ मंडळींच्याही ध्यानात आली होतीच. म्हणून त्यांनी राममोहन रावला मुलांना मुळाक्षरे आणि काही प्राथमिक धडे शिकवावेत असे सांगितले. त्यासाठी पार्टीने राममोहनला तेलुगू आणि हिंदीच्या प्राथमिक अभ्यासक्रमाची पुस्तकेपण घेऊन दिली होती. माझा मुलगा त्या वेळचे एक सुप्रसिद्ध हिंदी गाणे 'चूप चूप खडे हो, जरूर कोई बात है' अगदी छान म्हणत असे. त्याचे गाणे ऐकून शास्त्री मला म्हणाले, ''दीदी, आताशा तुम्ही गाणं म्हणत नाही. पण तुमच्या मुलाचा आवाज ऐकून तुमच्या प्रजा नाट्यमंडळीतल्या गाण्याची आठवण झाली.''

एकदा निवाऱ्यामध्ये पार्टीच्या काही कामानिमित्त चंद्रम आले होते. चंद्रम यांनीच माझ्या स्टेजपर्यंतच्या प्रवासामध्ये महत्त्वाची भूमिका पार पाडली होती. ते फारच कमी बोलत होते. ''चंद्रम तात्तय्या (आजोबा) नेहमी गप्प गप्प आणि उदास का असतात?'' असे माझी मुलगी मला सारखे विचारायची. चन्द्रमनी एकदा हे ऐकले आणि ते तिला म्हणाले, ''चल, आपण तुझ्या नेहमीच्या ठिकाणी खेळायला जाऊ.'' तिला घेऊन ते महाराजा कॉलेजमध्ये आणि बागेतही जाऊन आले. परत आल्यावर मुलांकडून आपण त्यांचे बालपण आणि हसण्या-खेळण्याचे दिवसदेखील हिरावून घेतोय, अशी टिप्पणी त्यांनी केली. शास्त्रींनी त्यांची ही आत्मटीका मूकपणे ऐकून घेतली.

चंद्रमना त्याच रात्री निघायचे होते. पण त्यांच्या प्रवासासाठीचे पैसे घेऊन येणारा कॉम्रेड् अजून पोचला नव्हता. चंद्रम आणि त्याचा मदतनीस दोघांकडेही पुरेसे पैसे नव्हते. या पेचातून कसा मार्ग काढायचा या विचारात ते पडले होते. अखेरीस मी माझ्या मंगळसूत्रातील सोन्याची तार त्यांच्या प्रवासखर्चासाठी काढून दिली. ''पूर्वी औषधपाण्यासाठी काढून दिलं होतंस, तेच ना हे गळ्यातलं? बरं झालं, त्या वेळी नाही विकलं!'' एक जण म्हणाला.

गोंड आणि आदिवासी लोक जवळच्या जंगलातून फळे विकण्यासाठी गोंदियामध्ये येत असत. अतिशय चविष्ट जांभळे आणि कवठ तिथे अगदी स्वस्तात मिळत असत. ही फळे खाऊन आमची भूक भागत असे. त्या दिवसांमध्ये आमचे कॉम्रेड् एक वेळ रोटी खात असत आणि नंतर फक्त भातावरच भागवीत

असत. कचऱ्याच्या डब्यात रोज स्वस्तातल्या फळांची साले बघून कलाबती आमच्याकडे विचित्र नजरेने बघू लागली. कलाबतीला बहुधा संशय येऊ लागला आहे, असे मी एका कॉम्रेड्पाशी बोलले. त्यावर त्यांनी ही बाब हसून उडवून लावली. ज्यात-त्यात आम्हाला नको त्या शंका फार येतात असे त्यांचे उत्तर होते. आमच्यात माझ्या आईसारखी धमक नाही, अशी पुस्तीही त्यांनी पुढे जोडली.

"ते कसं काय?" लोलाक्षीने विचारले.

"सोन्याचे दागिने विकण्यासाठी आम्ही एकदा आईची मदत मागितली होती. ते सगळे दागिने अंगावर घालून ती आमच्याबरोबर दुकानात आली आणि दुकानदाराला म्हणाली, 'हे दागिने आता जुन्या पद्धतीचे झाले. माझी नातवंडं काही हे दागिने घालायला तयार नाहीत. त्यामुळे आता हे विकल्याशिवाय मला गत्यंतर नाही.' दुकानदाराने मग तिला नवीन दागिने घेणार का, असे विचारल्यावर ती म्हणाली, 'आता त्यांना त्यांच्या आवडीचे काय ते स्वत:च विकत घेऊ दे. मी फक्त त्यांना आता पैसे देणार.' "

हे ऐकून लोलाक्षी मला म्हणाली, "आईची कमालच आहे! स्वत:च्या जिवाची देखील पर्वा न करता या वयात सुद्धा ती पार्टीचं काम करतीय!"

"नक्कीच अशा अनेक माताभगिनी पार्टीसाठी काम करत असणार आहेत. या सगळ्या जणी संपूर्ण पार्टीच्या आईच आहेत," मी म्हणाले.

"अगदी बरोबर बोललीस," गोर्कीच्या आईची आठवण काढून शास्त्री म्हणाले.

जसजसे दिवस पुढे सरकू लागले, तसे आमच्या नेहमीच्या पाहण्यातले गंगाधर राव, मल्लिकार्जुन राव, कोटेश्वरा राव हे निरोपाची कामे करणारे कॉम्रेड्स् आमच्या निवाऱ्यावर फिरकेनासे झाले. आम्हाला कोणी कार्बन कॉपीज काढण्याचे कामदेखील सांगत नव्हते. रायपूरमध्ये होती, तशी बहुधा गोंदियात दोन-तीन निवाऱ्याची घरे नव्हती. माडीवरती काही बैठका चालू आहेत या व्यतिरिक्त या बैठकांमधून चालू असणाऱ्या विषयांबद्दल आम्हाला काहीच माहीत नव्हते. स्वत: शास्त्रीच बैठकांची सगळी व्यवस्था बघत असत. तरीदेखील सर्वांच्या वागण्या-बोलण्यात आम्हाला एक प्रकारची अस्वस्थता आणि उदासी जाणवायला लागली. सीतारामय्या आणि राघवराव यांसारखी आमची जवळची मंडळी कायम कुठल्यातरी विचारात हरवल्यासारखी भासत. काही वेळा तर त्यांना खाण्यापिण्याचीही शुद्ध नसे.

अशाच त्या गंभीर दिवसांमध्ये एकदा मी शास्त्रींना त्यांच्या आवडीची अंबाडाळ वाढत होते. त्या वेळी मला उद्देशून सीतारामय्या म्हणाले, "त्याला भरपूर

वाढ. चवीने खाणारा माणूस आहे तो.'' यावर गुर्जाडा म्हणाले, ''हो, अन्न आपल्याला ताकद देतं.'' शास्त्रींना हसू आलं. सीतारामय्या बोलणे चालू ठेवत पुढे म्हणाले, ''इथंही गुर्जाडांचा कंसात लिहिलेला अध्याहृत अर्थ आहेच - 'अंगापिंडानं भरदार माणूस पहाडासारखा भक्कम असतो'. शास्त्रीला काही हे कळलेलं दिसत नाही.'' यावर सगळेच हसले. माझ्याकडे बघत शास्त्री म्हणाले, ''पेद्दाम्माई, एकूणातच आता खाण्यापिण्यावर कात्री लागणार असं दिसतंय. थोडक्यावरच आपल्याला भागवावं लागेल. पण मलाच जास्त खाण्याची जरूर आहे ना! तर मग, आता सीतारामय्यांच्या वाटचे जेवण पण मला दे. मला खूप भूक लागलीय!'' थोडक्यात आता मी सीतारामय्यांना काही वाढू नये असे त्यांनी हळूच विनोदाने सुचवले. त्यांच्या ह्या मार्मिक शेऱ्यावर पुन्हा एकदा सगळ्यांनाच हसू कोसळले. बऱ्याच दिवसांनी इतके मोकळेपणाने हसलो. सर्वांनाच बरे वाटले.

शास्त्री जरी हे सारे थट्टेने म्हणाले असले, तरी अशी वेळ आम्हा सर्वांवर कधीही येऊ शकते याची सर्वांनाच कल्पना होती. आमच्यापैकी काही कॉम्रेड्स रिक्षा ओढण्याची, बांधकामावरच्या मजुरीची किंवा टायपिंगसाठी मदतनीसाची अशी पडेल ती कामे करून गुजारा करताहेत, हे आमच्या कानावर होतेच. पार्टीच्या सध्याच्या दुरवस्थेमागे फक्त आर्थिक कारणे नाहीत, हेही लक्षात येत होते. एव्हाना तेलंगणामध्ये पार्टीच्या हजारो सैनिकांचे आणि हितचिंतकांचे प्राण गेले होते. या आधुनिक महाभारतामध्ये अभिमन्यूप्रमाणेच आंध्राच्या शेकडो तरुणांना पलनिप्पनच्या[४२] पोलिसी जाळ्यात आपले जीवनदान द्यावे लागले होते. पार्टीला पुढे जाण्यासाठी मार्ग दिसत नव्हता आणि मागे फिरण्याची तर मुळीच इच्छा नव्हती. नेतृत्व कोंडीत सापडले होते. ह्याच गोष्टीमुळे आमचे कॉम्रेड् निराश दिसत होते.

सशस्त्र लढ्याचा अंत

या सशस्त्र लढाईच्या भविष्यातील वाटचालीबद्दल पार्टीअंतर्गत मतभेद आहेत असे काही दिवसांनी आम्हाला समजले. काँग्रेस सरकारबरोबर लढा चालू ठेवण्यासाठी आपल्याकडे पुरेशी ताकद नाही, म्हणून हा लढा थांबविला पाहिजे असे एका गटाचे मत होते, तर बाकीच्यांचा या भूमिकेला विरोध होता. कुठलाच तोडगा न मिळाल्याने चंद्रा राजेश्वरा राव, माकीनेनी बसवपुन्नया, श्रीपाद अमृत डांगे आणि अजयकुमार घोष यांचे एक शिष्टमंडळ रशियामध्ये स्टालिनशी[४३] या विषयावर सल्लामसलतीसाठी गेले.

एका बाजूला हिमालय आणि तिन्ही बाजूंनी समुद्र अशा भारताच्या भौगोलिक

स्थितीमुळे इतर देशांकडून शस्त्रसाहाय्य मिळणे दुरपास्त आहे, त्यामुळे सशस्त्र संघर्षासाठी आताची परिस्थिती पूरक नाही असा निष्कर्ष स्टालिनबरोबर झालेल्या चर्चेतून निघाला. रशियात झालेल्या या चर्चेनंतरच पार्टीने 'किशन परिपत्रक'[४४] जारी केले होते. सलग पाच वर्षे चालू असलेले आमचे भूमिगत आयुष्य आता लवकरच संपुष्टात येणार होते. मुलांना जवळ घेऊन मी खूप रडले. अनेक आठवणींनी मनात गर्दी केली होती.

एके दिवशी शास्त्री बरेच खाण्यापिण्याचे जिन्नस घेऊन घरी आले. निवाऱ्यावर अत्यंत महत्त्वाची पाहुणेमंडळी येणार असल्याचे त्यांनी सांगितले. चंद्रा राजेश्वरा राव, सावित्राम्मा, द्रोणावल्ली अनसूया (या लढाईतील एका हुतात्म्याची पत्नी) आणि अजून दोन कॉम्रेड् अशी मंडळी घरी आली. आम्ही त्यांचे मनापासून आदरातिथ्य केले. अनसूया अम्मांनी विधवेचा पेहराव घातला होता. जड मनाने आम्ही त्यांना रंगीत साडी आणि हळद-कुंकू दिले. सावित्राम्मांकडून समजले की, पलनिप्पनच्या क्रूर छळवादी धोरणापुढे पोटलुरी सुंदरम् टिकाव धरू शकला नाही. त्याने कितीतरी कॉम्रेड्सचा ठावठिकाणा पोलिसांना सांगितला. त्या सर्वांना पोलिसांच्या अमानुष अत्याचाराला तोंड द्यावे लागले. मी सुंदरमला एलुरुमध्ये असताना पाहिल्याचे मला आठवले. त्याची पिस्तूल हातात घेतलेली ठेंगणी मूर्ती माझ्या डोळ्यासमोर आली. "त्याने स्वत:ला तरी गोळ्या झाडायला हव्या होत्या किंवा त्याला पकडणाऱ्यांना तरी गोळ्या घालायला हव्या होत्या," मी बोलून गेले. सावित्राम्मा यावर म्हणाल्या, "योद्धे मरतात, फितूर मरत नाहीत." सावित्राम्मांना माहीत असलेल्या हुतात्म्यांच्या नावामध्ये नरसिंहा रावचे नाव पण होते. बंदरमध्ये असताना त्याने अगदी सख्ख्या भावासारखी माझी किती काळजी घेतली होती! त्याचे विधिलिखित ऐकल्यावर माझ्या मनात भयंकर संतापाचा उद्रेक होत होता आणि दुसऱ्या बाजूला खूप खोलवर दु:ख दाटून येत होते. सावित्राम्मा माझे सांत्वन करायचा प्रयत्न करत होत्या. या बातमीचा माझ्यावर फार वाईट परिणाम होईल, म्हणून ही बातमी मला कुणी आधी सांगितली नाही, असे शास्त्री म्हणाले.

"फक्त बोलायचंच आहे की काही खाण्याचा विचार आहे?" राजेश्वरा रावांनी आठवण करून दिली. गोंदियातील पोर्सेलीनचा कारखाना पण बघण्याची सूचना त्यांनी केली. हे ऐकताच मुले खूप खूश झाली. कारखान्यात वावरत असताना सर्वसामान्य आयुष्याकडे आमचे पाहिले पाऊल पडत असल्याची जाणीव होऊ लागली होती.

आठवड्याभरात कायदेशीरदृष्ट्या अर्ध-संमत अशा ऑल इंडिया कम्युनिस्ट पार्टीची एक बैठक झाली. कॉमिंटर्नच्या सूचना (स्टालिन) आणि ऑल इंडिया

कम्युनिस्ट पार्टीचे विविध अहवाल यावर सविस्तर चर्चा झाली. सगळ्या वर्तमानपत्रांमधून सशस्त्र संघर्षाच्या समाप्तीच्या आणि पार्टीवरील निर्बंध उठले असल्याच्या बातम्या छापून आल्या होत्या. लोलाक्षीने मला हे सगळे काही वाचून दाखवले. बैठकीहून परत आल्यावर शास्त्री आणि सीतारामय्यांच्या चेहऱ्यावर देखील आनंद दिसत होता. त्यांनीही आम्हाला सविस्तर वृत्तान्त दिला. आठवडाभरात आपण सर्व जण आपापल्या घरामध्ये असू, असेही ते म्हणाले. लोलाक्षी आणि मुले त्याच दिवशी घरी गेली. आता पाण्याची बाटली आणि होल्डॉल बरोबर घेण्याची काही जरूर नाही, असे सीतारामय्या म्हणाले. सामान भरून पुढच्या प्रवासासाठी तयार राहायला मला त्यांनी सांगितले.

त्या रात्री ट्रेनमध्ये मला झोप लागली नाही. सूर्योदय होताच सर्व प्रवासी उगवत्या सूर्याला वंदन करत होते. मीसुद्धा त्या दिनकरास हात जोडून नमस्कार केला. घनदाट जंगलातून येणारा शीतल वारा अंगाला स्पर्श करत होता. हे जंगल म्हणजे तेलंगणाची सीमारेषाच होती. ही गार हवादेखील तेलंगणाचीच आहे, असा एक विचार माझ्या मनात चमकून गेला. कवी नंडूरींचे[४५] एक वाक्य मला त्या वेळी आठवले. ते लिहितात, "ज्ञानदेवतेला फुलांची भाषा समजते." माझ्याही मनात आले.... सुजाण आणि ज्ञानवंत लोकांना तेलंगणाहून येणाऱ्या वाऱ्याची भाषा समजावी. असे झाले, तर या संघर्षाची सुरुवात करणाऱ्या क्रांतिकारकांनी, विजयाची पहाट न पाहाताच या जंगलात मृत्यूला आलिंगन का दिले, याचे रहस्यही त्यांना कळेल... या आणि अशाच विचारात सगळा प्रवास पार पडला.

भूमिगत आयुष्यानंतर

सीतारामय्या विशाखापट्टणम्ला उतरले. ट्रेन हलली आणि लवकरच विजयवाड्याला पोचली. आपल्या रक्ताने इतिहास घडवणाऱ्या हुतात्म्यांच्या पत्नींना प्रत्यक्ष भेटण्याची माझी तीव्र इच्छा जणू ट्रेनला समजली होती. पण आमच्या लाल निशाणावाचून विजयवाड्याचे रस्ते भकास वाटत होते. पार्टी-कार्यालयाच्या दिशेने मी अंदाजाने शक्य तितक्या वेगाने चालत चालले होते. काही वेळाने लाल झेंडा फडकत असलेले एक घर मला दिसले. रस्ता झाडणाऱ्या बाईकडून मी हे पार्टी ऑफिसच असल्याची खातरजमा करून घेतली. मग फार पुढे-मागे न करता सरळ आत गेले.

चार वर्षांपूर्वी माझ्याबरोबर काम केलेले काही कॉम्रेड्स मला तिथे भेटले. मला अचानक असे तिथे बघून तेही आश्चर्यचकित झाले होते. मी काही म्हणायच्या आतच माझ्यावर प्रश्नांची सरबत्ती सुरू झाली, "तू कुठून येतीयस? कशी

आलीस? इथपर्यंत एकटीच कशी काय आलीस? बंदी उठल्याच्या बातम्या असल्या, तरी पोलीस अजूनही आपल्या लोकांना पकडताहेत. तुला हे ठाऊक नाही का?'' या प्रश्नांच्या माऱ्यातच मी ऑफिसमध्ये प्रवेश केला होता. मी माझ्या घरीच परत आल्यासारखे मला वाटत होते. जणू माझे सर्व भाऊच माझे माहेरी स्वागत करत होते! तिथे बसता क्षणीच मला हुतात्मा बेल्लापु शोभनाद्रींची आठवण झाली. ते माझे मानलेले भाऊच होते. मग मी तिथे बसलेल्या कॉम्रेड्सच्या कुटुंबीयांची हालहवालात विचारायला सुरुवात केली. तेवढ्यात एक कॉम्रेड् आत आला आणि मला म्हणाला, ''तुमच्यासाठी बाहेर कोणीतरी आलेलं आहे. ते रिक्षा उभी करून तुमची वाट बघताहेत. बहुधा तुम्हाला दुसरीकडे कुठेतरी घेऊन जाण्यासाठीच ते आले असावेत.''

हा माणूस म्हणजे दुसरे-तिसरे कोणी नव्हे, तर मी भूमिगत होण्यापूर्वी ज्या घरात राहात होते, त्या घराचा मालक होता. आमच्या निरोपांच्या देवाणघेवाणीचे काम करणाऱ्या कोटेश्वरा रावचा तो नातेवाईक होता. मी जशी त्यांना भेटायला म्हणून बाहेर जायला लागले, तसा अजून एक कॉम्रेड् माझ्याबरोबरच ऑफिसमधून बाहेर आला. त्या कॉम्रेड्ने आमच्या या घरमालकाला विचारले, ''कोटेश्वराम्मा इथे येणार आहेत, हे तुम्हाला कसं माहीत?''

''कोटेश्वरा रावने मला सांगितलं की विशाखापट्टणम्हून त्या एकट्याच इथे येताहेत. त्याने मला स्टेशनवर जाऊन त्यांना आणायला सांगितलं होतं. पण वाटेत साध्या कपड्यातले पोलीस माझा पाठलाग करताहेत असं माझ्या लक्षात आलं. म्हणून मी मध्येच एलुरुला उतरलो आणि मग तिथून बसने इथे विजयवाड्याला आलो. रेल्वे स्टेशनवर मी वेळेत पोचलो होतो, पण ट्रेन लवकर येऊन गेल्याचं कळलं. स्टेशनवर सगळीकडे मी ह्यांना शोधात होतो. पण त्या मला कुठे दिसल्या नाहीत. मग कदाचित पार्टी ऑफिसमध्ये त्या गेल्या असाव्यात, असा विचार करत अंदाजाने इथपर्यंत आलो. इथला लाल झेंडा बघून त्या इथेच असतील, असं मला वाटलं.''

त्यांनी हा खुलासा केल्यानंतर मी त्या कॉम्रेड्ला म्हणाले, ''कोटेश्वरा राव यांच्याच शेजारी राहतो. मी तिकडे जाऊन संध्याकाळी ऑफिसमध्ये परत येईन.'' एवढं बोलून त्यांच्याबरोबर रिक्षात जाऊन बसले आणि आम्ही त्यांच्या घरी पोचलो.

माझ्या भूमिगत प्रवासाची सुरुवात जिथून झाली होती, तिथेच मी परत येऊन पोचले होते. हा मोठा विचित्र योगायोग होता. मी अंधश्रद्धाळू नाही, तरीदेखील ही गोष्ट मला फारच गूढ वाटली होती.

तिथे घरीच मला कोटेश्वरा राव भेटला. ''ट्रेन उशिरा आली का? इथेच

काही दिवस राहा. तुमच्यावरती काही खटले नसतील, तर पार्टी तुमची गुडीवाड्यातील लोकांशी ओळख करून देईल. मला मात्र आता एका कामासाठी बाहेर पडावंच लागेल.'' असे सांगून तो बाहेर पडला. माझे आंघोळपाणी झाल्यावर घरमालकाने मला वर्तमानपत्र वाचायला दिले.

''पार्टीवर बंदी होती, तेंव्हा 'जनवाणी'शिवाय कुठल्याही वर्तमानपत्राची आपल्याविषयीच्या बातम्या छापायची हिंमत नव्हती. पाहायला हवं होतं तुम्ही तेव्हा.'' घरमालकाने माहिती पुरवली. यांना पार्टीच्या सर्व हालचालींची चांगली खबर दिसतेय, मनातल्या मनात असा विचार करत मी त्यांच्याकडून वर्तमानपत्र घेतले.

''तेलंगणामध्ये चार हजार लोक ठार झाले म्हणतात. आन्ध्रामध्ये किती गेले असतील?'' मी पुढे त्यांना विचारले.

''चारशेच्या वर तरी असावेत. सर्व तपशील अजून आपल्याला कळले नाहीत,'' ते सांगू लागले.

''माझ्या माहितीप्रमाणे तेलंगणाच्या लढ्यात निजामाच्या पोलिसांनी दोड्डी कोमरय्यांचा पहिला बळी घेतला. आणि आंध्रात काँग्रेस सरकारच्या पोलिसांचा पहिला बळी चिंतापल्ली पापाराव होता, असं मी फक्त ऐकून आहे. यापलीकडे मला काहीच माहिती नाही. तुम्हाला काही माहीत असेल तर मला सांगता का?''

''चिंतापल्ली पापाराव त्यांच्या मदतनीसाच्या पुढे चालत होता. पोलीस त्यांच्या मागावर होतेच. त्यांचा पाठलाग करून पोलिसांनी रात्री मुसुनुरुजवळ त्याला गोळ्या मारून ठार केलं. गन्नावरम्‌मधल्या एका रस्त्यावर त्यांनी त्याला फेकून दिलं. मृतदेहाच्या जवळदेखील ते कुणाला फिरकू देत नव्हते. कुणी जवळ आलंच, तर त्याला लाठीचा धाक दाखवत होते. सगळे कम्युनिस्ट आणि त्यांना पाठिंबा देणारे सगळे लोक असेच मरतील, अशी वर धमकीही देत होते.

''....लोकांमध्ये अशी दहशत पसरवून त्यांनी पार्टीची काही गुप्त ठिकाणं शोधून काढली आणि तिथल्या साऱ्या कम्युनिस्टांना गोळ्या घालून ठार मारलं. आपल्या सर्व छुप्या जागा शोधून काढण्यासाठी त्यांनी आकाश-पाताळ एक केलं. 'काटूरु आणि 'एल्लामरू' ही दोन गावंच्या गावंच त्यांनी कम्युनिस्ट गावे म्हणून जाहीर करून टाकली. पिसाटासारखे ते क्रूर वागत होते. सामान्य लोकांना नागवं करून गांधीजींच्या पुतळ्याला त्यांनी प्रदक्षिणा घालायला लावल्या. आणि वर सतत 'कम्युनिस्टांची माहिती द्या', म्हणून लाठीने मारझोड करत होते. तुमच्या कानावर या घटना आल्या असतीलच. या बातमीने संपूर्ण देश हादरून गेला होता. गावातल्या तिरुमला राव, वेंकटेश्वरा राव आणि अजून काहीजणांना ठार मारलं.

"अनुमरलापुडी सीतारामरावला देखील पकडून तुरुंगात टाकलं. तुरुंगातच त्याला गोळ्या घालून ठार मारलं. अमानुष छळ करून देखील त्यांना काही लोकांकडून काहीच माहिती मिळत नव्हती. अशांना त्यांनी सरळ मारून टाकलं आणि त्यांची कलेवरं झाडाझुडपात फेकून दिली. मृतदेह बघायला येणाऱ्या लोकांनाही त्यांनी पकडून नेले. असं म्हणतात की, बळी गेलेल्या चारशे जणांपैकी बरेचसे कृष्णा जिल्ह्यातील होते. एकट्या भटला पेनूमर्रु गावचेच अकरा जण होते. वडील, मुलगा, जावई अशा एकाच कुटुंबातील माणसांना मारायला देखील त्यांनी मागेपुढे बघितलं नाही. तुम्हाला कदाचित त्यांची नावं ठाऊक असतील. चलसानी जगन्नाथ राव, त्यांचा मुलगा श्रीनिवास राव आणि जावई वेंकटेश्वरा राव. या गोष्टींबद्दल उघडपणे कोणी काही बोलत नाही. पण सर्वसामान्य जनता या घटनांमुळे चांगलीच हादरली होती."

त्यांच्या शब्दांनी काळजाला घरे पडत होते.

हुतात्म्यांना आदरांजली

या लढ्यात हुतात्मा झालेल्या कॉम्रेड्सच्या सन्मानार्थ मला त्यांच्या काही आठवणी इथे सांगाव्याशा वाटतात. चलासनी जगन्नाथ राव आणि मी एका निवाऱ्यामध्ये काही काळ बरोबर राहिलो होतो. मी त्यांना 'बाबाई' म्हणजे काका म्हणत असे. तेही मला प्रेमाने 'अम्माई' म्हणजे त्यांची लेक म्हणून हाक मरत असत. सीतारामय्यांची ते 'जावईबापू' म्हणून चेष्टाही करत असत. माझे गाणेही त्यांना फार आवडायचे. 'आता या निवाऱ्यात किती दिवस काढायचे?' असे ते नेहमी म्हणत असत.

महिला संघाच्या कामासाठी मी आणि अजून एक महिला कॉम्रेड्, तापी राजम्मा, आम्ही दोघी तिरुवुरु तालुक्यामध्ये बऱ्याचदा जात असू. त्या वेळी अनुमरलापुडी सीतारामरावची आम्हाला या कामी खूपच मदत झाली होती. त्याचा स्वभावही थट्टेखोर अन खेळकर होता. गाणे म्हणण्यासाठी तो कायम आम्हाला आग्रह करत असे. त्याच्या मते गाणे हे संवादाचे अतिशय चांगले मध्यम होते. आमच्या निवाऱ्यातील कम्युनमध्ये जेवायला आला की तो स्वयंपाकघरात थाळी हातात घेऊन भिकाऱ्यासारखी गाणी गात आमची चेष्टामस्करी करायचा.

आमचे कॉम्रेड्स सांगायचे, चिंतापल्ली पापाराव तर 'बोब्बीलीचा वाघ' म्हणून ओळखल्या जाणाऱ्या तांद्रा पापारायुडू[४६] या सेनापतीपेक्षाही धाडसी होता. गन्नावरम् तालुक्यात बुद्धावरमला त्याच्या गावी जायची वेळ पडली, तर जेवण केल्याशिवाय कधीही बाहेर पडल्याचे मला आठवत नाही. गुणदलामधल्या[४७] पहिल्या सांस्कृतिक दलामध्ये देखील त्याचा सक्रिय सहभाग होता. पार्टीच्या

विजयवाड्यामध्ये झालेल्या अधिवेशनात त्याने आमच्या बरोबर समूहगीतसुद्धा गायले होते.

या बळी गेलेल्या कॉम्रेड्सचा विचार राहूनराहून माझ्या मनात येत होता. त्यांच्या स्मृतीप्रीत्यर्थ काहीतरी करावे असे माझ्या मनात फार होते. वाटले, त्यांच्या विषयीची गाणी रचून म्हणावी. पण मला संगीतनिर्मितीची काहीच जाण नव्हती अन् तशी प्रतिभाही नव्हती. पण तरीदेखील मी आशा सोडली नाही. आम्ही पूर्वी एक गाणे म्हणत असू, ते मला आठवले. 'भारत आमुचा देश, भारतीय आम्ही सारे...' अशा काहीशा अर्थाचे ते गाणे होते. याच गाण्याच्या धर्तीवर मी आमच्या या तीन कॉम्रेड्सविषयी गाणं लिहायला सुरुवात केली. त्याची सुरुवात काहीशी अशी होती - 'आम्ही तेलुगू मातीचे लोक, तेलुगू आमची विरासत..' या घरात घालवलेले दिवस काही तासांसारखे भुर्रकन उडून गेले. नंतर कोटेश्वरा रावसोबत मी तिथून बाहेर पडले.

काही दिवसांनी गुडीवाडा तालुक्यातील दंताकुरू गावातील एका जाहीर कार्यक्रमात पार्टीने मला स्टेजवर बोलवले आणि माझी ओळख करून दिली. एक प्रकारे त्यांनी माझी सार्वजनिक आयुष्यात परतण्याची घोषणाच केली. अशाच रितीने अनेक कम्युनिस्ट भूमिगत आयुष्यातून बाहेर पडले. पार्टीची स्थापना करणारे दिग्गज नेतेदेखील भूमिगत आयुष्यातून आता बाहेर पडताहेत, असे कळले होते. आमच्या नेत्यांचे विजयवाड्यात परत येणे मला वनवास संपवून हस्तिनापूरमध्ये परत येणाऱ्या पांडवांसारखे वाटत होते. याच शहरात त्या सर्वांची समाजवादाशी तोंडओळख झाली होती. याच शहरात त्यांनी दिमाखाने लाल निशाण फडकावले होते. याच शहराने गुंडागर्दीचा पुरता बिमोड करून नवचेतनेचे स्फुलिंग असलेली एक नवीन तरुण पिढी घडवली होती. हेच ते शहर, जे एके काळी कम्युनिस्टांचा बालेकिल्ला होते...

अपेक्षित होते त्याप्रमाणे लाल झेंड्याच्या सन्मानार्थ ठेवलेल्या एका जाहीर कार्यक्रमात चंद्रा राजेश्वरा राव, पुचलापल्ली सुंदरय्या, मड्डूकुरी चंद्रम्, माकीनेनी बसवपुन्नया आणि चलसानी वासुदेवा राव सामील झाले. इंद्रकिलाद्रीची[४८] टेकडी पुन्हा एकदा कम्युनिस्ट घोषणांनी आणि हुतात्म्यांसाठी आदरांजली म्हणून जनतेने गायलेल्या समूहगीतांनी दुमदुमून गेली. हे दृश्य पाहून आमच्या मातृसमान तेलुगू संस्कृतीचेही डोळे आनंदाने भरून आले असतील.

निवडणूक प्रचार

आमच्या काही कॉम्रेड्सनी १९५२ची निवडणूक तुरुंगातून लढवली. पार्टीच्या नेतेमंडळींच्या बरोबरीने आम्ही स्त्रियादेखील प्रचारात सहभागी होतो. बळी गेलेल्या

आमच्या कॉम्रेड्सचा अभूतपूर्व त्याग, आमच्या उमेदवारांना झालेला तुरुंगवास या सर्वांविषयी आम्ही लोकांशी बोलत असू. माझी जुनी मैत्रीण, कॉम्रेड् राजम्मा चेन्नईहून प्रचाराच्या कामासाठी येणार होती. मी तिचीच वाट बघत होते. म्हणून मी पार्टीच्या ऑफिसमध्ये गेले. तिथे एका कॉम्रेड्ने ती अजून दोन दिवसांनी येणार असल्याचे मला सांगितले. तोपर्यंत चेन्नईच्या पार्टी नेत्या 'पार्वती कृष्णन' यांच्याबरोबर मी प्रचाराला जावे, असेही त्याने मला सुचवले. त्या कॉम्रेड् कुमारमंगलम् यांची बहीण असून त्यांचे वाचनही दांडगे असल्याची माहिती त्याने पुरवली.

पण मला खात्री वाटत नव्हती. त्यांना तेलुगू बोलता येत नाही आणि मला तमिळ येत नव्हते. अशा परिस्थितीत माझे त्यांच्या बरोबर कसे निभावेल आणि आम्ही प्रचार तरी एकत्र कसा करणार अशा शंका मला भेडसावत होत्या.

"त्यांना थोडेसं हिंदी येतं. तुझीही हिंदीशी तोंडओळख आहेच. (मी भूमिगत असताना थोडंफार हिंदी शिकले होते.) त्यामुळे हा काही फार मोठा प्रश्न नाही. त्या जुळवून घेतील." माझ्या मनातल्या शंकांना दूर करीत आमचा कॉम्रेड् विश्वासाने म्हणाला.

ऑफिसच्या दारात पार्टी प्रचाराची गाडी पोचली. मागे तीन कॉम्रेड् बसले होते आणि पार्वती ड्रायव्हरशेजारी, पुढच्या सीटवर बसल्या होत्या. गाडीत फक्त चारच माणसांना बसायची जागा होती. मी कुठे बसावे, असा मला प्रश्न पडला होता. काही न सुचून मी नुसतीच तिथे उभी राहिले. मला वाटले, त्या एका कॉम्रेड्ला उतरायला सांगतील आणि मग मी त्याच्या जागेवर बसेन. पण त्याऐवजी स्वत: बाजूला सरकून त्यांनी मला त्यांच्या शेजारी बसायला सांगितले. मी हडकुळी असल्याने त्या छोट्याशा जागेत कबुतरासारखी अंग आक्रसून बसले होते. एखादी छोटी मुलगी आईच्या मांडीवर बसते, अगदी तशीच. माझा खांदा थोपटत त्या म्हणाल्या, "आताच्या परिस्थितीत अजून एक गाडी घेणं पार्टीला परवडणारी गोष्ट नाही. आपल्याला असंच सांभाळून घ्यावं लागेल."

तोडक्यामोडक्या हिंदीतून त्या माझ्याशी बोलत असत. बऱ्याचदा भाषणापूर्वी त्या मला गाणे म्हणायला सांगत असत. आमच्या कॉम्रेड्सनी मला स्टेजवर बोलावण्याच्या आधीच त्या स्वत: मला हात हलवून स्टेजवर बोलवत असत. खरे तर मी गायलेल्या गाण्याचा अर्थ त्यांना पूर्ण कळलेला नसे. पण तरीदेखील त्या गाण्याला उत्स्फूर्त प्रतिसाद द्यायच्या. पूर्ण अर्थ कळला नसला, तरी गाण्याचा भावार्थ लक्षात येतो असे त्यांचे यावर म्हणणे असे. आमच्या या कालावधीतील मैत्रीची आठवण म्हणून मद्रासला जाण्यापूर्वी त्यांनी मला पुरोगामी गाण्यांचे एक छोटेसे पुस्तक भेट म्हणून दिले होते. सगळेच नेते त्यांच्यासारखे असते, तर

किती बरे झाले असते असा विचार माझ्या मनात तरळला. गाणी आणि जे काही तोडके मोडके हिंदी मला येत होते, ते मी विसरून गेले नव्हते याचेही समाधान वाटले.

राजम्मा आल्याचे कळल्यानंतर मी दुसऱ्याच दिवशी पार्टी ऑफिसमध्ये गेले. राजम्मा कात्रगड्डा हनुमायम्मांच्या घरी गेलेली असल्याचे कळले. नंदीगाम तालुक्यात विरुल्लापाडूजवळच्या एका गावात पार्टीचा जाहीर कार्यक्रम होता. चलसानी वासुदेव रावांच्या बरोबर जाऊन आम्हा दोघींना तिथे गाणी म्हणायची आहेत असे ऑफिसमधल्या कॉम्रेड्‌ने सांगितले. विरुल्लापाडूचे नाव ऐकल्याबरोबर माझ्या कॉम्रेड् वरमल्लेश्वरीबरोबरच्या आठवणी जागा झाल्या. या भागात आम्ही दोघींनी मिळून केलेले काम आठवले.

तुम्हाला आठवत असेल, तर मागे मी कृष्णा जिल्ह्यातील प्रत्येक तालुक्यात एकदोन 'लाल' गावे असल्याचा उल्लेख केला होता. ही गावे म्हणजे पार्टीची मजबूत ठाणीच होती. विरुल्लापाडू हेही असेच एक 'लाल' गाव होते. नाटककार वासीरेड्डी भास्करा रावदेखील याच गावचे होते. राजम्माला त्यांच्याविषयी अतिशय आदर होता. सुंकराच्या[४९] जोडीने भास्करा रावांनी 'मा भूमी' सारखी नाटके लिहिली होती. या नाटकामध्ये राजम्माने सीतम्माची भूमिका बजावली होती.

हे गाव आणि आसपासच्या परिसरात पेद्दा-कम्मा[५०] जातीची खूप कुटुंबे होती. वासीरेड्डी, वट्टीकोंडा किंवा पाटीबंडला अशा प्रकारची त्यांची आडनावे असत. इतर कम्मा, कापू आणि रेड्डी जातीच्या लोकांपेक्षा ते स्वतःला श्रेष्ठ समजत. जातीबाहेरच्या लोकांना ते थाळीऐवेजी पत्रावळीवर जेवण वाढत असत. पेड्डा-कम्मांचे वर्चस्व असलेल्या या भागात पूर्वी मी आणि वरमल्लेश्वरी महिला संघाच्या प्रसारकार्यासाठी गेलो होतो. वरमल्लेश्वरीने मला आधीच सावध केले होते, "घरमालकीण तू पेद्दा-कम्मापैकी आहेस की नाही, याची आधी चौकशी करेल. तू त्यांच्या जातीची नाहीस म्हटल्यावर तुला पत्रावळीवर जेवण देईल. कदाचित तुझा अपमानही करेल. त्यांना याची आधी कल्पना का दिली नाही, म्हणून मलाही भंडावून सोडेल. म्हणून काही न बोलता गुपचूप तुझं जेवण उरकून घे." आपल्या समाजात जाती-भेद किती तीव्र आहेत याचा मी पुन्हा एकदा तिथे अनुभव घेतला होता.

आता परत एकदा मी राजम्माबरोबर त्याच विरुल्लापाडूला निघाले होते. गाडीत मागे बसून आम्ही दोघी गप्पा मारत होतो. त्या वेळी नंदीगाम तालुक्याविषयी तिच्यापेक्षा मला खूपच अधिक माहिती होती, असे राजम्मा म्हणाली. मीही हसून सहमती दाखवली आणि पुढे हा वरमल्लेश्वरीबरोबरचा किस्सा सांगितला. "फक्त जात पुरेशी नाही, म्हणून या लोकांनी उपजात, पोटजात याचंही प्रस्थ करून

ठेवलं आहे!'' राजम्मा उपरोधाने म्हणाली.

गाव जवळ आल्यावर पुढे बसलेल्या चलसानी वासुदेव रावांनी आम्हाला कार्यक्रमासाठी गाण्यांची आणि लोकांशी बोलायच्या विषयांची तयारी करून ठेवायची आठवण केली. मग आम्ही कामाला लागलो. स्टेजवर गेल्यावर मी आणि राजम्माने प्रथम एक देशभक्तीपर गाणे गायले. त्यानंतर वासुदेव राव आणि इतर कॉम्रेड्सची विचारप्रवर्तक भाषणे झाली. कार्यक्रमानंतर गावकरी मला आणि राजम्माला जेवणासाठी त्यांच्या घरी घेऊन गेले. आमच्या ड्रायव्हरला जेवणासाठी बोलवायला राजम्मा गाडीकडे गेली.

आमच्या कॉम्रेड्ने घरमालकिणीला तीन जणांसाठी जेवण रांधून ठेवायला सांगितले होते. तिने वऱ्हांड्यात दोन पत्रावळी ठेवल्या आणि एका थाळीची व्यवस्था घरातच केली. मला तिने घरात जेवायला बोलविले आणि राजम्माला अन् ड्रायव्हरला बाहेरच बसून जेवायला सांगितले. मला धक्काच बसला ''ते दोघे पेद्दा-कम्मा नाहीत, असं कुणी तुम्हाला सांगितलं होतं काय?'' मी घरमालकीणीला विचारले. त्यावर ती म्हणाली, ''मला वाटलं, त्या बाई 'माला' आहेत. तुम्ही तर चांगल्या ब्राह्मण घरच्या दिसता. तुम्हाला त्यांच्या शेजारी बसलेलं चालत नाही ना?''

कुणीतरी माझ्या काळजावर हातोडीने घाव घालतेय असे मला वाटले. 'चार डोक्यांचा हिंदू नागराज स्पर्शानेदेखील फुत्कारतो' या जशुवांच्या[५१] कवितेच्या ओळी माझ्या मनात घुमू लागल्या. मनोमन मला याचेच नवल वाटत होते की, श्वासाने हवासुद्धा प्रदूषित होते म्हणून एक गट लोकांना बाजूला सारतो, तर आणखी एखादा गट रंगावरून आणि दिसण्यावरून अस्पृश्यता पाळतो!

''तुम्हाला कोणी सांगितलं, मी ब्राम्हण आहे म्हणून?'' मी परत विचारले.

''माझे मालक म्हणाले, 'आज घरी ब्राह्मण यायचे आहेत. अंडी शिजवू नका. तुम्ही गोऱ्या आहात. शिवाय वायलची साडी पण नेसला आहात, म्हणून मला वाटलं तुम्हीच ब्राम्हण आहात,'' तिने आपले स्पष्टीकरण दिले.

''मी ब्राह्मण नाहीये. त्या ब्राम्हण आहेत. तुमचे विचार कळले, तर त्या तुमच्या घरी येणार पण नाहीत, खाणं-पिणं तर दूरच राहिलं,'' एवढे बोलून मी आम्हा तिघांना एकत्रच वाढायला सांगितले.

त्याच वेळी नेमकी राजम्मा घरात आली आणि म्हणाली, ''किती वेळ गप्पा मारत बसली आहेस? आपल्याला विजयवाड्याला लवकर परत जायचं आहे, विसरलीस की काय? चला, लवकर जेवून घेऊ यात.'' घरमालकिणीने शेवटी काय विचार केला कुणास ठाऊक! पण तिने अजून एका पत्रावळीची व्यवस्था बाहेर केली आणि आम्हा तिघांना एकत्र वाढले.

नंतर हा सगळा वृत्तान्त मी आमच्या कॉम्रेड्सना सांगत होते. हे सगळे बघून मला खूप वाईट वाटल्याचे मी सांगत होते. मला थांबवून त्यावर राजम्मा म्हणाली, "माझ्या लहानपणी मी ब्राह्मणांचे कसलेही नियम न पाळता इकडे-तिकडे भटकत असायची. आमचे नातेवाईक आईला त्या वेळी सरळ विचारायचे, 'तू गोरी असून या काळ्या मुलीला कसा काय जन्म दिला?' माझी आई यावर म्हणायची, 'पडलं असेल एखादं माला बीज चुकून माझ्या पोटात.' देवळात जाऊन पूजापाठ करायला मला ते सांगायचे, तेंव्हा मी शेजारी प्रजाशक्ती[५२] मासिक वाचायला जात असे. आईला जेव्हा हे कळलं, तेव्हा ती म्हणाली, सगळ्या शूद्रांच्या सवयी उचलल्या आहेत पोरीनं. प्रत्यक्ष जन्म देणारी आई असं बोलली, तरी मी कधी त्याची पर्वा केली नाही. या लोकांच्या मतांचा कशाला एवढा विचार करायचा?"

वासुदेव राव म्हणाले, "तुमच्या लहानपणीची परिस्थिती आता राहिली नाहीये. गोष्टी थोड्या बदलेल्या आहेत. पण आपल्या पार्टीला पाठिंबा देणाऱ्या लोकांकडून असलं बोलणं ऐकल्यावर वाईट वाटतंच, नाही का?"

"हे अनुभव आपल्याला खूप काही शिकवून जातात, विचार करायला भाग पाडतात," राजम्मा म्हणाली. थोड्याफार फरकाने मीही त्यांच्याशी सहमत होते. उन्नवांच्या 'मालपल्ली' सारख्या कादंबऱ्या, जशुवांच्या गब्बीलम्सारख्या कविता, एवढेच नव्हे तर गुडवल्ली रामब्रह्ममच्या[५३] मालपिल्ला, रैतु बिड्डा, सुमंगली आणि गृहप्रवेशम् यांसारख्या सामाजिक चित्रपटांनी परिवर्तनाच्या चळवळीला हातभारच लावला आहे. याच विषयावर माझ्या मनात वेगवेगळे विचार रुंजी घालत होते. सामाजिक बदलाला चालना देणारे अशा प्रकारचे साहित्य आणि सांस्कृतिक कार्यक्रम अजून मोठ्या प्रमाणात यायला हवे, असे मला मनापासून वाटत होते.

१९५२ च्या निवडणुकीत आमच्या उमेदवारांना घसघशीत यश मिळाले. काँग्रेसच्या मंत्र्यांचा देखील पराभव झाला होता. कम्युनिस्ट पार्टी प्रथम स्थानावर होती आणि त्यानंतर काँग्रेस होती. पंडित जवाहरलाल नेहरुंपेक्षाही तेलंगणाचे नेते रवि नारायण रेड्डी यांना जास्त मते मिळाली होती. पार्टीच्या निवडणूक प्रचारासाठी काम केलेल्या आम्ही सर्व कार्यकर्त्यांनी आमच्या हुतात्म्यांना श्रद्धांजली वाहिली आणि त्यांच्या कुटुंबीयांचे सांत्वन केले.

उत्तर-आंध्रातील प्रचार

१९५५च्या निवडणुकीमध्ये 'कोगंटी गोविंदराव' आणि 'जोन्नालगड्डा वल्लभराव' हे दोघे उत्तर-आंध्राचे उमेदवार होते. मानीकोंडा सूर्यवती, तापी राजम्मा आणि

मी, अशा आम्हा तिघींची या प्रचारकामासाठी निवड झाली. त्याप्रमाणे आम्ही तिघींनी तिकडे जायची तयारी सुरू केली. ट्रेनमध्ये बसताच गुर्जाडांची तीव्रतेने आठवण झाली. त्यांच्या भूमीवर आम्ही निघालो होतो. इथेच त्यांचा जन्म झाला होता. हीच त्यांची कर्मभूमी होती आणि इथेच त्यांना वीरगती प्राप्त झाली होती. त्यांनी लिहिलेली देशभक्तीपर गाणी मला आठवत होती. त्यांनी लिहिलेल्या 'कन्यका' आणि 'पूर्णम्मा' या काव्यकथादेखील आठवत होत्या. गुर्जाडांची पुण्यतिथी साजरी करण्यासाठी आम्ही विजयवाड्यामध्ये एक जाहीर सभा आयोजित केलेली होती. त्या वेळी मड्डूकरी चन्द्रम् त्यांच्याविषयी जे बोलेले होते, ते शब्द मला आजही आठवत होते.

ट्रेनमध्ये बसल्याबसल्या माझ्या मनात विचारांची शृंखला सुरू झाली. विजयनगर साम्राज्याच्या भग्नावशेषांमध्ये राजा श्रीकृष्णदेवरायचे नाव आजही अमर आहे. अगदी त्याचप्रमाणे, जोपर्यंत हे राष्ट्र आहे, येथील लोक आहेत, तोपर्यंत साहित्याच्या आकाशात गुर्जाडा नावाचा सूर्य तळपत राहील.[५४] विजयनगरचा सम्राट आपल्या प्राचीन इतिहासातील एक गौरवाचे पान आहे, तर विझीनगरच्या या कविराजाने 'मुत्याला सरालु' सारखे आधुनिक काव्य लिहून तेलुगूला अजरामर केले आहे.

विझीनगरला पोचल्यावर आम्हाला गुर्जाडांच्या घराला आणि आनंद गणपती राजाच्या किल्ल्याला भेट द्यायची इच्छा होती. या राजाने गुर्जाडांना खूप मदत केली होती. राजाच्या किल्ल्यात जतन केलेले त्या काळातील कलेचे वैभव स्वतःच्या डोळ्यांनी एकदा प्रत्यक्ष अनुभवायचे होते.

विशाखापट्टणमला ट्रेन थांबली. आम्हाला आणण्यासाठी पार्टीने दोन कॉम्रेड्सना जीप घेऊन पाठवले होते. उत्तर-आंध्रमध्ये पोचल्याच्या आनंदातच आम्ही पार्टी ऑफिसमध्ये पोचलो. सूर्यावतीने सुचवले, "ही निवडणूक आपली पार्टी फक्त लोकांनी दिलेल्या देणग्यांच्या जिवावरच लढवतीय. लोकांकडून आपल्याला मिळालेल्या आपुलकीला साजेसे असेच आपण राहूयात." त्यानुसार निवडणूक खर्च कमी करण्यासाठी आम्ही लोकांच्या घरी राहून ते देतील ते खायचे असे ठरवले.

"आज आपण मंदसाला जाणार आहोत," आम्हाला न्यायला आलेल्या कॉम्रेड्ने घोषणा केली. या जागेचे काय वैशिष्ट्य आहे अशी आम्ही चौकशी केल्यावर तो सांगू लागला, "इथे एकदा खूप मोठा दुष्काळ पडला होता. शेतीच्या नुकसानीने आधीच टेकीला आलेल्या शेतकऱ्यांना इथल्या जमीनदाराने, दुष्काळ असूनही, शेतसाऱ्यावरून त्रास द्यायला सुरुवात केली. भूक आणि कर या दोन्हीच्या कोंडीत सापडलेल्या शेतकऱ्यांनी असह्य होऊन अखेरीस बंड

केले. विरोध करणाऱ्या सर्व शेतकऱ्यांना गोळ्या घालून ठार मारण्याचे आदेश जमीनदाराने दिले. त्या वेळी जो गोळीबार झाला, त्यामध्ये गुंणम्मा नावाच्या स्त्रीसह सहा जण ठार झाले.'' या जागेच्या इतिहासात आम्हाला रस आहे, हे त्याच्या लक्षात आले. मग तो आम्हाला मंदसा किल्ल्यावर घेऊन गेला. जमीनदाराचा हा किल्ला आणि बंडामध्ये बळी गेलेल्यांचे देह जिथे लटकवले होते, ती जागा आम्ही पहिली. ते पाहून मला आमच्या जिल्ह्यातील गाजुल्लंकातील लढ्याची आठवण झाली. या लढ्यात वियम्मा आणि तेलंगणातील अजून एक धाडसी स्त्री, ऐलम्मा या दोघींचा बळी गेला होता.

माझ्या नकळत माझ्याच गाण्याचे शब्द माझ्या ओठावर आले. 'आपल्या मायभू तेलुगूने अशा शूर स्त्रियांना जन्म दिला, धन्य आमुचे तेलुगू लोक, धन्य आमुची मायभू.' मला वाटू लागले, हे गाणे फक्त कृष्णा जिल्ह्यातच नव्हे तर, सगळीकडे गायले जाऊ शकते. मी या विचारात हरवलेली असतानाच आमच्या कॉम्रेड्ने किल्यातून निघून पुढच्या कार्यक्रमासाठी वेळेवर पोहचण्याची आठवण करून दिली.

पार्टीने प्रचार करायच्या ठरवलेल्या ठिकाणांपैकी अनेक गावांमध्ये आमचे कॉम्रेड्स आम्हाला घेऊन जात असत. या दौऱ्यात अनेक प्रथा-परंपरांशी आणि म्हणींशी आमचा जवळून परिचय झाला. काही गावांमध्ये स्त्रिया साडीवर चोळी किंवा ब्लाऊज यासारखे काहीच घालत नसत. यामागचे कारण त्यांना विचारल्यावर त्यांचे उत्तर असे - ही आमची परंपरा आहे. त्यांच्यामधील अगदी आधुनिक स्त्रियादेखील भीतीपोटी ही परंपरा पाळत असत.

आमच्या संघटनेने अशा अनेक लाजिरवाण्या प्रथा बंद पाडल्या. स्त्रियांना चोळी घालायला मनाई करणारी ही अन्यायकारक प्रथा आधी बंद करायला हवी, असे आम्हाला वाटले. आमच्या प्रचारसभांमध्ये ह्या मुद्द्यावर आम्ही सर्व स्त्रियांशी बोलू लागलो. दुसऱ्या दिवशी त्यातील काही जणी तरी चोळी घालून येत असत. हे पाहून आम्हाला खूप आनंद होई.

लोकांमध्ये प्रचलित असलेल्या काही म्हणी, वाक्प्रचार मी शिकले.

- ब्रह्मदेशात निघाला, जगण्याची व्यवस्था करायला
- खिशात नाही दमडी आणि सिंहाचलला निघाली स्वारी
- सगळं जाळलं, खल्लास केलं अन् केली जरी पोडु शेती (सामूहिक शेती) तरी नाही भरणार आपली पोटाची खळगी...

म्हणी म्हणजे त्या त्या वेळच्या सामाजिक परिस्थितीचा आरसाच असतो, हे पुन्हा एकदा लक्षात आले.

गुर्जाडांचे एक गाणेही त्या वेळी आठवले. या भागातील अठराविश्वे दारिद्र्य

पाहूनच बहुधा त्यांना या ओळी सुचल्या असाव्यात.

कष्ट करा, कष्ट करा
हिरव्यागार रानासाठी, मोत्यासारख्या दाण्यासाठी
कष्ट करा, कष्ट करा
दाणापाण्यातच आहे ताकद
ताकद आहे तर खरा मर्द आहे!
थकलेल्या देहांचा, दुबळ्यांचा
का कधी देश संपन्न होतो?
घाई करा! तंत्र शिका, कला शिका!
सारं काही इथेच बनवा...

दिवसभर आम्ही घराघरात जाऊन प्रचार केला, स्थानिक संस्कृती आणि इतिहास समजून घेतला. रात्री खुल्या सभेमध्ये आम्ही भाषणेही केली, गाणीही म्हटली. दोन्ही वेळच्या जेवणखाणासाठी आमचे कॉम्रेड्स आम्हाला त्यांच्या माहितीच्या लोकांच्या घरी घेऊन जात असत. घरधनीण आमचे अगदी मनापासून हसून स्वागत करत असे. बऱ्याचदा जेवणात मासे आणि कोळंबीची आमटी असे. ह्या गोष्टी उपलब्ध नसतील, तर वांगी, नाहीतर दोडक्याबरोबर सुके मासे किंवा कोळंबी भिजवून केलेली आमटी असायची. काही ठिकाणी त्यांनी आम्हाला पुलुसु म्हणजे सार पण दिले होते. पण या भागात आम्हाला डाळ, लोणचे किंवा ताक काही नावालादेखील दिसले नाही. मी आणि राजम्माने दोघींनीही पूर्वी कधीही मांस-मच्छी खाल्लेले नव्हते. सूर्यवतीला त्याची सवय असली तरी तिला देखील त्यांचे जेवण आवडले नव्हते. आता काय करावे ते आम्हाला कळेना! आम्ही 'नको' म्हटले असते, तर त्या स्त्रियांचे मन दुखावल्यासारखे झाले असते. मग आम्ही फक्त भात आणि पुलुसु खाऊनच भूक भागवू लागलो.

एके दिवशी सूर्यवतीने आमची या प्रश्नातून सुटका केली. आमचे जेवण आधीच दुसरीकडे झाले आहे, असे तिने घरच्या लोकांना सांगून त्यांच्या आतिथ्याबद्दल त्यांचे आभारही मानले. आमचे खाणे-पिणे हा आमच्या कॉम्रेड्ससाठी एक डोकेदुखीचाच विषय झाला. एके दिवशी त्यांनी आमच्या ड्रायव्हरला मिळेल त्या ठिकाणाहून गूळ, ऊस आणि नारळ आणायला पाठवले. आम्ही ऊस अगदी चवीने खाल्ला, नारळपाणी प्यालो आणि खोबऱ्याचे तुकडे फस्त केले. पुलीहोरा (चिंच घालून केलेला मसालेदार भात) आणि पेरूगन्नम् (दहीभात) खाण्यापेक्षा हे कितीतरी अधिक पटीने रुचकर होते. आठवड्यातील सगळेच दिवस असे खायला मिळाले तर किती बरे होईल, असे अगदी मनापासून आम्हाला वाटत होते.

एके दिवशी प्रचारासाठी आम्हाला बारुआला जायचे असल्याचे आमच्या कॉम्रेड्‌ने जाहीर केले. हे गाव 'गौथु लच्छन्ना'[५५] चे जन्मगाव आहे आणि तेथील काँग्रेसचे तरुण कार्यकर्ते आमचा अपमान करायला टपून बसले आहेत, याचीही कल्पना त्याने आम्हाला दिली. पण राजम्माने हे गाव प्रगतीशील कवी 'सेट्टी ईश्वरा राव' यांचे देखील जन्मगाव असल्याची माहिती पुरवली. किसान रक्षण यात्रेमध्ये आपल्या कॉम्रेड्‌सच्या बरोबरीने लच्छन्नासुद्धा सामील झाले होते, याची आम्ही इतरांना आठवण करून दिली.

जाहीर सभेमध्ये आम्ही एक गाणे म्हणायचे ठरवले. त्याचे शब्द असे होते-

इच्छापूरमचे नेते लढण्यासाठी मद्रासला पायी गेले
त्यांच्या नावाचे निशाण फडकवत ठेवा
शेतकरी बांधवानो, या लाल झेंड्याखाली संघटित व्हा
जुलमी सत्तेचा नायनाट करा

माझे गाणे 'मनदी तेलुगू देशमम्मा' देखील आम्ही गावे, असे आमच्या कॉम्रेड्‌सचे म्हणणे पडले. एका तरुण पुजाऱ्याला हे गाणे फार आवडले असल्याचेही त्याने सांगितले. एवढेच नव्हे, तर त्या पुजाऱ्याला त्याचे शब्दही माझ्याकडून लिहून हवे होते, असेही तो म्हणाला. अर्थात मी चटकन या कामासाठी हामी भरली, हे वेगळे सांगायला नकोच.

बारुआतील पार्टीच्या एका समर्थकांच्या घरी आम्ही स्त्रियांची बैठक बोलावली. दहा जणी या बैठकीला आल्या होत्या. स्त्रियांच्या सद्य सामाजिक स्थितीबद्दल आणि मतदानाच्या अधिकाराबद्दल सूर्यवती बोलली. ठरल्याप्रमाणे आम्ही गाणीही म्हटली. या स्थानिक महिलांशी ओळख करून देताना आमच्या कॉम्रेड्‌ने राजम्मा म्हणजे तापी धर्मारावांच्या[५६] सूनबाई अशी माहिती त्यांना करून दिली. त्या सर्व महिला आमच्याशी अतिशय अगत्याने वागल्या. अखेरीस आमच्याबद्दल त्यांच्या कानावर आलेल्या वावड्या त्यांनी आम्हाला सांगितल्या. ''तुम्ही अतिशय वाया गेलेल्या बायका आहात, घरदार सोडून जोगतिणीसारख्या तुम्ही कम्युनिझमचा प्रसार करता, असं ते आम्हाला सांगत होते. पण तुमच्याकडे पाहता ते धादांत खोटं बोलत होते, हे स्पष्टच दिसतंय.'' आम्हाला समजून घेतल्याबद्दल आम्ही त्यांचे आभार मानले.

त्या रात्री खूप लोकांनी जाहीर सभेला हजेरी लावली. ठरल्याप्रमाणे सूर्यवतीने भाषण केले, मी आणि राजम्माने गाणी म्हटली. ही सभा चांगलीच यशस्वी झाली.

निघण्यापूर्वी आम्ही आमच्या कॉम्रेड्‌सचे आणि ड्रायव्हरचे मनापासून आभार मानले. त्यांनी अगदी त्यांच्या कुटुंबीयांप्रमाणे आमची काळजी घेतली होती.

आमची ओळख ठेवा, असे सांगून आम्ही त्यांचा निरोप घेतला. प्रथम विझीनगरला जाऊन निवडणुकांचे निकाल ऐकून मगच पुढे विजयवाड्याला जायचा आमचा विचार होता.

रयालसीमा प्रांतातील प्रचार

एका निवडणुकीत मी रयालसीमा प्रांतातील प्रचारासाठी गेले होते. गज्जला मल्लारेड्डी[५७] आणि ईश्वरा रेड्डी मला तिथे घेऊन गेले होते. नागल्ला राजेश्वराम्मा त्या वेळी आमच्या बरोबर आल्या होत्या. तिथे महिला संघाच्या उभारणीचे काम देखील आम्हाला करायचे होते. स्त्रियांनी आमची भाषणे ऐकली आणि मुलींनी सादर केलेली 'बुर्राकथा'[५८] अगदी मनापासून पाहिली. त्यांच्याकडूनही आम्हाला खूप काही शिकायला मिळाले. प्रथा परंपरांच्या नावाखाली या भागातील महिलांवर खूपच अत्याचार होत असल्याचे आमच्या लक्षात आले. एखाद्या स्त्रीने चप्पल घातली किंवा ती घराबाहेर पडली, तरी लोक तिला खूप नावे ठेवत. साडी कमरेला खोचली तर लगेच, 'आता कोणाशी भांडायला निघाली?' असा प्रश्न करत. हे असे असून देखील मला तिथल्या लोकांचा अगत्यशील स्वभाव फार आवडला. त्यांची भाषाही खूप गोड वाटली. त्यांच्या संभाषणात खूप सारे जुने तेलुगू शब्द होते. त्यातील गोडव्याने माझ्यावर चांगलाच प्रभाव टाकला.

पार्टीमधील पुरुषांचे वर्चस्व

समानतेच्या संकल्पनेशी आमची ओळख पार्टीनेच करून दिली. सर्व स्त्री-पुरुष, दलित एकसमान आहेत याची जाणीव पार्टीनेच आम्हाला करून दिली होती. एवढेच नव्हे तर, घरच्या चार भिंतीआडच्या जगातून त्यांनीच आम्हाला बाहेर काढले होते आणि सार्वजनिक, सामाजिक आयुष्याची ओळख करून दिली होती. पार्टीने स्त्रियांना इतके स्वातंत्र्य दिलेले होते, म्हणूनच आम्ही हे सारे काही करू शकलो. परंतु एखाद्या गोष्टीत स्त्रिया पुरुषांपेक्षा पुढे गेल्या की लगेचच पुरुषी बाणा वर यायचा. अगदी ठरवून काढलेली खुन्नस किंवा मुद्दाम केलेली दडपणूक असे काही त्याचे स्वरूप नव्हते, पण एखाद्या प्रतिक्षिप्त प्रतिक्रियेप्रमाणे हे वागणे असे. अखेरीस पार्टीतील पुरुषसुद्धा याच समाजाचा भाग आहेत, नाही का? ही वर्चस्वाची भावना निघून जायला काही कालावधी लागणारच. समताधारित नवसमाजाची निर्मिती जेव्हा आपण करू, तेव्हा या सर्व गोष्टी मागे पडतील असा पार्टीचा विश्वास होता. परंतु काही झाले, तरी पार्टीतील पुरुष इतर पुरुषांपेक्षा शतपटीने चांगले होते.

आमच्या घरातील दिवस

कृष्णा जिल्ह्यात सीतारामय्या पार्टीचे सेक्रेटरी म्हणून काम पाहू लागले. आम्ही भूमिगत आयुष्यातून बाहेर आलेलो असलो, तरी आमचे आर्थिक प्रश्न अजून सुटलेले नव्हते. लिंगवरममध्ये त्यांच्या आई-वडिलांच्या नावावर आणि काही माझ्या नावावर अशी आमच्या स्वत:च्या मालकीची जमीन होती. या दोन्ही जमिनी विकून वरंगळ जिल्ह्यात मुलुगु मंडलजवळ[५१] घनपूरममध्ये जमीन विकत घेण्याचा सीतारामय्यांचा विचार होता. सर्व नातेवाईकांचा आणि मित्रमंडळींचा देखील हाच सल्ला होता. लिंगवरम्‌मधील जमीन विकून घनपूरममध्ये जास्त जमीन घेता येईल, आर्थिक परिस्थितीही जरा सुधारेल आणि शिवाय सर्व नातेवाईक जवळ असतील असा सर्व विचार करून माझ्या सासू-सासऱ्यांनीही या प्रस्तावाला मान्यता दिली. अशा प्रकारे ते अखेरीस आपले जन्मगाव सोडून वरंगळला राहायला आले. आम्ही मात्र विजयवाड्यातच राहू, असे ठरले होते.

चंदूची माध्यमिक शाळा सुरू झाली आणि आता करुणा पण शाळेत जायला लागली होती. दोघेही हुशार होते. कुठल्याही खासगी शिकवणीशिवाय परीक्षेत त्यांना चांगले गुण मिळत असत. शाळा मात्र लांब होती. त्याचे असे झाले, प्रजा नाट्य मंडळीतील आमचे काही कलाकार लोक आणि पुरोगामी लेखकमंडळी मद्रासला राहायला गेली. पार्टीवरील बंदीच्या काळात त्यांना तिकडे चांगली संधी मिळाली होती. 'मा भूमी' आणि 'मुंदडगु' (पुढचे पाऊल) या नाटकांच्या प्रमुख लेखकांपैकी एक - 'सुंकरा' - हेदेखील मद्रासमध्ये काही काळ राहिले होते. कात्रगड्डांच्या सल्ल्यावरून (विजयवाड्यातील प्रतिष्ठित कम्मा कुटुंब) ते आणि त्यांचे बंधू दोघेही मोगलराजापूरम् येथील डोंगराळ भागात सहकुटुंब राहू लागले. तो भाग साफ करून त्यांनी तिथे पामच्या पानांच्या झोपड्या बांधल्या होत्या. सीतारामय्या आणि सुंकरा, दोघांची चांगली दोस्ती होती. दोघेही अगदी एकमेकांचे साडू असल्यासारखे वागत. सीतारामय्यांनी देखील जमिनीचा काही भाग साफ करून तिथे दोन झोपड्या बांधल्या. एका झोपडीत आम्ही राहू लागलो आणि दुसरीमध्ये राघवरावचे कुटुंब राहू लागले. मुख्य गावापासून ही घरे खूप लांब होती. तिथे जायला रस्तादेखील नव्हता. त्यामुळे यायला-जायला बस वगैरे असण्याचा काही प्रश्नच नव्हता. मुलांना शाळेत लांबवर चालत जाणे भागच होते. परंतु इतके दिवस शालेय जीवनाला मुकलेली आमची मुले अगदी आनंदाने रोजच्या रोज ह्या दूरवरच्या शाळेत चालत जात असत. त्याविषयी त्यांनी कधीही कसलीही तक्रार केली नाही.

सीतारामय्यांना भेटायला अनेक कॉम्रेड्‌सची घरी ये-जा असे. कधीतरी

सांगितल्यापेक्षा जास्त जण घरी आले, तर घरात जेवढे काही आईने बनवलेले असे, तेच सर्व जण मिळून खात असत. जोडीला बरोबर आणलेली फळे खाऊन ते आपली भूक भागवत असत. त्या काळातील कॉम्रेड्सचे वागणे असे होते. सुंकरा जवळच राहात असल्याने नाटकावरील चर्चा-टिप्पणीसाठी ते नेहमी सीतारामय्यांना भेटायला येत असत. तेव्हा ते 'मा भूमी' सारखेच 'भूमि कोसम्' नावाचे जमिनीच्या प्रश्नावर एक नाटक लिहीत होते. त्या वेळी सीतारामय्यांनी त्यांना 'मा भूमी' नाटकाच्या लिंगवरममध्ये होणाऱ्या तालमींची आठवण करून दिली. 'भूमि कोसम्' देखील कुठल्याही सामान्य कलाकाराला सहज सादर करता येईल असेच लिहावे, अशी त्यांची इच्छा होती. तिरुवुरुमधून बॅनर्जी नावाच्या एका कलाकाराला 'भूमि कोसम्' करण्यासाठी बोलावले होते. माभूमीसाठी देखील तिरुवरुमधूनच वल्लभ नरसिंहा राव नावाचा एक कलाकार आला होता. माकीनेनी व्यंकटेश्वरा राव यांच्या दिग्दर्शनाखाली 'भूमि कोसम' तयार झाले. काही नवीन कलाकार मंडळी, सुंकरा आणि मी अशी सगळी पात्रयोजना होती.

कंकीपाडूमध्ये आमच्या या नाटकाचा पहिला प्रयोग झाला. प्रजा नाट्य मंडळीचे जुने भरभराटीचे दिवस परत आले, अशीच प्रेक्षकांची उत्स्फूर्त प्रतिक्रिया होती. सर्वांनी सुंकरांचे मनापासून अभिनंदन केले. सीतारामय्या स्वतः अभिनय करत नसले, तरी ते पहिल्यापासूनच नाटकाचे खंदे पुरस्कर्ते राहिले आहेत, असे ही काही जणांच्या बोलण्यात होते. नाट्य समीक्षक गोपाल कृष्ण आणि चित्रपट दिग्दर्शक टिळक या दोघांनीही 'भूमि कोसम्' ची खूप वाहवा केली. या विषयावर एक चित्रपट बनविण्याचाही प्रस्ताव त्यांनी ठेवला. त्यासाठी त्यांनी सुंकररांना मद्रासला बोलावले देखील होते. त्यांच्यापैकी कोणी नेमके सुंकररांना बोलावून घेतले होते, ते आता माझ्या लक्षात नाही. त्यानंतर मात्र आमच्या नाटकाच्या कार्यक्रमांमध्ये पुन्हा एकदा खंड पडला.

परंतु वर्धनम्मांच्या मार्गदर्शनाखाली आणि बॅनर्जीच्या पुढाकाराने आमच्या महिला गटाने काही पुरुष कलाकारांसह आमच्या घरी नाटकांचा सराव चालूच ठेवला. सुंकरांची 'रुद्रम्मादेवी' नावाची बुर्राकथा ते सादर करत असत. त्यामुळे प्रजा नाट्य मंडळीला पुन्हा एकदा प्रसिद्धी मिळू लागली. या मुलींच्या जोडीने मीही महिला संघटनेच्या कार्यक्रमांमध्ये भाग घ्यायला सुरुवात केली.

या सर्व काळात मुलांची आणि घरच्या कामकाजाची सर्व जबाबदारी माझी आई सांभाळत होती. अखेरीस आता आम्ही आमच्या आयुष्यात स्थिरावत होतो, याचे मला मनापासून समाधान वाटत होते. एके दिवशी माझ्या आईला वरंगळला पाठवून देण्याविषयी सासऱ्यांचा निरोप आला. ते कामाला घराबाहेर पडल्यावर सासूबाई एकट्याच घरात असत. शेताजवळ एकट्याने घरात राहताना त्यांना

खूप भीती वाटत होती. माझी आई तिथे येऊन राहिली, तर सासूबाईंना तेवढीच सोबत होईल असे माझ्या सासऱ्यांना वाटत होते. पण घरचे काम, मुले आणि पार्टीचे काम हे सगळे आईच्या मदतीशिवाय मी एकटी कसे सांभाळणार असा प्रश्न माझ्यासमोर होता. सीतारामय्या म्हणाले, "ते सगळं खरं आहे, पण आपण त्यांच्या अडचणीच्या वेळी त्यांना मदत केली नाही, तर वडील दुखावले जातील. ही गोष्टसुद्धा ध्यानात घे." आईपण, 'मला शेतावर राहायला आवडतं, मी चार दिवस तिकडे जाऊन येते,' असे म्हणाल्यावर, आम्ही तिला सासूबाईंकडे राहण्यासाठी पोहचवून आलो.

सीतारामय्यांबरोबरचे वाद

भूमिगत असताना समाजवादी विचारावरील पकड आणि एक अतिशय उत्तम वक्ता म्हणून सीतारामय्या पार्टीतील मोठ्या मंडळींमध्ये नावाजले जात होते. आम्ही गोंदियामध्ये राहात असताना काही वीरगती प्राप्त झालेल्या कॉम्रेड्सच्या पत्नी त्यांना 'भाईजी' म्हणून हाक मारीत असत. भूमिगत दिवस संपल्यानंतर देखील त्या त्यांना भाईजीच म्हणत असत. हळूहळू बाकीच्या कॉम्रेड् स्त्रियादेखील त्यांना याच नावाने हाक मारू लागल्या. या सर्वांशी सीतारामय्या अगदी बहिणीप्रमाणे वागत असत. त्या सर्वांचे पती देशासाठी लढतालढता गेले, म्हणून त्यांना पुरेपूर सन्मानाची वागणूक मिळाली पाहिजे असे त्यांना वाटे.

त्यांच्यापैकीच एक महिला कार्यकर्त्या आम्ही भूमिगत असताना आणि नंतर निवडणुकीच्या काळातही पार्टीसाठी काम करत होत्या. त्यांची प्रकृती तितकीशी ठीक नसतानाही त्या हे सर्व काम करत होत्या. बाकी सर्व हुतात्म्यांच्या पत्नी त्यांना 'आक्का' म्हणत असत. त्यांना वारंवार चक्कर येत असे. जिथे त्यांच्या तब्येतीची व्यवस्थित आणि प्रेमाने काळजी घेतली जाईल, अशा ठिकाणी त्यांनी विश्रांती घेणे गरजेचे होते. हे सर्व मला सीतारामय्यांकडून समजले होते. दरम्यान पार्टीचे विभाजन होण्याची लक्षणे दिसू लागली होती. त्यामुळे त्यांची काय व्यवस्था करायची याबाबत देखील काहीही निश्चित ठरत नव्हते. एखाद्या कॉम्रेड्च्या घरीच त्यांची राहण्याची सोय झाली तर बरे, अस विचार पार्टीत जोर धरत होता. त्यानुसार सीतारामय्यांनी मला विचारले, "त्यांची जर आपल्या बरोबर राहायला हरकत नसेल, तर तू त्यांना इकडे घेऊन यायला तयार आहेस का?" मी होकार भरला आणि 'त्यांना बरे वाटावे अशी माझ्या परीने मी सर्व काळजी घेईन' असे आश्वासनही दिले.

पेद्दाब्बाईंना मात्र खात्री नव्हती. ते म्हणाले, "त्या खूप श्रीमंत बाई आहेत. ऐशोआरामात राहाण्याची त्यांना सवय आहे... आणि तू? तू तर कुठल्याही

परिस्थितीत राहू शकतेस. तुझ्याबरोबर त्या राहू शकतील का?''

''त्या क्रांतिकारी आहेत ना? मग राहतील त्या. नका काळजी करू तुम्ही.'' मी उत्तर दिले. भूमिगत असताना त्या दोन दिवस माझ्याबरोबर राहिल्या होत्या. एका हुतात्म्याच्या पत्नी या नात्याने मी त्यांच्याशी अतिशय सन्मानाने आणि आपुलकीनेच वागले होते. कदाचित यामुळेच त्या आमच्याबरोबर राहायला तयार झाल्या, असे मला वाटत होते. आणि म्हणूनच त्यांना घरी आणायला मी आनंदाने तयार झाले.

आपल्या दोन मुलांसह त्या आमच्याकडे राहायला आल्या. त्यांची मुले मला 'आई' म्हणत असत आणि खुद्द त्यांना मात्र नावाने हाक मारीत असत. आमच्या मुलांबरोबरही त्यांचे अगदी छान जमले होते. कसलीही तक्रार न करता त्या आमच्याकडे आनंदाने राहात होत्या. असेच काही दिवस गेले. परंतु आमच्या घरी आल्यानंतर त्यांचा चक्कर येण्याचा त्रास वाढला. अचानक त्या केव्हाही कोसळून पडत असत. त्यांना उचलून गादीवर ठेवण्याची माझ्या एकटीमध्ये ताकत नव्हती. सीतारामय्या घरी असत तेव्हा हे काम मी त्यांनाच करायला सांगत असे. एरवी काही दुखापत होऊ नये म्हणून त्यांच्या हातापायाखाली मी उशा ठेवत असे. याशिवाय माझ्याकडे दुसरा काही पर्यायही नसे. सीतारामय्यांनी मात्र एकदा मलाच उलटा जाब विचारला, ''त्या इतक्या कशा सारख्या सारख्या पडतात? तू त्यांची नीट काळजी घेत्येस का नाही?'' यावर मी दुखावली गेले.

तोपर्यंत पार्टीमधील मतभेद राजकीय गोष्टींपुरते मर्यादित राहिले नव्हते. वैयक्तिक पातळीवर त्याची झळ पोचायला लागली होती. आता आई घरी नसल्याने मला बाहेर जाऊन काम करायला काहीच वेळ मिळत नसे. शिवाय, सीतारामय्यांचे ज्यांच्याशी राजकीय मतभेद आहेत त्यांना मी भेटू नये, असाही ते आग्रह धरू लागले. पार्टीचे तुकडे होऊ नयेत, असे मला अगदी मनापासून वाटत होते. प्रत्येकाशी बोलण्याची, भेटण्याची मला इच्छा असे. नंतर हळूहळू माझ्या लक्षात आले की, दोन्ही बाजूंमध्ये आमच्या कुटुंबाविषयी कुजबूज चालू आहे. पार्टीच्या मानाखातर नव्हे, तर पैशासाठी मी आक्कांना घरात ठेवून घेतले आहे अशी चर्चा एका बाजूला होत होती आणि दुसऱ्या बाजूला, एवढी सगळी घरे सोडून त्यांनी सीतारामय्यांच्या घराचीच निवड का केली, हा प्रश्न चघळला जात होता.

एकीकडे सीतारामय्या त्यांची नीट काळजी न घेतल्याबद्दल मला दोष देत होते आणि दुसरीकडे पार्टीचे लोक त्यांच्या पैशाचा लोभ मला असल्याचा आरोप माझ्यावर करत होते. परिस्थितीने घेतलेल्या या उलट्या वळणाने मी चांगलीच हादरून गेले होते. माझी विचित्र परिस्थिती त्यांच्या लक्षात आली म्हणा, किंवा

त्यांच्या कानावर पण या अफवा आल्या असतील म्हणून म्हणा, पण त्या अखेरीस आमचे घर सोडून निघून गेल्या. त्यांच्या मुलांना आमच्या बरोबरच राहायचे होते. पण 'तुम्हाला आपल्या आईची काळजी घ्यावी लागेल आणि इच्छा होईल तेंव्हा तुम्ही कधीही इथे येऊ शकता', असे सांगून मी त्यांची कशीबशी समजूत घातली. पण झाले उलटेच. त्यांच्या निघून जाण्याने टीकेला आणि अफवांना आणखीनच ऊत आला. माझी अगदी जवळची मित्रमंडळीदेखील मला प्रश्न विचारू लागली. पेद्दाब्बाईनी सुद्धा त्या का निघून गेल्या म्हणून माझ्याकडे विचारणा केली.

"मुलांना सांभाळायला पूर्वी आई घरी असायची. आता आई तिकडे वरंगळला शेतावर आहे. पार्टीच्या कामाच्या व्यापातून घरच्या कामाचा विचार करायला तर सीतारामय्याना अजिबातच फुरसत मिळत नाही. घरचं सगळं मला एकटीलाच बघायला लागतं. त्यामुळे बहुधा मला त्यांच्याकडे हवं तितकं व्यवस्थित लक्ष देता आलं नाही." मी म्हणाले.

"एवढंच कारण असेल तर मग काळजीचं काही कारण नाही," असं ते बोलले खरे, पण त्यांच्या या प्रश्नामागे दुसरीच काही कारणे आहेत, असे एकंदरीत त्यांच्या सुरावरून वाटत होते.

पूर्वी जशी पार्टीतील लोकांची घरी कायम वर्दळ चालू असायची, तशी आता राहिली नव्हती. सीतारामय्यांनाही आवडत नसल्यामुळे माझेही पार्टीतील लोकांकडे जाणेयेणे कमी झाले. घरच्या सगळ्या गोष्टींमधून हळूहळू त्यांचे स्वत:चे देखील लक्ष उडायला लागले. माझ्याशी ते क्वचितच बोलत. एखादाच दिवस घरात, तर बाहेरच राहणे जास्त असे चालू झाले.

पार्टीमध्ये मला ह्या सगळ्या प्रश्नांविषयी बोलायचे होते. पण पार्टीसमोर स्वत:चेच इतके प्रश्न तयार झाले होते की आता माझ्या अडचणींचा विचार करायला कोणाकडे वेळ होता? मग त्या वेळी मी मानीकोंडा सूर्यवती आणि राजम्माचा सल्ला घेतला. दरम्यान हे सर्व प्रश्न सुटण्याच्या दृष्टीने सीतारामय्यांनी काही दिवस रयालसीमा प्रांतात राहायला जावे, अशी पार्टीकडून सूचना आली. पण या गोष्टीला सीतारामय्यांनी नकार दिला. "मी का जावं? त्यामुळे काय माझं लग्नाव्यतिरिक्त लफडे असल्याच्या अफवा आपोआप थांबणार आहेत?" असे त्यांचे म्हणणे होते. त्यांच्या नकारामुळे पार्टीने त्यांना पार्टी सोडायला सांगितले. पार्टीतरी यापेक्षा वेगळे आणखी काय करणार होती?

धागा तुटला

एकदा मुले घरी नसताना मी सीतारामय्यांना हटकले, "घरी आईपण नाही.

तुम्हीपण घरात नसता. सतत त्या बाईबरोबर असता. मी लोकांना काय उत्तर द्यायचं? हे घर कशाच्या जिवावर मी चालवायचं?'' माझ्या मनातले प्रश्न मी बोलत होते. सीतारामय्यांनी माझ्याकडे विचित्र नजरेने पाहिले आणि म्हणाले, ''हा प्रश्न तू स्वत:हून विचारते आहेस की तुझ्या डोक्यात कोणी गोष्टी भरवल्या आहेत? त्या क्रांतिकारक महिला आहेत. ह्या लढ्यात त्यांनी खूप काम केलंय. इतकी खराब तब्येत असूनदेखील कशाचीही पर्वा न करता निवडणुकीत त्यांनी आपला प्रचार केला आहे. एवढं त्यांचं मोठेपण आहे! सर्वांनाच त्यांच्याबद्दल आदर आहे. तुला त्यांचा हेवा वाटायला लागला की काय? मी त्यांच्या बरोबर काम करतो, म्हणून तू त्यांच्याबद्दल संशय घेतीयेस. पण तूसुद्धा एकेकाळी विधवा होतीस. तरीदेखील मी तुझ्याशी लग्न केलं आणि तुला समाजात स्थान मिळवून दिलं. तूसुद्धा जर नेहमी कुणाबरोबर काम करत असशील, तर मीदेखील तुझ्या चारित्र्याबद्दल संशय घेऊ शकतो का नाही?''

या शब्दांनी मी पुरती घायाळ झाले. लग्नाच्या वेळी त्यांनी घेतलेल्या आणाभाका आठवल्या. हे कुणीतरी वेगळेच सीतारामय्या बोलत होते. त्या वेळी माझ्या कपाळाचे चुंबन घेऊन ते म्हणाले होते, ''तुझ्या निष्पाप डोळ्यांमध्ये मला तुझं विशाल मन दिसतंय. माझ्या ध्येयासाठी अथक संघर्ष करायला हे डोळेच माझी ताकद असतील. म्हणूनच मी माझ्या ब्रह्मचर्येच्या शपथेला तिलांजली दिली. आता इथून पुढे सारं आयुष्य तुझ्या डोळ्यांमध्ये स्वत:ला हरवून आनंदात जगायचं आहे.'' हे सगळे आठवून दु:खातिरेकाने त्यांना विचारायला माझ्या मनात प्रश्नांचे काहूर उठले. पण ते एवढेच म्हणाले, ''तुझा रडका चेहरा पाहण्याची मला मुळीच इच्छा नाही.'' आणि बाहेर पडले.

हा प्रसंग होऊन गेल्यानंतर साधारण एक आठवडा उलटला असेल, सीतारामय्यांचे वडील शेतावरील तीळ घेऊन घरी आले होते. आल्याआल्या त्यांनी चौकशी केली, ''तुमच्या बरोबर एक बाई राहतात, असं मी ऐकलं होतं. त्या नाही दिसत. कुठे आहेत?'' त्या आता आपल्या घरी राहात नाहीत, असे मी त्यांना सांगितले. दोन दिवस त्यांचा घरी मुक्काम होता. तेवढ्या वेळात सीतारामय्या एकदाही घरी फिरकले नाहीत. आपल्या मुलाला न भेटताच त्यांचे वडील माघारी गेले. आईला इकडे पाठवून देण्याविषयी मी त्यांच्याशी बोलले. पण हे बोलत असताना मला अश्रू आवरेनासे झाले. ते म्हणाले, ''बाळा, उगीच का डोळ्यांत पाणी आणत्येस? यावर्षी शेतात चांगलं पीक आलंय. आता सगळे मिळून छान आनंदात राहू. नेहमीच त्याला कुटुंबापेक्षा पार्टी महत्त्वाची वाटत राहिलीय. आता ही त्याला न भेटताच मी परत चाललो, पण तू उगीच जास्त काळजी करू नको.''

"मला एकटीला घर खायला उठतं. आईला नक्की इकडे पाठवून द्या," मी त्यांना परत आठवण करून दिली.

आम्हा दोघांमधले अंतर वाढतच गेले. आधीच फुटण्याच्या बेतात असलेल्या पार्टीच्या मुख्य समितीपर्यंत ही बाब पोचली. नंतर पार्टी कार्यालयातदेखील ही बातमी पसरायला वेळ लागला नाही. मला नक्की माहीत नाही, पार्टीमध्ये या प्रश्नाची चर्चा झाली की पार्टीने सीतारामय्यांना जाब विचारला, पण एक दिवस सीतारामय्या घरी आले आणि त्यांचे सगळे सामान बांधून त्यांनी एका गाडीत घातले. माझ्याकडे क्षणभर सुद्धा वळून न पाहता म्हणाले, "तू आणि करुणा ह्या घरात राहा. मी आणि चंदू दुसरीकडे राहू. हा पार्टीचा निर्णय आहे." मध्यरात्री त्यांनी घर सोडले. धक्का बसून मी झोपी गेलेल्या मुलांकडे पाहात हंबरडा फोडला. माझ्या रडण्याच्या आवाजाने चंदू जागा झाला आणि मी का रडतीये, असे विचारू लागला.

"तुझे वडील आपल्याला सोडून निघून गेले," मी कशीबशी म्हणाले.

"पण ते तर नेहमीच बाहेर जातात ना? दरवाजा लावून घे आणि झोप," तो म्हणाला.

एके काळी जोन्नापाडूमध्ये माझ्यासाठी स्वत:च्या आई-वडिलांशी देखील वाद घालायला मागे-पुढे न पाहणाऱ्या सीतारामय्यांचे चित्र माझ्या डोळ्यांसमोर उभे राहिले. घरातून बाहेर पडून त्यांनी त्या वेळी तिथे शाळा सुरू केली होती. माझ्यासाठी त्यांनी त्या वेळी आई-वडिलांचा त्याग केला होता. आता मी त्यांच्या वाटेतील अडथळा झाले होते, म्हणून अखेरीस त्यांनी माझा त्याग केला होता. आपल्या शब्दावर ठाम असणाऱ्या सीतारामय्यांना माझी साधी दयादेखील येणार नाही, याची मला खात्री वाटत होती. मुले उठेपर्यंत रात्रभर मी वेदनेने अंथरुणात विव्हळत पडून राहिले होते.

सीतारामय्यांच्या वडिलांना माझा एकटेपणा समजत होता. आम्ही वेगळे झाल्याचेही बहुधा त्यांच्या कानावर गेले असेल. त्यांनी आईला माझ्याबरोबर राहाण्यासाठी पाठवले. त्यामुळे माझ्या मनावरील ताण थोडा तरी हलका झाला.

सीतारामय्यांनी चंदूला शिक्षणासाठी मद्रासला पाठवले आणि ते स्वत: विजयवाड्याहून वरंगळला राहायला गेले. त्यांच्या आईला त्यांनी बरोबर राहण्यासाठी गावाहून बोलवून घेतले. मी असेही ऐकले होते की, आमच्याकडे राहिलेल्या त्या बाईदेखील आपल्या मुलांना घेऊन सीतारामय्यांकडे राहायला लागल्या होत्या.

तोपर्यंत करुणा नववी इयत्ता पास झाली होती. आधीच पैशांची चणचण जाणवत असताना आता करुणाच्या शिक्षणाचा खर्च कसा भागवायचा, मला काहीच समजत नव्हते. चंदू आणि करुणासाठी त्यांच्या लहानपणी घेतलेले

चांदीचे डाग माझ्या आईने एकेक करून विकायला सुरुवात केली. सुट्टीमध्ये सीतारामय्यांनी करुणाला निरोप पाठवून त्यांच्याकडे बोलवून घेतले. आधीच त्या बाईंना चक्कर येण्याचा त्रास होता, त्यात करुणाला कसे पाठवायचे म्हणून मी विचारात पडले होते. पण आईने माझी समजूत घातली, "तू काळजी करू नको. तिची आज्जी पण तिथे आहे. मुलींना वडिलांची माया असते. तुझं स्वतःचं बालपण आठव बरं! करुणाला तिच्या वडिलांकडे जाऊ दे."

करुणा वरंगळला गेली. घरची स्थिती तिने सीतारामय्यांना सांगितली असावी, किंवा त्यांना स्वतःलाच परिस्थितीचा अंदाज आला असेल, पण त्यांनी निरोप पाठवला की, करुणा वरंगळमध्ये राहूनच पुढचे शिक्षण घेईल आणि सुट्टीसाठी विजयवाड्यामध्ये येईल.

नवरा असूनही मी एकटी तर पडलेच होते, पण आता तर माझ्या दुर्दैवाने असा घाला घातला होता की, मुले असूनही मला त्यांच्या बरोबर राहाता येत नव्हते.

पार्टीमध्ये माझ्या आर्थिक ओढगस्तीची कुणकुण पोचली. भूमिगत असताना मी पन्नास ग्रॅम तोळे पार्टीला देऊ केले होते. त्या बदल्यात मला पाच हजार रुपये देण्याचे त्यांनी ठरवले. कसलाही विक्षेप मनात न आणता मी ते स्वीकारावेत, असा सूर्यवतीचा सल्ला होता. मला अजून एक हजार रुपये कर्जाऊ देण्याचीही तिची स्वतःची तयारी होती, पण मी नकार दिला.

मुले शिक्षण संपवून तीन-चार वर्षातच माझ्याकडे राहायला येतील, अशी आशा मला वाटत होती. म्हणूनच सीतारामय्यांची मदत मला नको होती. त्यांची पार्टीतून हकालपट्टी झाली होती आणि मी अजूनही पार्टीची सदस्य होते. त्यांच्याकडे मदत न मागण्यामागे हेही एक कारण होते. पण पार्टीची सदस्य-फी द्यायला देखील माझ्याकडे पैसे नव्हते.

त्या वेळी मी पार्टीची कुठलीही मदत घेऊ नये, असे प्रत्यक्ष-अप्रत्यक्ष सुचविणारी सीतारामय्यांची अनेक पत्रे मला आली. मी जर अशी मदत घेतली तर मुलांची संपूर्ण जबाबदारी माझ्यावर टाकून ते मोकळे होतील, असा गर्भित धमकीचा सूर त्या पत्रांमधून असे. त्यांचा हटवादी स्वभाव मी चांगली ओळखून होते. स्वतःच्या मनाप्रमाणे गोष्टी घडवून आणण्यासाठी कोणत्याही थराला जायला त्यांनी मागे-पुढे पाहिले नसते. अशा परिस्थितीत मुलांच्या भवितव्याचा विचार करून मीच त्रास सोसायचा ठरवले आणि पार्टीकडून मिळणारे पाच हजार रुपये नाकारले. माझी अशा प्रकारे कोंडी करून, ना त्यांनी मला मदत केली आणि ना त्यांनी पार्टीला मला मदत करू दिली.

ह्या अनपेक्षित घटनांनी माझे आयुष्य पार उद्ध्वस्त झाले. मी फार शिकलेली

नसल्याने मला नोकरीही मिळत नव्हती. लहानपणी मी स्वत:हूनच शिक्षण अर्धवट सोडले होते. पण आता करुणाने मात्र तिचे शिक्षण पूर्ण करावे, अशी माझी मनापासूनची इच्छा होती. डॉक्टर होण्याचे तिचे स्वप्न होते. ते पुरे व्हावे म्हणून तिला आपल्याबरोबर ठेवून घेण्याची इच्छा मला बाजूला ठेवावी लागली.

पुढील आयुष्य

पार्टीकडून मदत न घेण्याचा माझा निर्णय माझ्या मित्रमंडळींना समजला, तशी त्यांनी मला प्रश्न विचारायला सुरुवात केली. "तुझ्या आणि आईच्या नावावरची जमीन विकून त्यांनी वरंगळला मोठी जमीन विकत घेतली. असं जर आहे, तर मग तू त्या उत्पन्नात तुझा वाटा का मागत नाहीस?" पण आईला जगरहाटीचा भरपूर अनुभव गाठीशी असल्याने तिचा सल्ला वेगळाच होता. "तुझ्या माहेरहून तुला मिळालेल्या दागिन्यांचा पैसा त्यांनी स्वत:च घेतला. मग आता त्यांनीच तुला दिलेल्या जमिनीमध्ये तुझा वाटा तुला ते कशाला देतील? समजा दिला, तरी त्यातून येणाऱ्या उत्पन्नावर तुझे आणि मुलांचे खर्च, त्यांचं शिक्षण हे सगळं भागणार आहे का? उलट तू वाटणी मागितलीस, तर ते तुलाच मुलांचं सगळं बघायला सांगतील. शिवाय मुलं आपल्या वडिलांशिवाय राहू शकतील का? हाही प्रश्न आहेच. जाऊ दे, या गोष्टींवर जास्त वेळ वाया घालवू नको."

आमच्या कुटुंबापाठोपाठ पार्टीमधील फूटही अटळ होत चालल्याची लक्षणे दिसत होती. याचेही मला अतोनात दु:ख होत होते. पार्टीसाठी माझा जीव तळमळत होता. एका बाजूला सुन्दरय्या होते, तर दुसरीकडे राजेश्वरा राव होते. त्या दोघांबद्दलही मला अपार आदर होता. आता मी कुणाची बाजू घ्यायची? माझ्या अडचणी आता कोण समजून घेईल? आधीच आर्थिक अडचणींनी हलाखीच्या झालेल्या परिस्थितीत या नवीन प्रश्नांनी मी अगदी गांजून गेले. आमच्या घरातील दोन खोल्या भाड्याने देऊन मी आणि आईने एकाच खोलीत राहायचे ठरवले. आईने बागेत भाज्या आणि फुलझाडे लावली. भाज्या आणि फुले ती लब्बीपेट बाजारात विकायची आणि त्यातून आमचा खाण्यापिण्याचा खर्च कसाबसा भागत असे.

आमच्या बरोबर उपाशी राहण्यापेक्षा करुणा तिच्या वडिलांकडे चांगल्या परिस्थितीत राहतीय, हे बरेच आहे असे आम्हाला वाटत होते. पण यावरूनही, मी नवऱ्यासकट मुलाबाळांनाही वाऱ्यावर सोडलेय, अशी काही लोक मला नावे ठेवत होते. काहींनी तर हेही बोलायला कमी केले नाही की, त्या श्रीमंत बाईकडच्या पैशाच्या जिवावर शिक्षणासाठी मी मुलांना सोडून दिलेय. मुले

किती त्रास दिला आणि पार्टीतील तरुणांनी त्यांना कशी मदत केली, हेसुद्धा तपशीलवार सांगितले. सत्यमूर्तीसुद्धा या अडचणींमधून तावून-सुलाखून सोन्यासारखा झळाळून उठेल, असे तिचे म्हणणे होते.

आमचे बोलणे ऐकून राजम्माचे पती मोहनराव म्हणाले, ''हिंदू धर्मातल्या वाईट चालीरीती त्यांना मुळापासून उखडून टाकायचे इतके प्रयत्न केले तरी अजून शिल्लकच आहेत. अशा परिस्थितीत सत्यमूर्ती तुझ्याकडे राहतोय, हे ऐकून मला आनंदच झाला. चळवळीच्या कामावर त्याची पूर्ण निष्ठा आहे, म्हणूनच तो विशालआंध्रामध्ये कामाला आला आहे. बरं, तू आजचा पेपर पाहिलास का?''

झाल्या गोष्टींचा विशेष बाऊ न करता त्यांनी सहजपणे वर्तमानपत्र माझ्याकडे सरकावले.

आंध्र महिला सभा आणि माझे शिक्षण

'विशालधारा' वर्तमानपत्रासाठी मोहन राव काम करत होते. एकदा विशालधारामध्ये आलेली आंध्र महिला सभेची जाहिरात त्यांनी मला दाखवली. विधवा आणि निराधार स्त्रियांना मॅट्रिकपर्यंतचे शिक्षण पूर्ण करण्यासाठी आंध्र महिला सभा साहाय्य करेल, असा त्या जाहिरातीचा गोषवारा होता. हे शिक्षण हैद्राबादमध्ये पूर्ण करायचे होते. माझी या गोष्टीसाठी तयारी असल्याचे बघून मोहन रावांनी प्रवेशअर्ज मागवले. माझा प्रवेशअर्ज नक्की स्वीकारला जाईल यासाठी त्यांनी त्यांच्या बाजूने आवश्यक ती मेहनतही घेतली. पण आई मात्र रडायला लागली. ती मला म्हणाली, ''करुणा तिच्या आईला सोडून वडिलांकडे राहायला गेली. आता तुला देखील आपल्या आईला सोडून आंध्र महिला सभेत राहायला जायचं आहे?'' लहानपणी मी शाळेत जायला कशी नको म्हणत होते, याचीही ती मला आठवण करून देत होती.

पण दुसरा काही पर्याय होता का? माझे अश्रू कसेबसे आवरून मी हैदराबादला गेले. हा काळ साधारणपणे १९६१-६२ चा होता. वसतिगृहात माझ्यासारख्या अजून वीस महिला होत्या. मनातल्या मनात मी विचार करू लागले. चळवळीच्या लढ्यात भाग घेतल्यानंतर दुर्गाबाई देशमुखांनी स्वतःचे शिक्षण पूर्ण केले. सर्वच महिलांना शिक्षण देऊन आत्मनिर्भर करण्याची गरज आहे, असे त्यांना मनापासून वाटते. आपल्या स्वतःच्या आयुष्यातील अनुभवांवरूनच त्या या निष्कर्षाप्रत आल्या असणार. म्हणूनच प्रौढ स्त्रियांच्या शिक्षणासाठी त्यांनी अशा संस्था उभारल्या. तिथे गेल्यावर मी एक पत्र राजम्माला लिहिले होते. मॅट्रिकचे शिक्षण घेणाऱ्या असंख्य स्त्रियांपैकी मी आता एक झालेय, असे

मी त्यात म्हटले होते. उलटटपाली आलेल्या तिच्या पत्रात तिने तिच्या सासऱ्यांच्या, तापी धर्मारावांच्या प्रतिक्रियेचा उल्लेख केला होता. माझे पत्र वाचून राजम्माला गहिवर अनावर झाला होता. हे बघून त्यांनी मी या सर्व अनुभवावर एक कथा लिहावी, असे सुचवले होते.

सुंदरय्यांकडे राहणाऱ्या भास्कररावांनी माझे स्थानिक पालक म्हणून सही केली. तिथे असताना माझ्या परिचितांपैकी नीलम राजशेखर रेड्डीची बायको[६१] आणि तरीमेला नागी रेड्डीची बहीण- लीला मला नेहमी भेटायला येत असे. ह्या सर्वांनी मला माझे शिक्षण पूर्ण करून स्वतःच्या पायावर उभं राहण्यासाठी आणि आत्मनिर्भर होऊन मुलांचे संगोपन करायला प्रोत्साहन दिले. मुलांचा विचार कायमच माझ्या मनात घर करून असायचा. एक-दोन वर्षात मुले माझ्याकडे राहायला येऊ शकतील, अशी आशा मला वाटत होती.

'एका आईची कथा'

राजम्माला लिहिलेल्या पत्राप्रमाणेच मी 'एका आईची कथा' या नावाची एक छोटी कथा लिहिली आणि आंध्रप्रभा मासिकामध्ये छापण्यासाठी पाठवून दिली. संपादक विद्वान विश्वम् यांनी ती गोष्ट छापली, एवढेच नव्हे तर त्याबद्दल मला १० रु.चा परतावा पण पाठवला. याशिवाय, माझे लिखाण मी असेच चालू ठेवावे असा प्रोत्साहनपूर्ण निरोपदेखील पाठवला. मला खूपच आनंद झाला आणि त्या आनंदाच्या भरातच मी अजून एक गोष्ट लिहिली. तिचे नाव होते - 'मी काय लिहू?' अभ्युदय मासिकामध्ये ही गोष्ट छपून आली. आता तर माझा उत्साह आणखीनच वाढला, पण यामध्ये माझ्या अभ्यासाचे नुकसान होईल की काय अशी भीतीही मला वाटू लागली. म्हणून मग मी लिखाणाचा नाद सोडला आणि अतिशय मन लावून अभ्यासाला लागले. माझ्या बरोबरच्या विद्यार्थिनी मला 'आक्का' म्हणत असत आणि माझ्याशी मोकळेपणाने बोलून आपल्या मनावरचा भार हलका करीत असत. आंध्र महिला सभेच्या अध्यक्षा, सुगुणामणीसुद्धा माझ्याशी अतिशय प्रेमाने वागत असत. वसतिगृहाची फी मी मला मिळणाऱ्या शिष्यवृत्तीमधून भरायची. पण बाकीचे खर्च भागवणे मला मुश्कील होते. मित्रमैत्रिणींवर देखील मला माझा भार टाकायचा नव्हता.

एके दिवशी कॉम्रेड् कम्भमपाटी सत्यनारायण[६२] यांनी मला दहा रुपये देण्याची इच्छा व्यक्त केली. मी ही मदत नाकारली आणि त्याऐवजी माझ्या पायावर स्वतंत्रपणे उभी राहण्यासाठी मला मार्गदर्शन करा, असे मी त्यांना सुचवले. माझी ही भूमिका त्यांना फारच आवडली. प्रत्यक्षात दहा रुपयांची मदत करून बाहेर मात्र शंभर रुपयांची मदत केल्यासारखा गवगवा करणाऱ्या लोकांपासून

मी लांबच राहावे असा सावधगिरीचा सल्ला त्यांनी मला दिला. हा सल्ला तंतोतंत पाळायची खूणगाठ मी मनाशी बांधली.

आंध्र महिला सभेच्या कार्यक्रमांना रेडिओ आण्णा आणि रेडिओ आक्का[६३] नेहमी हजेरी लावत असत. सगुणामणींनी माझा त्यांच्याशी परिचय करून दिला आणि यातूनच पुढे त्यांच्या ओळखीने मला रेडिओवरील नाटकांमधून भाग घ्यायची संधी मिळाली. छोट्या नाटिकांसाठी मला १५रु. मिळत आणि मोठ्या नाटकाचे ४०रु. मिळत. नाटकाचे ध्वनिमुद्रण झाले की लगेच आम्हाला हे पैसे चेकच्या स्वरूपात मिळत असत. या चेककडे बघून मला भविष्याबद्दल थोडी उभारी वाटायला लागली.

गोपीचंद[६४] त्या काळात 'ऑल इंडिया रेडिओ'मध्येच काम करत होते. ते म्हणायचे, ''तुझं मॅट्रिकचं शिक्षण पूर्ण कर, की लगेच मी तुला रेडिओ चिन्नक्का (छोटी बहिण) म्हणून कामावर घेतो.'' ऑल इंडिया रेडिओतील सगळेच लोक फार चांगले होते. शारदा श्रीनिवासन[६५] आणि तिची बहीण, दोघीही माझ्या चांगल्या मैत्रिणी होत्या. मी ब्राह्मणच आहे असे समजून माझ्याशी बोलताना शारदा विनोदाने काही वेळा म्हणायची, ''बघ, आपण ब्राह्मण लोक अशा प्रसंगी कसे वागतो... इत्यादी.'' हाताशी येणारा थोडाफार पैसादेखील हातचा जाऊ नये म्हणून भीतीपोटी आपली जात उघडपणे सांगणे अवघड होते. त्या दिवसांमध्ये या कार्यक्रमांमधून मिळणारे पैसे माझ्या उदरनिर्वाहासाठी अत्यंत आवश्यक होते. वयाच्या ३६व्या वर्षी मी काही बाहेर पडून रोजंदारीची कामे करू शकणार नव्हते. त्यामुळे काहीच न बोलता मी शांतपणे तिचे बोलणे ऐकून घ्यायची. सत्यमूर्तीला घर भाड्याने देण्याच्या वेळेस जो प्रसंग घडला, तेव्हाही माझ्या मनातले मी तिथे न बोलण्यामागे हेच कारण होते. वास्तविक मला म्हणायचे होते, 'हे माझे घर आहे. माला, नाहीतर मडिगा, नाहीतर अजून कुणीही.. मला ज्याला द्यावेसे वाटेल, त्याला ते मी देईन. तुमचा काय संबंध? चालते व्हा...'

याच महिला सभेच्या वसतिगृहात मी जवळजवळ पाच वर्षे राहिले. वर्ग चालू नसताना मी काम करत असे. राजम्मा नेहमी मला भेटायला येत असे. तिचे वडील हैदराबादमध्येच राहात होते. आठवड्याच्या सुट्टीमध्ये ते मला त्यांच्या घरी घेऊन जात असत. त्यांची पत्नीही माझे आपुलकीने स्वागत करीत असे. एव्हाना पार्टीचे दोन तुकडे झाले होते आणि भारत-चीन युद्धही होऊन गेले होते. मार्क्सवादी कम्युनिस्ट पक्षाच्या (CPM) कितीतरी नेत्यांना अटक झाली होती. या तुरुंगातील नेत्यांना त्यांच्या गरजेच्या वस्तू पोचवण्याची व्यवस्था त्या वेळी राजशेखर रेड्डी बघत होते. त्यांच्या बरोबर या कामाच्या अनुषंगाने मी आमदार निवासात[६६] कधीतरी जात असे. पण तेथील CPM च्या कुठल्याही नेत्याने

माझ्याशी कधीही संभाषण केले नाही. अशा वेळी सावित्री माझी समजूत घालायची. "तू कशाला या गोष्टींची पर्वा करतेस? तू ना CPI ची आहेस ना CPM ची. थोड्या दिवसांनी हेही लोक बदलतील." (CPI - कम्युनिस्ट पार्टी ऑफ इंडियाची दुसरी शाखा)

माझ्या आवश्यक गरजा भागल्यानंतर हातात असलेल्या थोड्याफार शिलकीतून मी करुणासाठी काही न काही विकत घेत असे. सीतारामय्या मला सोडून गेले, तेव्हा मी साधारण ३२-३४ वर्षांची होते. त्यानंतर एक-दोन वर्षांनी मी आंध्र महिला सभेत आले. मागे वळून पाहता तेव्हा मी कशी काय जगले याचे माझे मलाच आश्चर्य वाटते.

प्रथम पारितोषिक

एकदा हैदराबादमधील सर्व विद्यार्थ्यांसाठी एका संस्थेने निबंध आणि कथालेखनाची स्पर्धा आयोजित केली होती. मीही माझी एक कथा या स्पर्धेसाठी पाठवून दिली. तिचे नाव होते - सर्व परीक्षा पास झाले, पण आयुष्याच्या परीक्षेत नापास झाले. या कथेला प्रथम पारितोषिक मिळाले. 'काय चुकलं?' या नावाचे मी एक गाणेदेखील लिहिले होते. त्याला दुसरे बक्षीस मिळाले. अरुद्रांकडून[६७] बक्षीस घेण्यासाठी मी स्टेजवर गेले, तशी तापी धर्माराव आणि ज्योस्यभाटला सुबम्मांनी धावत येऊन मला गच्च मिठी मारली. सुबम्मा माझी जुनी मैत्रीण होती. तुरुंगात आम्ही दोघी बरोबरच होतो. शिवाय ती राज्यकार्यकारिणीची सभासद होती. "आम्ही कुणीही तुझ्या बाबतीत न्याय करू शकलो नाही, पण तुझी तू स्वतंत्रपणे आयुष्य उभारते आहेस. शिवाय एवढं असूनही तू पार्टीचा झेंडा फडकवला आहेस," असं म्हणत ती रडायला लागली. आंध्र महिला सभेच्या सगुणाम्मा अभिमानाने म्हणाल्या, "मग? ती आमची कोटेश्वराम्मा आहे!" सुबम्माने उसळून उत्तर दिले, "ती तुमची नव्हे, आमची कोटेश्वराम्मा आहे. आम्ही तिला सांभाळायला कमी पडलो, म्हणून ती आज तुमच्या बरोबर आहे." मग पार्टीमध्ये माझ्याविषयी सहानभूती असणारे लोक आहेत, हे कळल्यावर आंध्र महिला सभेतील लोक माझ्याशी कदाचित नीट वागणार नाहीत, अशी तिला काळजी वाटली. परत नरमाईने ती म्हणाली, "छे छे! मी तर हे विनोदाने म्हणत होते. ती तर तुमचीच कोटेश्वराम्मा आहे."

तेलुगू भाषा आणि इतिहास या दोन्ही विषयांवर माझी चांगली पकड होती. पण इंग्रजी आणि गणित या दोन विषयांत मात्र मला फारशी गती नव्हती. त्यासाठी मी इतरांची मदत घेत असे आणि मला चांगल्या माहीत असलेल्या विषयांमध्ये मी इतरांना मदत करत असे. माझ्या मैत्रिणींना माझी तेलुगू आणि

इतिहास शिकवायची पद्धत फार आवडत असे. आमच्या शिक्षकांपेक्षा ही पद्धत जास्त चांगली आहे, असे त्या म्हणायच्या. 'आज मला रेडिओच्या कार्यक्रमासाठी जावे लागणार आहे,' असे सांगितल्यावर लगेच म्हणायच्या, 'आज संध्याकाळी आक्का आपल्यासाठी नक्की काहीतरी घेऊन येणार.' पब्लिक गार्डनजवळच्या अन्नपूर्णा कॅफेमधून मी नेहमी त्यांना काही ना काही खायला घेऊन जायचे. हा १९६०-६१च्या सुमाराचा काळ होता.

मी आंध्र सभेत आल्यानंतर नवऱ्याला आणि मुलांना मी सोडून आले, म्हणून काही लोक मला नावे ठेवत होते. पण काही जणांना माझ्याबद्दल सहानभुती वाटत होती. पार्टीसाठी सर्वस्वाचा त्याग करून एखाद्या अनाथाप्रमाणे इथे राहून मला शिकावे लागत आहे, याचे त्यांना वाईट वाटत होते. असे सगळे असूनही माझ्यामध्ये अजूनही आयुष्याशी दोन हात करण्याची उमेद शिल्लक होती. मुलांविषयीचे आणि लोकचळवळीचे विचार नेहमी माझ्या मनात घोळत असत. कधीतरी मात्र चालू असलेल्या आयुष्याच्या विचाराने मनात निराशा दाटून येई. अशा वेळी वसतिगृहातील इतर स्त्रियांबरोबर गप्पा-गोष्टी करून मी माझे मन रमवायचा प्रयत्न करीत असे.

आंध्र महिला सभेमध्ये स्वातंत्र्य दिन आणि प्रजासत्ताक दिन मोठ्या उत्साहाने साजरा व्हायचा. या दोन्ही दिवशी मी गाणे म्हणत असे. एकदा माझ्या गाण्याने रेडिओ आण्णा आणि रेडिओ आक्कांचे लक्ष वेधून घेतले. त्यांनी मला रेडिओवरील कार्यक्रम करण्याविषयी सुचवले. मला माझ्या पहिल्या कार्यक्रमाचे नाव आठवत नाही, पण ते रेडिओवरील एक नाटक होते. त्यातील नायकाचा क्रांतीला विरोध असतो, पण त्याची पत्नी क्रांतीची समर्थक असते. मी पत्नीची भूमिका केली होती. सगळ्यांना या पात्रासाठी माझ्या आवाजाची फेक चांगली होती, असे वाटत होते. आयुष्याने मला जे काही शिकवले त्यामुळे आणि प्रजा नाट्य मंडळीतील अनुभवामुळेच हे करणे शक्य झाले, असे मला वाटत होते. मला १५ रुपये मोबदला मिळाला आणि मी खूश झाले. रेडिओवर अजून काही कार्यक्रमांसाठी रेडिओआक्का मला बोलवू लागल्या. पार्टीच्या बाहेरही चांगले लोक असू शकतात, हे मला पहिल्यांदाच समजले. दुर्गाबाई देशमुखांसारखे देशभक्तीच्या भावनेने चांगले काम करणारे अजून अनेक लोक होते. एका मीटिंगमध्ये त्या म्हणाल्या होत्या, "चाळीसाव्या वर्षी मी लग्न केलं. पण ते काही फक्त निजी कारणांसाठी नव्हे. माझे पती सामाजिक कामात देखील माझी मदत करतात." स्वत:च्या लग्नामध्ये देखील त्यांना सामाजिक कामांचे भान होते, ही गोष्ट मला फारच भावली. त्यांच्या आयुष्याकडे बघून मला खूपच प्रेरणा मिळाली. त्यांच्या सन्मानार्थ माझ्या प्रजा नाट्यमंडळीतील अनुभवावर आधारित

त्यांच्या जीवनकहाणीवर मी एक 'बुर्राकथा' लिहिली. बुर्राकथेमध्ये मुख्य गायिकेबरोबर नेहमी उपगायिकेचे काम करणाऱ्या दोघी जणी होत्या. त्यातील एकीला मुख्य गाणे स्वत: म्हणायची इच्छा होती. म्हणून मग मी माझ्या भूमिकेची तिच्याबरोबर अदलाबदल केली आणि स्वत: तिच्या मागून गाणारी उपगायिका झाले. ही बुर्राकथा खूप लोकांना आवडली. रेडिओआक्काच्या प्रशस्तीपत्रामुळे एका सरकारी प्रदर्शनात ही बुर्राकथा लोकांसमोर सादर करायची एक संधीदेखील आम्हाला मिळाली. त्यांनी आम्हाला चांगला मोबदला दिला. शिवाय त्यांच्या वार्षिक अहवालात आमचे फोटोदेखील छापले होते. या कार्यक्रमातून मिळालेले पैसे मी वसतिगृहातील मुलींमध्ये वाटून टाकले.

त्या वेळी वसतिगृहात आम्ही आठ जणी होतो. अभ्यासासाठी फक्त दिवसभरासाठी असणाऱ्याही काही विद्यार्थिनी होत्या. पण सगळ्या मिळून जास्तीत जास्त १५ ते २० जणी होत्या. आंध्र महिला सभेचे हे वसतिगृह बरकतपुरामध्ये होते. पण त्यांची कुठलीही कायमची इमारतीची सोय नव्हती. 'युवती मंडळी' जवळच त्यांनी भाड्याने जागा घेतली होती. नीलम राजेश्वर रेड्डी जवळपासच राहात होते. दर साप्ताहिक सुट्टीच्या दिवशी, मी जणू त्यांच्या कुटुंबाचीच सदस्य असल्यासारखी ते मला त्यांच्या घरी घेऊन जात असत. रेडिओवर कार्यक्रम सादर करण्याचे काम मला नियमितपणे मिळायला लागले होते. कोणी वेळेवर आले नाही तर ते मला बदली कलाकार म्हणून बऱ्याचदा बोलवत असत. या सर्व कार्यक्रमांची नावे मला आता आठवत नाहीत, परंतु साधारणपणे १५ ते २० मिनिटांचे हे कार्यक्रम असत. काही कार्यक्रम मोठे असत आणि चांगले तासभर चालत असत.

आमदार निवासात काही कार्यक्रम असतील तर लीला मला नेहमी आमंत्रण पाठवत असे. तिथे येऊन बुर्राकथा सादर करायला किंवा पार्टीच्या गाण्यांच्या कार्यक्रमात सहभागी होण्यासाठी ती मला कायम प्रोत्साहन देत असे.

सुट्टीमध्ये मी विजयवाड्याला जात असे. करुणाही आम्हाला भेटायला येत असे. चंदू आपल्या वडिलांना भेटतो की नाही, याची मला माहिती नव्हती. पण आमच्याकडे मात्र तो कधीही आला नाही. कदाचित त्याच्या वडिलांनी त्याला मनाई केली असेल. करुणाप्रमाणेच चंदूची देखील गाठ पडावी अशी मला सारखी ओढ लागलेली असायची. माझ्या मुलांना भविष्यात तरी चांगले दिवस बघायला मिळावेत, ही तळमळ मला रात्रंदिवस लागून राहिलेली असे. काही काळानंतर मद्रासमध्ये अभ्यास करणे अवघड जात असल्याने चंदू आपल्या वडिलांकडे परत माघारी आल्याचे माझ्या कानावर आले. नंतर पुन्हा कळले की, सीतारामय्यांच्या बरोबर राहणाऱ्या बाईंशी त्याचे काही मतभेद झाल्याने तो आता

वरंगळ रीजनल इंजिनीअरींग कॉलेजच्या वसतिगृहात राहून शिकतो आहे. आता चंदू वडिलांपासूनही वेगळा पडेल की काय, याची चिंता मला लागून राहिली.

असाच अजून काही काळ लोटल्यानंतर समजले की, सत्यमूर्ती सध्या वरंगळमध्ये शिक्षक म्हणून कामाला लागला आहे आणि त्याने चंदूला आपल्या घरी ठेवून घेतले आहे. हे ऐकून जरा भरत आलेली माझ्या काळजावरची जखम पुन्हा भळभळून वाहायला लागली. याच सुमारास सीतारामय्यांच्या नातेवाईकांनी आदिलाबाद जिल्ह्यात थोडी जागा विकत घेतली होती. सीतारामय्यांनी देखील स्वत:ची जागा विकून तिथेच जवळ जागा विकत घेतली आणि आपल्या आई-वडिलांना तिकडे हलविले. आता आजी-आजोबा आणि आपला भाऊही जवळ नसताना करुणाला सीतारामय्यांबरोबर एकटीला रहावे लागणार होते. हे तिला कसे काय जमेल, ही एक नवीन काळजी मला लागली. मी तिला माझ्यापाशीही ठेवून घेऊ शकत नाही, या भावनेने मला जास्तच असाहाय्य वाटायला लागले. माझ्या दु:खात भर पडतच होती. पण माझे काही दागिने गहाण टाकून मी चंदूला काही पैसे पाठवले. त्या काळात सत्यमूर्ती आणि त्याच्या घरच्यांनी चंदूला हरतऱ्हेने भरपूर मदत केली.

करुणाचे लग्न

पुढे पाणीपुरवठा योजनेमध्ये काही प्रश्न निर्माण झाल्याने सीतारामय्यांच्या शेतीउत्पन्नामध्ये चांगलीच घट निर्माण झाली. जे काही थोडेफार हाताशी लागत होते, ते अगदीच नगण्य होते. घरखर्च भागवण्यासाठी त्यांनी काझीपेठमधील फातिमा स्कूलमध्ये शिक्षक म्हणून काम करायला सुरुवात केल्याचे समजले. त्या वेळी कृष्णा आणि गुंटूर जिल्ह्यातून पुढच्या शिक्षणासाठी म्हणून काही तरुण मुले वरंगळला राहायला आलेली होती. ह्या सर्व तरुणांमध्ये सीतारामय्या चांगलेच लोकप्रिय होते. ही सर्व मुले त्यांची गाठ घेण्यासाठी कायम त्यांच्या घरी येत असत. सीतारामय्यांची आर्थिक ओढाताण ते जवळून प्रत्यक्षच बघत होते. ह्या ओढगस्तीच्या परिस्थितीत करुणाचे शिक्षण पूर्ण कसे होणार, हा प्रश्न त्यांनाही पडत होता. कावूरी रमेश बाबू हेही या तरुण मुलांपैकीच एक करुणाचे वर्गमित्र होते. एके दिवशी त्यांनी सीतारामय्यांजवळ करुणाशी लग्न करण्याचा प्रस्ताव बोलून दाखवला. ह्या गोष्टीचा निर्णय त्यांनी करुणाशी बोलूनच घ्यायला हवा, असे सीतारामय्यांनी त्यांना सांगितले. करुणाचे उत्तर होते - "फक्त माझ्या वडिलांची नव्हे, तर माझ्या आईचीही संमती तुम्ही घ्यायला हवी." एका कॉम्रेड्‌ने अतिशय खूश होऊन हा प्रसंग मला इत्थंभूत वर्णन करून सांगितला. मलाही खूप आनंद झाला. पण लगेचच काळजीने आणि दु:खाने मला घेरले.

छोट्याशा फ्रॉकमध्ये शाळेत जाणारी माझी इवलीशी करुणा माझ्या डोळ्यासमोर उभी राहिली. वरंगळमध्ये कुमारवयात आपल्या वडिलांकडे राहायला गेलेली करुणा आठवली. एवढ्यात ती लग्नाच्या वयाची झाली सुद्धा? लग्न, मुलेबाळे ह्यामध्ये ती आत्तापासूनच अडकली तर तिचे शिक्षण कसे पूर्ण होणार? शिक्षण पूर्ण करून मगच तिने लग्नाचा विचार करावा असे मला वाटत होते. सुंदरय्या आणि राजेश्वरा राव यांसारख्या ज्येष्ठ मंडळीपर्यंत या प्रस्तावाची खबर पोचली. सुंदरय्या म्हणाले- "करुणा अजून लहान आहे. तिचं शिक्षण पूर्ण होईपर्यंत ह्या मुलाची वाट पाहायची तयारी असेल तर चांगलंच आहे. समजा नाही, तर, आपण नंतर दुसरे पर्याय शोधू शकतोच. आपल्या लोकांपैकी खूप तरुण मुलं आजकाल वैद्यकशास्त्राचा अभ्यास करताहेत." परंतु राजेश्वरा राव मात्र हे लग्न होऊन जावे या मताचे होते. ते म्हणत होते, "रमेश हा रवि दुर्गारावांचा पुतण्या आहे. आपल्या पार्टीविषयी आदर असणाऱ्या लोकांमध्ये तो लहानाचा मोठा झाला आहे. मुलं झाली तरी करुणाच्या शिक्षणाची काळजी करण्याचं काही कारण नाही. ती मंडळी श्रीमंत आहेत. डॉक्टर झाली नाही तरीदेखील ती तिथे आनंदाने राहू शकेल. ह्या घडीला ती इथून बाहेर पडणं सगळ्यात महत्त्वाचं आहे." ह्या सर्व चर्चांविषयी मला मानीकोंडा सूर्यवतीने सांगितले. ती म्हणाली, "सुंदरय्या अजून भूतकाळात रमले आहेत. आता अगदी आपल्या पार्टीतली तरुण मुलं देखील लग्नामध्ये हुंड्याचा आणि भेटवस्तूंचा आग्रह धरताहेत. इथे तर रमेश स्वत:हून लग्नाची मागणी घालतोय. त्यामुळे आपण हा प्रस्ताव नाकारण्यात काही अर्थ नाही."

सुट्टी लागल्यावर करुणा आणि रमेश मला आपल्या नियोजित विवाहाची बातमी द्यायला विजयवाड्याला स्वत: आले. अश्रू न गाळता हसतमुखाने मी या गोष्टीचा स्वीकार करावा, असा आईचा सल्ला होता. माझे स्वत:चे लग्न कशा परिस्थितीत पार पडले होते त्या सर्व गोष्टी, वेंट्राप्रगडामध्ये झालेल्या या लग्नाच्या आठवणी माझ्या भोवती फेर धरून नाचू लागल्या. करुणाचे लग्न तिच्या वडिलांच्या आणि काही विद्यार्थ्यांच्या उपस्थितीत पार पडेल, असे मी गृहीत धरले होते. कुठेही असली, तरी तिला भरभरून सुख मिळावे असे मी आणि आईने शुभाशीर्वाद दिले.

लग्नाची तारीख पक्की झाल्यावर करुणाने मला पत्र टाकून कळविले, परंतु सीतारामय्यांनी काहीच कळवले नाही. त्यांनी मला लग्नाचे आमंत्रणसुद्धा पाठविले नाही. 'त्या' तिथे असतील म्हणून मी तिकडे येऊ नये, असे बहुधा त्यांना वाटले असेल. खूप लोकांनी जरी त्यांच्यावर टीका केली, तरी मी त्यांच्याविरुद्ध एकही शब्द कधी बोलले नव्हते. मुलांसाठी लग्नात आईचा आशीर्वादच सगळ्यात

जास्त महत्त्वाचा असतो, असे म्हणत लीला आणि सावित्री माझे सांत्वन करून माझे दु:ख हलके करायचा प्रयत्न करत होत्या. आपण करुणासाठी एक सुंदर रेशमी साडी विकत घेऊ यात, असेही त्या म्हणत होत्या. पण मला लग्नाचे आमंत्रणच नसल्याने त्यांनी मग ही कल्पना सोडून दिली. परंतु अखेरीस मी करुणासाठी एक काश्मिरी सिल्कची साडी आणि रमेशसाठी शाल आणि अत्तराची बाटली, अशी भेट तयार केली. एका ग्रीटिंग कार्डवर सही करून ही भेट मी माझ्या एका मैत्रिणीकरवी त्यांना पाठवून दिली.

अशा रितीने १९६२च्या डिसेंबरमध्ये वरंगळमधील विद्यार्थ्यांच्या उपस्थितीत करुणाचा रमेशशी विवाह झाला. पुरोगामी विचारांचे सुप्रसिद्ध कवी काळोजी नारायण रावदेखील ह्या लग्नाला उपस्थित होते. लग्नानंतर करुणा आणि रमेश एक घर भाड्याने घेऊन एकत्र राहायला लागल्याचे समजले. हे ऐकून मला आनंदच वाटत होता. काही दिवसातच माझी मॅट्रिकची परीक्षा झाली आणि मी हैदराबादहून घरी यायला निघाले होते. रमेशला हे समजल्याबरोबर तो मला वरंगळ स्टेशनवर घ्यायला आला आणि त्यांच्या नवीन घरी मला घेऊन गेला. तिथे चंदूदेखील होता. रिक्षातून उतरल्यावर माझ्या दोन्ही मुलांना एकत्र पाहून माझे अश्रू अनावर झाले. त्या दोघांकडे पाहून माझा त्यांच्यापासून लांब राहण्याचा निर्णय बरोबरच होता असे मला वाटले.

काही दिवसांनंतर रमेश आणि करुणा आपले काका दुर्गाराव यांच्या सल्ल्याप्रमाणे चल्लपल्लीला काही दिवसांकरीता भेटीगाठीसाठी गेले. वाटेत ते आम्हालाही भेटले आणि विजयवाड्यात आमच्याकडे चार दिवस राहिले. आईने खूश होऊन त्यांच्यासाठी तरतऱ्हेची पक्वान्ने बनविली. ''इथे एकटीने राहण्यापेक्षा आजी आमच्याकडे वरंगळला आमच्या बरोबर राहिली तर बरं होईल,'' असे करुणाने सुचवले. ''त्यामुळे तिलाही एकटं वाटणार नाही आणि मलाही सोबत होईल,'' असे तिचे म्हणणे होते. आईचीही या गोष्टीला काही हरकत नव्हती. आई वरंगळला राहायला गेल्यावर मी हैदराबादमध्ये राहून शिक्षक प्रशिक्षण पूर्ण करू की नोकरी शोधू, असा प्रश्न माझ्यासमोर उभा राहिला. मी विचारात पडले. पण मी नोकरी करायचा निर्णय घेतला. त्याचा काही ना काही उपयोग मुलांना नक्की झाला असता.

वसतिगृह व्यवस्थापिकेची नोकरी

काकीनाडा गर्ल्स पॉलिटेक्निक हॉस्टेलमध्ये मॅट्रिकची परीक्षा पास झालेल्या ४० वर्षाखालील स्त्रियांसाठी एक नोकरीची संधी आहे, असे मला कळले. या महाविद्यालयाचे प्राचार्य सुंदरय्यांचे नातेवाईक असल्याचेही मानीकोंडा सूर्यवतीकडून

समजले. मी नोकरीसाठी अर्ज केला आणि मला मुलाखतीसाठी बोलावणे आले. आंध्र महिला सभेत असताना आमच्या अधिकृत अधिकारी कामानिमित्त बाहेरगावी गेल्यावर ह्या कामाची तात्पुरती जबाबदारी माझ्याकडे येत असे. कामाचा हा अनुभव गाठीशी असल्यामुळे माझी मुलाखत चांगली पार पडली आणि मला नोकरीही मिळाली. सुंदरय्यांशी असलेला माझा निकटचा संबंध हेही कदाचित या मागचे कारण असू शकेल.

मी आमचे विजयवाड्यातील घर भाड्याने देऊन टाकले आणि भाडे आईकडे जमा करायला सांगितले. सगळे सामानसुमान करुणाच्या घरी हलविले. वसतिगृहातील आयुष्य माझ्यासाठी नवीन नसले, तरी नोकरीचा अनुभव नवीनच होता. अतिशय काळजीपूर्वक मी माझी जबाबदारी पार पाडत असे. माझ्याकडे कसलीही पदवी नसूनदेखील प्राचार्य आणि वसतिगृहाचे अधिकारी दोघेही माझ्याशी सन्मानाने वागत असत.

वसतिगृहातील निम्म्याहून अधिक मुली पार्टीच्या हितचिंतक कुटुंबीयांपैकी होत्या. (दोन्ही, CPI आणि CPM) माझ्यासाठी त्या कुटुंबातील असल्या सारख्याच होत्या. त्या सर्वांच्या पालकांना वसतिगृहात आल्यानंतर माझ्याशी बोलायला आवडत असे. आर्थिक अडचणींपोटी त्यांना त्यांच्या मुलींना इथे दाखल करावे लागत असल्याचे माझ्या लक्षात आले. इथे मिळणारी शिष्यवृत्ती हेही यामागचे एक महत्त्वाचे कारण होते. त्यांच्या मुलींकडे लक्ष द्यायला मी आहे या कल्पनेने ते निर्धास्त होत असत.

ह्या मुलींमध्ये निर्मला (उर्फ राधक्का[६८]) नावाची एक मुलगी होती. इथे शिकत असताना ती नक्षलवादी विचारसरणीने प्रभावित झाली. तिने कृष्णा नावाच्या मध्यम श्रेणीतील एका नक्षल युवानेत्याशी लग्न केले. त्याने लग्नासाठी हुंड्याची मागणी केली नव्हती. सीतारामय्यांनी स्वत: या लग्नात पुढाकार घेतला होता. ही मंडळी मला त्यांच्या मीटिंगसाठी कायम बोलवत असत. पण माझे काम सरकारी असल्याने मी फक्त गुप्तपणे त्यांना पाठिंबा देत असे. त्यांच्या सार्वजनिक सभा, बैठकांमधून मी कधीही बोलत नसे. परंतु मी पार्टी आणि लोकचळवळीची साथ कधीही सोडली नाही आणि शेवटपर्यंत, तहहयात ही साथ अशीच कायम राहील.

प्राचार्या कमलम्मांमुळे काकीनाडा गर्ल्स पॉलीटेक्निकने लोकांमध्ये चांगलेच नाव कमावले होते. जास्तीत जास्त मुलींना शिष्यवृत्ती मिळावी म्हणून त्या जिवापाड प्रयत्न करत असत. वसतिगृहातील खानावळीचे दरदेखील इतरांच्या मानाने खूप कमी होते. त्यामुळे पालक आपल्या मुलींना अग्रक्रमाने इथेच पाठविण्यासाठी इच्छुक असत. नंतर जवळपासच्या कृष्णा आणि गुंटूर जिल्ह्यातील

मुलींखेरीज राज्यभरातून मुली इथे प्रवेश घ्यायला येऊ लागल्या. अर्थातच वसतिगृहाची जागा अपुरी पडू लागली आणि नवीन वसतिगृह उभारणे गरजेचे होऊन बसले.

वसतिगृहाच्या व्यवस्थापकाचे कामच विद्यार्थ्यांवर नियंत्रण ठेवण्याचे असल्याने सर्व मुलांकडून व्यवस्थापकाला आदर आणि प्रेम मिळण्याची शक्यता तशी कमीच असते. परंतु मी सर्व मुलींची काळजी आईसारखी घेत असे. त्यामुळे त्यांचा माझ्याशी कधीही वाद होत नसे. शिवाय माझे वयही सर्वसाधारणपणे व्यवस्थापक म्हणून काम करणाऱ्या लोकांपेक्षा कमीच होते. म्हणून मुलीदेखील मला प्रेमाने आक्का म्हणत असत. "करुणा आणि चंदू लवकरच घरी येतील, मग मी फार काळ हॉस्टेलवर राहू नये," असे त्या सगळ्या जणी अगदी प्रेमाने सल्ला देत असत. खूप पुढे मी चंद्रा राजेश्वर राव वृद्धाश्रमात राहत असताना यातील काही मुली मला नेहमी भेटायला येत असत. उतारवयात मला एकटीला राहताना पाहून त्यांना वाईट वाटत असे. त्या मग मला कायम घरी राहायला बोलवत असत. जगातील सर्व लोकांना मी चांगली वाटत होते, पण खुद्द माझ्या नवऱ्याला मात्र माझ्यात काही चांगले दिसत नव्हते. यामागे काय रहस्य असेल बरे?

मागे म्हटल्याप्रमाणे काकीनाडा गर्ल्स पॉलीटेक्निक हॉस्टेलच्या खानावळीचे दर इतर वसतिगृहातील दरांपेक्षा खूप कमी होते. खानावळीची व्यवस्थाही मीच सांभाळत होते. कमलम्मांचे मला या कामी पूर्ण सहकार्य असे. नात्याने त्या सुंदरय्यांच्या पुतणी होत्या. त्यांनाही आयुष्यात खूप काही भोगावे लागल्याचे सुंदरय्यांकडूनच मला समजले होते.

त्या काळात भाट्टम् श्रीराममूर्ती आपले आंध्राचे शिक्षणमंत्री होते. एकदा त्यांनी आमच्या वसतिगृहाचा दौरा केला. कसलीही पूर्वकल्पना न देता त्यांनी ही अचानक भेट दिली होती. इतक्या कमी दरात आम्ही विद्यार्थ्यांना उत्तम दर्जाचे जेवण कसे काय देऊ शकतो, हे त्यांना तपासायचे होते. विद्यार्थ्यांमध्ये बसून त्यांच्याबरोबरच जेवण करण्याचा त्यांनी आग्रह केला. नेहमीपेक्षा जास्त आमटी वाढायलाही त्यांनी साफ मना केले. जेवण झाल्यावर ते स्वयंपाकघरात आले. आता खानावळीतल्या कर्मचाऱ्यांनाच फक्त पुरेल, एवढेच अन्न शिल्लक राहिले आहे, याची त्यांनी नोंद घेतली. इतर अभियांत्रिकी आणि वैद्यकीय महाविद्यालयांच्या तुलनेत आमच्या इथे काहीच अन्न वाया जात नव्हते. यामुळे ते खूपच खूश झाले. आमच्या विद्यार्थ्यांकडूनही त्यांनी प्रतिक्रिया मागवल्या. सर्वांनी खाणे चांगल्या दर्जाचे असल्याचेच लिहिले होते. मागाहून मला समजले की, त्यांनी कमलम्मांकडे मला इतर महाविद्यालयातील वसतिगृहात व्यवस्थापक म्हणून

पाठवता येईल का, अशी चौकशी केली होती. परंतु सुंदरय्यांनी त्यातील अडचणींविषयी मला आधीच सावध केले. इथल्या प्राचार्यांना पार्टीची माहिती होती आणि माझ्या योग्यतेचीही कल्पना होती. माझ्याकडे कसलीही पदवी नसल्यामुळे इतरत्र देखील सर्व सुरळीत चालेल, याची काही शाश्वती नाही असे त्यांना वाटत होते. त्यांचा सल्ला मानून मी हा बदलीचा प्रस्ताव नाकारला आणि त्याच वसतिगृहात निवृत्त होईपर्यंत जवळजवळ वीस वर्षे काम केले.

पार्टीमधील फूट

माझ्या दृष्टीने एकच पार्टी अस्तित्त्वात होती. पार्टीचे CPI आणि CPM मध्ये तुकडे झाल्यानंतर देखील माझी सभासद नोंदणी फी मी दोन्हीकडे नियमितपणे पाठवत असे. सुंदरय्यांनी मला असे न करण्याचा सल्ला दिला. पार्टीला सभासद नोंदणी फी देत राहण्यापेक्षा पार्टीचे सभासद म्हणून समाजात प्रत्यक्ष काम करणे जास्त श्रेयस्कर आहे, असे त्यांचे म्हणणे होते. CPI आणि CPM, दोन्हीच्या कार्यकर्त्यांशी माझी गाठ पडत असे. पण एक बाब लवकरच स्पष्ट झाली. एका पार्टीच्या लोकांबरोबर माझी जवळीक जरा वाढली की दुसऱ्या पार्टीच्या लोकांना त्याचा राग येई. हा दृष्टीकोन मला कधीच पटला नाही. आपल्या-आपल्यातच आपण इतका दुजाभाव ठेवला, तर आपल्या ध्येयापर्यंत आपण कसे पोचणार, असा प्रश्न मला पडायचा.

एके दिवशी मी लीलाकडे गेले होते. लीला आता CPM ची कार्यकर्ती होती. सावित्रीची तब्येत जरा ठीक नव्हती. आम्ही दोघींनी मिळून तिला भेटायला जायचे ठरवले आणि गेलो देखील. सावित्री CPI ची कार्यकर्ती होती. आमच्या पुरुषमंडळींना मात्र आमचे एकत्र भेटणे आवडले नाही. मानवी संबंधांपेक्षा त्यांना त्यांचे राजकारण महत्त्वाचे वाटत होते.

काकीनाडा आणि माझ्यातील कवयित्रीचा जन्म

सुंदरय्या काकीनाडाला नेहमी येत-जात असत. अशाच एका भेटीत त्यांनी माझी पार्टीच्या प्रमुख स्थानिक कार्यकर्त्यांशी ओळख करून दिली. ते लोक मला नेहमी 'साहित्य लहरी'च्या सभा, बैठकांना बोलवू लागले. 'साहित्य लहरी' संस्था जुन्या आणि आधुनिक अशा दोन्ही साहित्य परंपरा जतन करणारे कार्यक्रम आयोजित करत असे. ज्ञानानंद कवी, जानकी जानी, इस्माईल, सोमसुंदर, अदृष्टदीपक, अडवीकोलानु पार्वती आणि चिरंजीविनी कुमारी यांसारखे पुरोगामी लेखक या कार्यक्रमांना हजेरी लावत असत. आपले लिखाणही प्रस्तुत करत असत. या कार्यक्रमामुळे माझे दु:ख विसरून जायला मला खूप मदत झाली

आणि साहित्याची एक रुची माझ्यामध्ये निर्माण झाली. नवनवीन कविता, काव्य ऐकताना मला विलक्षण शांती मिळाल्याचा आनंद होत असे. या सर्व गोष्टींनी मला लिखाणास प्रवृत्त केले. तापी राजम्माला पत्रातून मी या सर्व कार्यक्रमांविषयी लिहीत असे. साहित्य अभिरुचीबरोबरच इथे येणाऱ्या सर्व लेखकांशी माझी चांगली मैत्री झाली.

सोमसुंदर यांनी मला कवीसंमेलनात भाग घेण्यासाठी प्रोत्साहित केले. छोट्या कविता लिहून मी तिथे सादर करायला सुरुवात केली.

सोमसुंदर, चिरंजीविनी कुमारी आणि डॉ. विजयालक्ष्मी यांसारखे लोक काकीनाडामध्ये आंध्रातील पुरोगामी लेखकांचे संमेलन आयोजित करत असत. राज्यभरातून यासाठी अनेक लेखक येत असत. हे संमेलन पाहून १९४४ मध्ये विजयवाड्यामध्ये झालेल्या लेखक-परिषदेची आठवण झाली. महीधरा आणि परकाला पट्टाभीरामाराव या दोघांशी माझी इथे गाठ पडली. विशालआंध्रामध्ये छापून येणारे माझे लिखाण पाहून त्या दोघांना अतिशय आनंद झाला. त्यांनी केलेल्या कौतुकामुळे माझा हुरूप वाढला.

मुले लहान असताना मी पार्टीच्या आणि चळवळीच्या कामात सतत गुंतलेली असे. त्यामुळे तेव्हा त्यांना म्हणावा तितका वेळ मी देऊ शकले नव्हते. त्या वेळी त्यांना ज्या गोष्टी मी सांगितल्या असत्या, त्याच मी गाण्याच्या रूपात 'अम्मा चेप्पीना कथालु'(आईने सांगितलेल्या गोष्टी) मध्ये लिहिल्या. मालकोंडय्या नावाचे एक जिल्हाधिकारी या साहित्यिक कार्यक्रमांमध्ये अगदी जातीने रस घेऊन भाग घेत असत. या कार्यक्रमाच्या आयोजनातही त्यांचा पुरेपूर सहभाग असे. अशाच एका कार्यक्रमात माझ्या या कथांपैकी एक कथा मी सादर केली. त्यांना ती खूपच आवडली. 'आईने सांगितलेल्या पाच कथा' या नावाने त्यांनी माझ्या या कथांचे एक छोटे पुस्तक छापले. 'बॅरिस्टर पार्वतीसम' चे लेखक मोक्कापाटी नरसिंहा शास्त्री यांना हे पुस्तक खूप आवडले. त्यांच्याच हस्ते या पुस्तकाचे प्रकाशन झाले. त्या वेळी त्यांनी या पुस्तकाची खूप प्रशंसा केली. अशा रितीने काकीनाडामध्ये मी माझ्या मातृत्वाच्या अनुभवाविषयी लिहू लागले आणि काकीनाडाने माझ्यातील कवयित्री जागी केली.

'आरासम' आणि 'विरासम'(प्रगतीशील लेखक संघ आणि क्रांतिकारी लेखक संघ) हे दोन लेखक संघ त्यावेळी काकीनाडामध्ये कार्यरत होते. सुरुवातीला आरासम् लेखक संघातील लोकांशी माझी ओळख झाली. त्यामुळे माझी त्यांच्याशी जास्त जवळीक होती. परंतु या दोन्ही संघातील काही सभासद आपला संघ सोडून दुसरीकडे गेलेल्या मान्यवर सभासदांच्या स्मृतिपर कार्यक्रमांना देखील जात नसत. परंतु महीधरा राममोहनराव यांना आम्ही सर्वांनी मिळून काम करावे

असे मनापासून वाटत असे. या साहित्यिक सभांमध्ये सुंकरा, महीधरा, राघवय्या आणि विश्वनाथ सत्यनारायण यांच्या गटातील मंडळी हजेरी लावत असत. त्या काळात मी भरपूर लेखन केले.

वसतिगृहामध्ये व्यवस्थापकासाठी जेव्हा कायमची सरकारी जागा निघाली, तेव्हा प्राचार्यांनी माझे नाव सुचवले. यामुळे मुलांच्या शिक्षणासाठी मी थोडाफार हातभार लावू शकले. सुट्टीत मी आईला आणि करुणाला भेटण्यासाठी वरंगळला जात असे.

चंदू, करुणा आणि मी

पगार मिळाला की मुलांसाठी काही ना काही खरेदी करण्याचे माझ्या मनात येत असे. एके दिवशी करुणाने तिला दिवस गेल्याची बातमी आम्हाला दिली. एकाच वेळी आनंद, दु:ख, भीती अशा संमिश्र भावनांनी मला घेरले. पहिल्या गर्भारपणात मुलीला काय खावेसे वाटेल? गरोदरपणी ही मुलगी आता तिचे शिक्षण कसे पूर्ण करणार? अशा नानाविध प्रश्नांनी माझ्या मनात गर्दी केली. माझे स्वत:चे पहिलटकरीण असतानाचे दिवस आठवले.

करुणाला भेटायला जाण्यासाठी आमच्या प्राचार्या कमलम्मांकडे मी रजेचा अर्ज केला. मला १५ दिवसांची सुट्टी मिळाली. ते सगळे दिवस माझे वरंगळमध्ये करुणाचे डोहाळे पुरविण्यात भुर्रकन उडून गेले. नंतर मी काकीनाडाला परत आले खरी, पण माझे सारे चित्त वरंगळमध्येच होते. तिच्या प्रसूतीच्या वेळी मला तिच्याबरोबर राहाण्याची खूप इच्छा होती. सुट्टी मिळता क्षणीच मी दुसऱ्या पावली वरंगळला पोचत असे.

गरोदरपणीच्या संपूर्ण काळात करुणाने आपले शिक्षण चालूच ठेवले. मुलीला जन्म दिल्यानंतर लगेच दुसऱ्या दिवशी तिने परीक्षाही दिली. त्या सुट्टीत बाळासाठी मी नेहमी एक गाणे म्हणत असे - 'आईला त्रास देऊ नको, बाळा. तिला तिचं शिक्षण पूर्ण करू दे, छान मार्कांनी पास होऊ दे....'

माझे त्या वेळी वरंगळला खूप जाणेयेणे चालू असायचे. मी आजी झाल्यानंतर १९६४ साली सीतारामय्यांनी मला एक चिठ्ठी पाठवून घटस्फोटाची मागणी केली. उलटसुलट भावनांच्या कल्लोळातच मी ती वाचली. माझ्या पुढच्या भेटीत मी करुणाशी या विषयावर बोलले. तिने सारे काही फक्त ऐकून घेतले, बोलली काहीच नाही. घटस्फोट द्यायला माझी काहीच हरकत नव्हती, पण चंदूला मात्र हे मंजूर नव्हते.

चंदू म्हणाला, "तुम्ही दोघे आत्ताही वेगळेच राहता आहात. तू त्यांच्याकडून काही पोटगीदेखील घेत नाहीयेस. मग आता त्यांना घटस्फोट कशासाठी हवा

आहे? आजोबा-आजी अजूनही तुला आपली सून मानतात. त्यांच्यासाठी आणि माझ्यासाठी तरी तू कोंडापल्ली कोटेश्वराम्माच राहा.'' असे केल्याने काही विशेष फायदा होणार नसला तरी मी त्याच्या इच्छेचा मान ठेवण्याचा निर्णय घेतला.

सुट्टीमध्ये चंदू त्याच्या आजी-आजोबांकडे जात असे. तेच आपले खरे आई-वडील आहेत, असे बहुधा त्याला वाटत असावे. त्यांनी त्याच्या शिक्षणाचा भारही सांभाळला होता.

माझ्या सासूबाईंची हत्या

सीतारामय्यांनी आदिलाबाद जिल्ह्यात जन्नारममध्ये शेतजमीन विकत घेऊन ठेवली होती खरे, पण ते स्वत: वरंगळमध्येच राहात होते. त्यामुळे पार्टीतील काही मित्रमंडळींकडे ही जमीन त्यांनी सांभाळायला दिली होती. पण हे मित्र उलटले आणि ही जमीन स्वत:च गिळंकृत करण्याच्या मागे लागले. सीतारामय्यांना ठार मारण्याची योजनाही त्यांनी बनविली. आईला भेटायला या वेळी सीतारामय्या घरी येणार याची त्यांना कल्पना होती. सीतारामय्यांच्या आवडीचे जेवण बनवून सीतारामय्यांची आई वऱ्हांड्यात त्यांची वाट बघत बाजेवर पहुडली होती. थोड्या वेळाने हे कारस्थानी मित्र तिथे आले आणि त्यांनी आईलाच सीतारामय्या समजून जीवे ठार मारले. ही बातमी ऐकून मला रडू आवरेना. आता मामंजी तरी त्यांच्याशिवाय कसे राहणार, हा प्रश्न मला छळू लागला.

चंदू आणि क्रांतीचे राजकारण

१९३४ मध्ये बनारस हिंदू विद्यापीठात एक युवा कम्युनिस्ट केंद्र सुरू झाले होते. १९६४ पर्यंत प.बंगालमध्ये नक्षलबारी आंदोलन चालू झाले होते. चंदू आणि त्याच्यासारखेच वरंगळ इंजिनीअरींग कॉलेजमधील काही विद्यार्थी या आंदोलनाने प्रभावित झाले होते. श्रीकाकुलममधील लढ्यासाठी त्यांनी काम करायला सुरुवात केली होती. या काळात तरीमेला नागीरेड्डी[६९] मला एकदा भेटायला आलेले होते. या कामात भाग घेतल्यामुळे चंदूचे शिक्षणाकडे दुर्लक्ष होणार नाही याची काळजी घ्यायला मी त्यांना सांगितले. हसून ते म्हणाले, ''मी चंदूशी बोलेन या विषयावर. पण मी स्वत: शिक्षण अर्धवट सोडून या आंदोलनात उडी घेतली आहे. खुद्द त्याच्या आईने शाळा सोडून स्वातंत्र्य आंदोलनात भाग घेतला होता. मग आता असं का, असा प्रश्न त्याने मला विचारल्यावर मी काय उत्तर देऊ?'' चारू मुजुमदारने[७०] गुत्तीकोंडा बिलममध्ये घेतलेल्या मीटिंगसाठी सत्यमूर्तीबरोबर चंदूही तिथे गेलेला होता, असेही माझ्या कानावर आले. नंतर सीतारामय्यासुद्धा या आंदोलनात सक्रिय झाले.

यानंतर थोड्याच दिवसांनी मी माझ्या उन्हाळ्याच्या सुट्टीसाठी वरंगळला गेले होते. चंदू सध्या वसतिगृहात न राहता सत्यमूर्तीकडे राहतो हे कळल्यावर मी तिकडेही गेले. वसतिगृहाच्या खर्चासाठी मी त्याला पैसे देऊ लागले, तेव्हा त्याने ते नाकारले. त्याला पुढे शिक्षण घ्यायची इच्छा नाही आणि लवकरच तो वसतिगृह सोडणार असल्याचे त्याने मला सांगितले. पुढे तो म्हणाला, "वडील म्हणून मला सीतारामय्यांबद्दल आजिबात आदर वाटत नाही. पण नक्षलबारीतले क्रांतिकारक म्हणून मला त्यांचा आदर वाटतो. तूही त्यांच्याकडे नवरा म्हणून न बघता एक क्रांतिकारक म्हणून आदराने पाहायला लागवंस, असं मला वाटतं."

"मला त्यांच्याविषयी आदर किंवा तिरस्कार काहीच वाटत नाही," मी म्हणाले.

वास्तविक, त्याला आर्थिक आधार द्यायला त्याची आज्जी आता हयात नाही, म्हणून तो शिक्षण अर्ध्यात सोडून देत आहे का, असे मला त्याला विचारायचे होते. पण जे स्वत: मदत करू शकत नाहीत, त्यांना असले प्रश्न विचारायचा काही अधिकार नसतो. मी गप्प बसले.

दरम्यान करुणाने दुसऱ्या मुलीला जन्म दिला. ह्या परिस्थितीतही तिने आणि तिच्या नवऱ्याने आपला वैद्यकीय अभ्यासक्रम पूर्ण केला. पार्टीतील परिचित माझ्याकडे त्यांच्या भविष्यातील योजनांची चौकशी करत असत - ही जोडी आता कुठे काम करणार? का स्वत:चाच दवाखाना सुरू करणार? इत्यादी. काही महिन्यातच ते दोघे दंडकारण्य भागात नोकरी शोधत असल्याचे करुणाने मला पत्र टाकून कळवले. मी त्यांना भेटायला गेले. माझी मोठी नात चिन्नी (अनुराधा) 'आजी आली, आजी आली' म्हणत हात पसरून धावत माझ्या मिठीत आली. तिने आसपासच्या सर्व मुलांना गोळा केले आणि माझ्या मांडीवर बसून माझी सर्वांशी ओळख करून दिली. सर्वांसाठी मी खूप सारा खाऊ आणला आहे, असेही तिने सांगून टाकले. मी स्वत: माझ्या हाताने तिला खाऊ भरविला पाहिजे म्हणून हट्ट धरून बसली आणि मी भरवायला सुरुवात केल्यावर मिश्किलपणे हसून मान फिरवू लागली. तिच्या लाडक्या आजोबांबद्दल तिने मला बऱ्याच गोष्टी सांगितल्या. आजोबा नेहमी तिला फिरायला घेऊन जातात आणि बाजारातून तिला आवडेल ती वस्तू घेऊन देतात, असं ती सांगत होती. तिच्या दुसऱ्या आजीने भोगीच्या दिवशी आमच्या घरमालकांच्या बाळाला - बालाला भोगीचे नहाण घातल्याचे तिने पाहिलेले होते. आता मी तिला भोगीचे नहाण घालणार का, याची तिला उत्सुकता वाटत होती. भोगीच्या कार्यक्रमात ती मला तिचे आजोबा दाखवणार होती.

अखेरीस तो दिवस उजाडला आणि करुणाच्या दोन्ही मुलींसाठी भोगीपल्लूचा[७१]

कार्यक्रम ठरला. अनुराधा तिच्या आजोबांची वाट बघत होती. आजोबा आले का? असा प्रश्न विचारत तिची सतत करुणाच्या मागे भुणभुण चालू होती. सक्रांतीसाठी आजोबा त्यांच्या आईकडे बहुधा गेले असावेत, असे तिच्या आईने सांगताच तिचा चेहरा चिमणीएवढा झाला. बालाच्या आजीने त्यांच्या नवऱ्याला 'इमंडी' म्हणून हाक मारताच अनुराधा मला विचारू लागली, "आजोबा पण तुझे इमंडी आहेत ना?" आम्ही सगळेच पोट धरून हसू लागलो. सुट्टी संपून मी परत जायला निघाले, तर अनुराधा माझ्याबरोबर येण्यासाठी आधीच रिक्षात जाऊन माझी वाट बघत बसली. एक संपूर्ण गोष्ट सांगून मला तिचे लक्ष दुसरीकडे वळवावे लागले, तेव्हा कुठे मी तिथून निघू शकले. थोड्या दिवसांनी करुणा आणि रमेश दंडकारण्य भागात राहायला गेले.

त्यांचा सुखी संसार बघून आईलाही संतोष वाटत होता. आम्ही दोघी विजयवाड्याला परत आलो. तिची विजयवाड्यामध्येच राहायची इच्छा होती आणि मी काकीनाडाला कामावर रुजू झाले. मनावरचा ताण थोडा कमी झाला होता आणि मी परत माझ्या साहित्यिक कार्यक्रमांकडे आकर्षित झाले. श्री श्रींच्या[७२] (श्रीरंग श्रीनिवास राव) साठाव्या वाढदिवसाच्या निमित्ताने होणाऱ्या कार्यक्रमासाठी मी निधी-संकलनात सहभागी झाले. तेन्नेटी विश्वनाथम् यांनी आयोजित केलेल्या एका कार्यक्रमात सोमसुंदर यांच्या प्रोत्साहनाने मी एक कविता लिहून सादर केली. आयुष्याच्या या वळणावर मी समाधानी होते.

अजून एक तिढा

काळाच्या ओघात आमच्या प्राचार्या कमलम्मांची हैदराबादला बदली झाली. त्यांच्या जागेवर नवीन प्राचार्या आल्या. स्वभावाने त्या खूप कडक आणि आपली हुकमत चालवणाऱ्या होत्या. हाताखाली काम करणाऱ्या माणसांशी त्या नीट वागत नसत. त्या भ्रष्टाचारी असल्याच्या अफवाही आमच्या ऐकण्यात आल्या होत्या. माझ्या हालचालींवरही त्यांनी खूप बंधने घातली. माझ्या क्रांतिकारी चळवळीतील सहभागामुळे म्हणा, किंवा मी त्यांना कसल्याच प्रकारची लाच देऊ केली नाही म्हणून म्हणा, माझी पगारवाढ थांबली. मला निवृतीवेतनदेखील मिळणार नाही, असे मला सांगण्यात आले. साहित्यिक कार्यक्रमातील माझा रस आपोआपच थांबला.

साधारणपणे एक-दीड वर्ष बस्तरमध्ये राहिल्यानंतर करुणा आणि रमेश नवीन नोकरीनिमित्त दिल्लीला राहायला गेले. त्याच सुमारास क्रांतिकारी कामात सक्रिय सहभाग घेतल्याबद्दल चंदूला अटक झाल्याचे समजले. मी विजयवाड्याला परतावे असा आग्रह आई पत्रातून करू लागली. नवीन प्राचार्या सुट्टी मंजूर

करतील की नाही याची काळजी होतीच. माझा आनंद पुन्हा एकदा मावळतीला लागला आहे अशी मला स्पष्ट जाणीव होऊ लागली. बहुधा नशिबालाच माझी दया आली आणि सुट्ट्या सुरू झाल्या.

चंदूला हैदराबादच्या तुरुंगात ठेवले होते. मी त्याला भेटायला निघाले. ट्रेनमध्ये पाऊल ठेवताना माझे हातपाय कापत होते. कसाबसा धीर गोळा करून मी CPI च्या पार्टी-ऑफिसमध्ये पोहचले. तिथून एका कॉम्रेड्बरोबर चंदूला भेटायला तुरुंगात गेले. तुरुंग-अधिकाऱ्यांच्या देखरेखीखाली आम्हाला चंदूशी १० मिनिटे बोलायची परवानगी मिळाली. चंदूचे डोळे जणू मला प्रश्न विचारात होते - "तुला इतकी काळजी वाटायचं काय कारण? तू स्वत: तुरुंगात राहिलेली आहेस, मग?' कुठल्याही प्रकारच्या ताण-तणावाचा वा भीतीचा लवलेशही त्याच्या बोलण्यात नव्हता. उलट तो हसूनच माझ्याशी बोलत होता. वडिलांची धाडसी प्रवृत्ती त्याच्याकडे आली आहे असे मला वाटून गेले. मी त्याच्यासाठी आणलेल्या फळांपैकी काही तेथील अधीक्षकाला देऊ केली. तेव्हा तो मला म्हणाला, "तू काय त्याला लाच देती आहेस का?" असे म्हणून हसू लागला. सगळेच जण यावर हसू लागले. जामीन मिळाल्यावर विजयवाड्यामध्ये आम्हाला येऊन भेटायला मी त्याला सांगितले.

एका वर्षानंतर सरकारने त्याला पार्वतीपूर कट खटल्यात[७३] गोवले. पण त्याची तुरुंगातून जामिनावर सुटका झाली.

सुटकेनंतर विजयवाड्यात तो आईबरोबर राहू लागला. आईच्या पत्रातूनच मला हे कळले. रोज पोलीस स्टेशनवर जाऊन त्याला सही करून यावे लागत असे. बहुधा याच गोष्टीसाठी दिल्लीत करुणाकडे राहाण्याऐवजी आई विजयवाड्यात थांबली होती. आपल्या हक्काच्या माणसांशिवाय चंदूने घराबाहेर कित्येक वर्षे काढली होती. त्यामुळे आता तो आईबरोबर राहात असल्याचे ऐकून मला अतिशय आनंद झाला होता. मी दर महिन्याला माझा पगार घरी पाठवत होते. घरी त्यांना भेटायला गेल्यावर चंदूच्या लग्नाचा विचार हटकून माझ्या मनात येई. मी हा विषय काढल्यावर त्याचे उत्तर ठरलेले असे, "लग्न करून काय उपयोग आहे आई? सरकार मला अटक तरी करेल किंवा मारून तरी टाकेल. तुझ्यावर सुनेची अजून एक जबाबदारी येऊन पडेल. जणू काही आत्तापर्यंत तू भोगलंस ते कमी आहे, म्हणून अजून प्रश्न वाढवायचे आहेत!"

हे आपलेच घर समजून आमच्याबरोबर तो वर्षभर राहिला. आमची बाग फुलवत, गाणी गुणगुणत आणि चित्र काढत हा काळ त्याने व्यतीत केला. ते सर्वच्या सर्व दिवस आम्ही किती आनंदात होतो!

चंदूबरोबरचे ते आमचे सर्वोच्च आनंदाचे दिवस होते!

माझा चंदू पुन्हा आलाच नाही

१९७२च्या मेमध्ये एके दिवशी पोलीस चंदूला पार्वतीपूर खटल्याच्या सुनावणीसाठी घेऊन गेले. एरवी सुनावणीनंतर तो दोन दिवसांत घरी परत येत असे. या वेळी चार दिवस झाले तरी चंदूचा काही पत्ता नव्हता. आईने पोलीस स्टेशनवर जाऊन चौकशी केली. आम्ही त्याला केव्हाच माघारी परत पाठवले होते आणि आम्हाला त्याचा काही ठावठिकाणा माहीत नाही, असे पोलिसांनी तिला सांगितले. त्यामुळे तो परत भूमिगत झाला असावा, असे आम्हाला वाटले. काही दिवसांनी कर्नाटकातील काही पोलीस येऊन आईला भेटले. चपलीचा एक जोड आणि काही कपडे त्यांनी आईला दाखवले. ह्या सर्व गोष्टी चंदूच्या आहेत का, असे ते आईला विचारत होते. चंदू विष घेऊन मरण पावला, असेही त्यांनी तिला सांगितले. ते सामान चंदूचे नसल्याचे आईला पक्के ठाऊक होते. तिने पोलिसांना ठणकावून जबाब दिला, "तुम्हीच त्याला कुठेतरी लपवून ठेवलंय आणि आता वर तो गेला असं सांगून आमची दिशाभूल करताय."

मग पोलीस माझ्याकडे आले. बेकायदेशीर गोष्टी या नावाखाली आमच्या प्राचार्यांनी मला त्यांना भेटायची परवानगी नाकारली. पण आमच्या वसतिगृहाच्या पर्यवेक्षिकेने आई म्हणून मला असलेल्या काळज्या त्यांच्या कानावर घातल्या आणि कशीबशी त्यांची समजूत पटवली. चंदू माझ्याबरोबर राहत नव्हता. त्यामुळे त्या चपला आणि कपडे यांची मी ओळख पटवू शकले नाही. तो आता या जगात नाही, हे ऐकून मी कोसळून गेले. माझ्याकडून काही कागदांवर सह्या घेऊन पोलीस निघून गेले. त्यांनी पुरावा म्हणून मला ना माझ्या मुलाचा देह दाखवला, ना त्याच्या मृतदेहाचा फोटो. या जगातून त्यांनी त्याची प्रतिमाच थेट कायमची नष्ट करून टाकली.

वसतिगृहामध्ये माझे दुःख कोणापाशी बोलायला कुठलाच मार्ग नव्हता. सतत पदराने डोळे पुसत मी मूकपणे रडत वावरत होते. त्यावेळी काकीनाडामध्ये विद्यार्थ्यांचा संप सुरू झाला आणि सरकारने आमचे वसतिगृह तात्पुरते बंद केले. मग मी विजयवाड्याला आईपाशी राहायला गेले. आईच्या मिठीत मला माझ्या दुःखाला मोकळी वाट करून द्यायची होती. मी घरात पाऊल ठेवता क्षणीच "चंदूबद्दल माझ्या कानावर काही आलं का?" हा पहिला प्रश्न तिने मला विचारला. माझा बांध फुटला आणि मी हमसाहमशी रडू लागले. ती म्हणाली, "तू का रडते आहेस? तो गेला असं त्यांनी तुला सांगितलं का? ते कपडे आणि चपला चंदूच्या नाहीत. तो जिवंत आहे. पोलिसांच्या भाकडकथांवर विश्वास ठेवू नको."

मी विशालधाराच्या ऑफिसमध्ये गेले. तिथे मला मड्डूकरी चन्द्रम[७४] भेटले. चंदूच्या मृत्यूची बातमी वर्तमानपत्रातून वाचल्याचे त्यांनी मला सांगितले. "चंदूने आत्महत्या केली असावी, किंवा त्याही पेक्षा त्याच्या वडिलांचा ठावठिकाणा काढण्यासाठी पोलिसांनी त्याला ठार मारलं असावं, हे जास्त खरं असेल. पण कसंही असलं, तरी तो आता या दुनियेत नाही, हे वास्तव असण्याची शक्यता जास्त आहे. तुझी आई पोलिसांवर विश्वास ठेवायला तयार नाही, हे एका दृष्टीने तिच्यासाठी बरंच आहे असं मानावं लागेल. तिने स्वत: चंदूला लहानाचा मोठा केला होता. या वयात त्याच्या मृत्यूचं दु:ख तिला सोसणार नाही. तिला काहीच न सांगता हे दु:ख तुला एकटीलाच सहन करावं लागेल." त्यांच्या म्हणण्याचा मथितार्थ माझ्या लक्षात आला आणि मी एकटीच चंदूच्या मृत्यूच्या दु:खाचा सामना करत राहिले.

या वेळी मला भेटायला म्हणून पेद्दाब्बाई (राघवराव) आले. सीतारामय्या माझ्यापासून वेगळे राहायला लागल्यानंतर ते एकदाही मला भेटले नव्हते. त्यांच्या येण्याने जुन्या घावांनी परत डोके वर काढले. इतक्या वर्षात त्यांनी कधीही माझा विचार केला नाही आणि आता कशासाठी ते इथे आलेत, असा प्रश्न अगदी माझ्या ओठावर होता. पण मला त्यांच्याशी काही बोलण्याची इच्छाच होत नव्हती. तरीदेखील, पूर्वी सीतारामय्या भूमिगत असताना पेद्दाब्बाईंनी घेतलेली माझी काळजी मला आठवली. चंदू लहान असताना त्यांच्या अंगाखांद्यावर खेळला होता. त्यामुळे त्यांच्याशी कितीही न बोलावेसे वाटले, तरी त्यांना 'निघून जा', असे सांगायला माझी जीभ रेटली नाही. माझी द्विधा अवस्था बहुधा त्यांच्या लक्षात आली असावी. त्यांनी स्वत:च बोलायला सुरुवात केली. हैदराबादला जाऊन चंदूविषयी चौकशी करावी, असे त्यांचे म्हणणे होते. दुसऱ्या दिवशी त्यांनी माझी कन्नाबीरन[७५] यांच्याशी ओळख करून दिली.

कन्नाबीरननी मला चंदूशी निगडित पोलिसांसोबत झालेल्या सर्व घटना लिहून द्यायला सांगितले. डोळ्यातून वाहणाऱ्या अश्रूंच्या धारांमुळे मला पुढचे नीट दिसत देखील नव्हते. मी काहीही लिहून काढण्याच्या स्थितीत नव्हते. अखेरीस पेद्दाब्बाईंनी सर्व तपशील लिहिला आणि मी सही केली. मला वाटते, हा सर्व तपशील तारकुंडे कमिटीकडे[७६] पाठवला गेला. मला नक्की काही आठवत नाही. पण त्यानंतर कमिटीच्या प्रतिक्रियांची आम्ही वाट पाहत होतो.

एके दिवशी राजन नावाचा कलकत्त्यातील अभियांत्रिकीचा एक विद्यार्थी पोलिसांकडून मारला गेल्याची बातमी आली. नक्षलवाद्यांशी संबंध ठेवल्याचा त्याच्यावर आरोप होता. पोलिसांनी त्याचा अतोनात छळ करून त्याला मरणाच्या दारात पोचवले आणि त्याने आत्महत्या केल्याचे जाहीर करून टाकले. राजनच्या

वडिलांनी या प्रकरणी चौकशी करण्याचा प्रश्न धसाला लावून धरला आणि न्याय मिळवण्यासाठी खूप मोठा झगडा केला. अखेरीस पोलिसांनी त्याला मारल्याचे सिद्ध झाले.[७७] यानंतर राज्यातील वर्तमानपत्रांनी 'आंध्रातील राजन' म्हणून चंदूविषयीच्या सर्व बातम्या छापल्या. 'कोंडापल्ली चंद्रशेखरला पोलिसांनी ठार मारले' अशा आशयाची एक बातमी चंद्रम् यांनी मला दाखवली. आईला न दाखविता गुपचूप वाचण्याची सूचनाही त्यांनी केली. तारकुंडे कमिटीच्या निष्कर्षांवरच ही बातमी आधारलेली होती.

ही बातमी जाहीररित्या आम्हाला कळण्याआधीच सीतारामय्यांच्या अटकेची बातमी कानावर आली होती. कसल्या तरी खोट्यानाट्या चकमकीच्या नावाखाली पोलीस सीतारामय्यांना देखील ठार मारतील अशी पेद्दाब्बाईंना भीती वाटत होती. म्हणून मी पंतप्रधानांकडे आणि मुख्यमंत्र्यांकडे याचिका दाखल करावी अशी तार त्यांनी मला केली. सीतारामय्यांचा पुतण्या नागारेड्डी म्हणाला, "तुम्ही कायदेशीर दृष्ट्या त्यांच्यापासून वेगळ्या झाला नाहीत, हे बरंच झाले. त्यामुळे आता आपण याचिका दाखल करू शकतो."

सीतारामय्यांचे वडील त्यांच्या पुतण्याकडे, म्हणजे राजा रेड्डींकडे राहात असल्याचे कळले. त्यांची देखभाल कोण करत आहे, अशी चौकशी मी केली. जी काही थोडीफार जमीन त्यांच्याकडे शिल्लक होती, त्यामध्ये आता कुणाचाही वाटा नव्हता. नातेवाईकांकडून कळले की, ही जमीन त्यांनी सीतारामय्यांना माझ्या नावावर करायला सुचवले होते. पण सीतारामय्या म्हणाले, "सगळे गेले. कोटेश्वराम्माला आता या जमिनीत काही रस असेल असं मला वाटत नाही. मी ती सार्वजनिक कामासाठी वापरेन." त्यांनी ती जमीन विकली आणि आलेला पैसा पार्टीच्या 'पीलुपु' मासिकासाठी आणि पार्टीच्या सांस्कृतिक आघाडीला-जन नाट्य मंडळीला दिला.

मागे वळून सासू-सासऱ्यांच्या आयुष्याकडे पाहिल्यावर मला त्यांच्याविषयी खूप दुःख वाटते. आमचे लग्न झाल्यानंतर थोड्याच दिवसात सीतारामय्यांनी आपल्या वाटची कौटुंबिक संपत्ती कम्युनिस्ट पार्टीला देऊन टाकली होती. त्या वेळच्या आठवणी जाग्या झाल्या. माझ्या मनात येत होते, सीतारामय्या आत्ता जरूर श्रीमंत नाहीत, पण दानशूरपणा बाबतीत ते नेहमीच उदार राहिलेत. पण माझा आता त्यांच्याशी काय संबंध उरला आहे? मी त्यांची इतकी पर्वा कशासाठी करायची? नातेवाईकांनी तरी त्यांची प्रत्येक गोष्ट मला येऊन का सांगावी? बहुधा ही जगरहाटीच अशी असावी.

सीतारामय्या आताशा एका नव्या सशस्त्र संघर्षाचे नेतृत्त्व करत आहेत, असे मी वर्तमानपत्रात वाचले. या संघर्षात त्यांचे पार्टीतील कितीतरी साथीदार

मृत्युमुखी पडल्याचेही समजले. या भूमिगत नेत्यांविषयी कोणतीही खबर देणाऱ्यांना सरकारने भरघोस इनाम घोषित करायला सुरुवात केली होती. नातेवाईकांकडून आणि मित्रमंडळींकडून या बातम्या आईच्याही कानावर गेल्या. अशाच एका सुट्टीत मी तिला भेटायला गेले असताना ती म्हणाली, "आपला चंदू सशस्त्र संघर्षात हुतात्मा झाला. आता सीतारामय्यांसमोर काय वाढून ठेवलं आहे, कुणास ठाऊक?"

नवी दिल्लीतील तेलुगू सितारा

आपले वैद्यकीय शिक्षण पूर्ण झाल्यावर रमेश आणि करुणा विजयवाडा किंवा चल्लपल्लीमध्ये आपला दवाखाना उघडतील, असे मला वाटले होते. पण मागे सांगितल्याप्रमाणे, त्यांनी प्रथम काही काळ रायपूरजवळच्या कोंडागावातील दंडकारण्य हॉस्पिटलमध्ये नोकरी केली. फार दिवस ते तिथे राहिले नाहीत आणि लवकरच सरकारी डॉक्टर म्हणून दिल्लीत कामावर रुजू झाले.

रमेश फक्त एक चांगला जबाबदार डॉक्टर नव्हता, तर सामाजिक कामातही त्याचा पुढाकार असे. तेलुगू साहित्य आणि संस्कृतीशी निगडित अनेक कार्यक्रमांमध्ये तो सक्रिय सहभागी असे. अनेक प्रगतीशील चळवळींशी त्याचा जवळून संबंध होता आणि करुणाचीही त्याला साथ होती. या दोन्ही गोष्टींचा त्याला चांगला उपयोग झाला असावा. त्याचे काका, रघुराव हे स्वत: एक चित्रपट निर्माते होते. त्यांनी 'पल्लेटूरु' नावाचा एक चित्रपट बनवला होता. प्रजा नाट्य मंडळीच्या कामात करुणाला देखील लहानपणापासूनच रस होता. सांस्कृतिक कार्यक्रमांमध्ये तिला आणि रमेशला दोघांनाही सारखीच रुची होती. त्यामुळे त्यांचे दिल्लीतील घर सांस्कृतिक कार्यक्रमांचे एक केंद्रच बनले होते. त्यांच्या घरापासून जवळच लाजपत भवन होते. तिथे एक भव्य लायब्ररी होती. चेकुरी रामा रावांच्या[७८] सांगण्यानुसार तिथे तेलुगू विभाग सुरू करण्यामध्ये रमेशचा फार मोठा पुढाकार होता. एवढेच नव्हे तर, तेथील तेलुगू पुस्तकांची पहिली यादीही रमेशने तयार केली होती. दक्षिण दिल्लीत आंध्रा सोसायटीचे अनेक कार्यक्रम रमेशने सुरू केले होते. 'काव्येषु नाटकं रम्यं' असे महाकवी कालिदासाचे एक सुप्रसिद्ध वचन आहे. (नाटक हे कवितेचे एक सर्वोत्तम रूप आहे.) रमेशला देखील दिल्लीत तेलुगूतून विचारप्रवर्तक नाटक सादर करायची इच्छा होती. यासाठी 'कन्याशुल्कम्' शिवाय आणखीन कुठले चांगले नाटक असणार? दिल्ली तेलुगू सोसायटीतील काही जणांना एकत्र करून त्याने हे नाटक बसवले. ह्या नाटकाचे त्यांनी खूप प्रयोग केले. करुणाने मीनाक्षीची भूमिका केली होती आणि रमेशने लुब्धअवधानुलुचे काम केले होते. प्रेक्षकांनी या नाटकाचे चांगले स्वागत केले. १९४४ मधील

आमच्या विजयवाड्यातील 'कन्याशुल्कम्'च्या प्रयोगांची मला आठवण झाली. त्या दिवसांतील आमच्या घराप्रमाणेच करुणाचेही घर कलाकेंद्र झाले होते, याचा मला विशेष आनंद होत होता.

बुर्रा वेंकटअप्पय्या आणि वासीरेड्डी रमादेवी यांसारख्या ज्येष्ठ मंडळींच्या मदतीने रमेशने आंध्रा एज्युकेशन सोसायटीच्या स्थापनेतही पुढाकार घेतला. यामागे अनेक उद्दिष्टे होती. दिल्लीमधील आंध्रप्रदेशच्या मुलांना तेलुगू शिकवणे हे त्यापैकी एक महत्त्वाचे उद्दिष्ट होते. संगीत आणि कुचीपुडी नृत्यही तिथे शिकवत असत. करुणाच्या मोठ्या मुलीने गायन शिकायला सुरुवात केली आणि धाकटी नृत्य शिकायला लागली.

कवी गुर्जाडांच्या बद्दल एक स्मृतीपत्रिकाही रमेशच्या पुढाकाराने प्रकाशित झाली होती. यानंतर त्याला गिडगु राममूर्ती यांच्याविषयीही एक स्मृतिपत्रिका काढायची होती. त्यासाठी त्याने संदर्भ गोळा करायला सुरुवातही केली होती. हे काम करत असताना त्याची दिल्लीत त्या वेळी स्थायिक असलेल्या अब्बुरी रामकृष्णा राव[७१] यांच्या कुटुंबीयांशी चांगली ओळख झाली. पण त्याच वेळी रमेशला अचानक येमेनमध्ये डॉक्टर म्हणून नोकरीचा प्रस्ताव आला. कुटुंबाच्या गरजांचा विचार करून त्याने तिकडे जायचा निर्णय घेतला. तो आधी तिकडे जाईल आणि मागाहून करुणा आणि मुले जातील असे ठरले होते.

न परतीच्या प्रवासाला रमेश गेला

येमेनला जाण्यापूर्वी आंध्रातील आप्तेष्टांना भेटून जाण्याची रमेशची इच्छा होती. त्या वेळी मुलींनाही उन्हाळ्याच्या सुट्ट्या लागल्या होत्या. त्यामुळे सगळेच आधी सुट्टीत फिरायला गेले. सर्वप्रथम त्यांनी अजिंठा-एलोरा पाहिले. काही दिवस करुणा आणि मुलांबरोबर काढल्यानंतर रमेश त्याच्या गिडगु राममूर्तींच्या आगामी पुस्तकासाठी संदर्भलेख घ्यायला हैदराबादला गेला. तिथून विजयवाड्याला तो परत आला. विजयवाड्यातल्या रणरणत्या उन्हातही त्याने आपले संदर्भ गोळा करण्याचे काम चालूच ठेवले. एके दिवशी उन्हाच्या तडाख्यात दिवसभर फिरून संध्याकाळी उशिरा तो घरी परतला. दुसऱ्या दिवशी त्याला ताप भरला. करुणा स्वत:च डॉक्टर असल्याने तिनेच त्याला औषध दिले. ती स्वत: त्याची सर्व काळजी घेत होती. संध्याकाळपर्यंत त्याला उलट्या व्हायला सुरुवात झाली.

आमच्याबरोबर त्या वेळी राममोहन राव होता. मामला गंभीर होत असल्याचे त्याच्या लक्षात आले. त्याने ताबडतोब रमेशला हॉस्पिटलमध्ये दाखल केले. मला आणि करुणाला काय होतेय हे काही कळायच्या आतच त्या रात्री रमेशचे अचानक निधन झाले. जाण्यापूर्वी त्याने राममोहन रावकडून करुणाची आणि

मुलांची काळजी घेण्याचे वचन घेतले होते.

रमेशच्या मृत्यूची बातमी ऐकून करुणा बेशुद्ध पडली. माझ्या आईला करुणाची ही अवस्था सहन होईना. 'करुणाची काळजी घ्या' म्हणून ती ज्याला त्याला विनंती करून सांगू लागली.

हे सगळे घडले तेव्हा मी काकीनाडामध्ये होते. आमच्या नवीन प्राचार्या माझ्यापाशी येऊन म्हणाल्या, "तुझ्या आईला चक्कर आली आहे. तू ताबडतोब विजयवाड्याला जा." खरी बातमी कळली तर मला सोसणार नाही असा त्यांनी विचार केला असणार. मी विजयवाड्याला घाईगर्दीने पोचले. पण माझ्यासमोर काय मांडून ठेवले होते? माझ्या मुलीचे आयुष्य उध्वस्त झाले होते. मी स्वत:ला सावरू की मुलीला सांभाळू, मला काहीच समजत नव्हते. माझ्या जावयाचा मृतदेह माझ्यासमोर होता. माझी मुलगी जिवाच्या आकांताने विलाप करत होती. तिची लहान मुले बावचळून हा प्रकार पाहात शेजारी उभी होती. हे सगळे इतके खोटे वाटत होते! माझ्यावर वीज कोसळली आहे असेच मला वाटत होते.

पहिल्या धक्क्यातून जरा सावरल्यावर मी इकडे-तिकडे पाहिले. आमची मित्रमंडळी रडत होती. त्यांच्या चेहऱ्यावर करुणाची काळजी दिसत होती. राममोहन करुणाची आणि मुलांची समजूत घालायचा प्रयत्न करत होता. माझे हृदय दगडासाखे घट्ट करायला मला तो सांगत होता. करुणाच्या आणि मुलांच्या भविष्याचा विचार आता मी करायला हवा, याची आठवण करून देत होता. कुठल्याही प्रकारच्या मदतीसाठी तो कायम बरोबर आहे, असा भरवसा देत होता. मुलांनाही त्याने स्वत:ला राम तात्तय्या (राम आजोबा) म्हणून हाक मारायला सांगितले. सुरस कथांच्या रम्य अरबनगरीत जाण्याऐवजी रमेश न परतीच्या अगम्य वाटेवर निघून गेला. ही बातमी दिल्लीतील तेलुगू सोसायटीपर्यंत पोचली. त्यांनाही शोक अनावर झाला. त्यांच्यातील काही जण करुणाला पत्र पाठवून डॉक्टर आणि सामाजिक कार्यकर्ती म्हणून आपले आयुष्य परत सुरू करा अशी आर्जवे करत होते.

आंध्रा एज्युकेशन सोसायटीच्या एका शाळेला त्यांनी रमेशच्या स्मरणार्थ 'रमेशबाबू मेमोरिअल स्कूल' असे नाव दिल्याचे आम्हाला कळले. नुकतीच माझ्या नातवंडांनी त्या शाळेला भेट दिली. साकेत नावाच्या दिल्लीतील एका भागात ही शाळा आहे. ह्या शाळेची अजूनही खूप चांगली प्रगती चालू आहे हे समजल्यावर माझ्या डोळ्यात पाणी आले. हे अश्रू दु:खाचे म्हणावे की आनंदाचे? रमेश भाग्यवान होता, असेच मी म्हणेन. आमच्या मित्रपरिवाराचेही तेच मत होते.

करुणाचे भोग

रजेचा अर्ज टाकून मी करुणाबरोबर दिल्लीला गेले. तिच्या बरोबर राहिल्याने तिचा दु:खाचा भार थोडा तरी हलका होईल, अशी मला आशा वाटत होती. दिल्लीतील मित्रांनी अतिशय प्रेमाने आम्हाला उतरवून घेतले. त्यांनी तिची सर्वतोपरी काळजी घेतली. हॉस्पिटलमधील सगळे पदाधिकारी आणि कर्मचारी करुणाबाबत सहानभूतीच बाळगून होते. पण तरी देखील रमेशच्या आठवणींनी करुणाला तिथे काम करणे अशक्य होऊन बसले होते. याच काळात तिला येमेनमध्ये एक नोकरीची संधी चालून आली. रमेशला नोकरीसाठी बोलवणाऱ्या संस्थेकडूनच हा प्रस्ताव आला होता. तिच्या आत्ताच्या मन:स्थितीत तिला एकटीला इतक्या लांब पाठवणे मला बरे वाटत नव्हते. पण कदाचित याचमुळे या धक्क्यातून तिला सावरायला मदत होईल, असे काही मित्रमंडळींचे मत पडले.

राघव राव आणि राममोहन दोघांनी करुणाच्या मुलींना सांभाळण्याचे आश्वासन दिले आणि त्या दोघांनी ही जबाबदारी पार पाडली देखील. राममोहन आणि झांसी दोघेही माझ्या नातींचे आई-बाप बनले. मुलींचा सांभाळ करण्यासाठी माझी नोकरी सोडून देण्याचा माझा विचार होता. परंतु उतारवयात मलाही निवृत्तिवेतनाची गरज भासेल याची जाणीव मला राघवरावने करून दिली. माझ्या अनुपस्थितीत तो स्वत: आणि माझी आई आम्ही सगळे मिळून मुलींची चांगली काळजी घेऊ, असे आश्वासनही राममोहनने मला दिले. अखेरीस मी काकीनाडाला परत कामावर रुजू झाले.

१९८०च्या जानेवारीमध्ये करुणा येमेनला कामाला गेली. आम्ही एकमेकींना पत्र लिहीत असू. तिला बागकामाची आवड होती. एके दिवशी बागेचे वर्णन असलेले एक पत्र आणि काही फोटो तिने मला पाठवले. त्या फोटोंमध्ये ती फारच अशक्त आणि फिकुटलेली दिसत होती. मुलांच्या भवितव्याची तजवीज करायला म्हणून ती तिकडे गेली होती. पण तिचे फोटो पाहताच एक गोष्ट मला सूर्यप्रकाशाइतकी लख्ख दिसली. सुरक्षित भविष्यासाठी तिला पैशाइतकीच मुलांच्या प्रेमळ सहवासाची गरज होती. मुलांची काळजी तिच्या चेहऱ्यावर स्पष्ट दिसत होती. तिचे बालपणीचे दिवस आठवून मला अजूनच भरून आले. तिच्या स्वत:च्याच भल्यासाठी तिने परत यावे असे मला फार वाटत होते. माझ्या अपेक्षेप्रमाणे तसे झालेही. येमेनला ती पाच वर्षांसाठी गेलेली होती. पण दुसऱ्याच वर्षी सप्टेंबर १९८१ मध्ये ती परत आली. मधल्या दिवसात मुलीही तिकडे गेल्या होत्या आणि तिच्याबरोबर काही दिवस राहिल्या होत्या.

विजयवाडा आणि करुणा

करुणाचे दुबळे, अशक्त रूप बघून सर्वांच्या तोंडचे पाणी पळाले. तिने आपली पाच वर्षांची रजा रद्द केली आणि विजयवाड्यातील सरकारी दवाखान्यातील पदासाठी अर्ज केला. पोस्टाच्या हॉस्पिटलमध्ये तिची नेमणूक झाली. ती आता आपल्या मुलींच्या जवळ असेल, या विचाराने राममोहनला देखील बरे वाटले. तो तिला रामसुब्बा रेड्डी नावाच्या मानसोपचार तज्ज्ञांकडे घेऊन गेला. करुणा नैराश्य विकाराने ग्रस्त असल्याचे निदान करून डॉक्टरांनी तिला काही औषधे दिली. सांस्कृतिक कामांमध्ये तिचे मन गुंतवून ठेवण्याचा सल्लाही त्यांनी आम्हाला दिला.

हळूहळू करुणाने तिच्या कामाला आणि वैयक्तिक जबाबदाऱ्यांना वेळ द्यायला सुरुवात केली. त्याचबरोबर तिच्या घरी तिच्या वडिलांच्या पार्टीतील लोकांचा राबता सुरू झाला. पार्टीचे अनेक सांस्कृतिक कार्यक्रम आयोजित करण्यासाठी ती त्यांना मदत करू लागली. हे सगळे करत असताना ती आपले कामसुद्धा जबाबदारीने पार पाडत होती. तिने आपल्या क्षेत्रात चांगले नाव कमावले होते. सामाजिक प्रश्नांवर आणि रुग्णांच्या अनुभवांवर तिने छोट्या कथा देखील लिहायला सुरुवात केली. 'तर्जनी' नावाचा तिचा कथासंग्रहदेखील प्रसिद्ध झाला. ती स्वभावाने प्रेमळ होतीच. औषधे विकत घेण्यासाठी ती आपल्या पेशंटना कधीकधी पैसे देत असे. लवकरच विजयवाड्यात आणि आसपासच्या प्रदेशात ती एक चांगली डॉक्टर म्हणून ओळखली जाऊ लागली.

याच सुमारास आंध्रप्रदेशचे गृहमंत्री डॉ. कोडेला शिवप्रसाद यांनी एक विधान केले होते - 'कम्युनिस्ट नेते स्वत:च्या मुलांना डॉक्टर, इंजिनिअर बनवून परदेशात पाठवतात. पण इतरांच्या मुलांना मात्र क्रांतीकार्यात झोकून देण्याचे आवाहन करतात.' करुणाने या विधानांवर जोरदार प्रतिक्रिया दिली आणि तिने अनेक वर्तमानपत्रांना याविषयी पत्रे पाठवली.

तिने लिहिले होते - ''कसल्याही शिकवणीशिवाय मी माझ्या कष्टाच्या बळावर उत्तम गुण मिळवले आहेत. कुठलीही देणगी फी न देता मी शिकलेली आहे. माझी फी द्यायलासुद्धा माझ्याकडे पैसे नव्हते. म्हणून माझे पती रमेश यांनी मला मदत केली. माझा भाऊही परदेशात गेला नाही. REC मध्ये तो विद्यार्थी असताना तुमच्याच सरकारने त्याला लपूनछपून ठार मारलं आहे. कुठलंही विधान करण्यापूर्वी कृपया वस्तुस्थितीची माहिती करून घेऊन मगच बोला.'' सर्वच वर्तमानपत्रातून तिची प्रतिक्रिया मोठ्या मथळ्याखाली छापून आली होती. तिच्या बाणेदारपणाचे मला मोठेच कौतुक वाटले.

पण असे असूनही ती रमेशच्या दुःखातून बाहेर पडू शकत नव्हती. रोज रात्री झोपेची गोळी घ्यायला तिने सुरुवात केली होती. एकापेक्षा जास्त वेळा तिने आत्महत्या करायचा प्रयत्न केला. तिने पुन्हा असे टोकाचे पाऊल उचलू नये म्हणून माझी आई आणि तिच्या मुली डोळ्यात तेल घालून तिला जपत असत.

१९८१ मध्ये N. T. रामाराव मुख्यमंत्री झाले आणि त्यांनी निवृत्तीचे वय ५५ वर्षे करण्याचा नवीन कायदा केला. आता मला काकीनाडा सोडणे भागच होते. गेली २० वर्षे काकीनाडाने मला आश्रय दिला होता. या शहराने माझी पोटापाण्याची व्यवस्था केली होती. एवढेच नव्हे तर कामाव्यतिरिक्तच्या जीवनाचाही मला अनुभव दिला होता. याच शहराने मला माझ्या दुःखांवर मात करायला शिकवले होते. काकीनाडा नावाच्या माझ्या आईचा निरोप घेऊन मी माझ्या खऱ्या आईबरोबर राहायला आले. माझी आई करुणाचा आणि माझाही आधारस्तंभ होती.

करुणा, तिच्या मुली, आई आणि मी अशा आम्ही चार पिढीतील स्त्रिया एकत्र राहायला लागलो. या काळामध्ये करुणाची सीतारामय्यांच्या गटातील लोकांशी आणि क्रांतिकारी विचारांच्या 'विरासम' लेखक संघातील लोकांशी चांगली मैत्री झाली. करुणाशी आणि तिच्या मुलींशी हे सर्व लोक अतिशय चांगले वागत असत. पण माझ्याविषयी आणि आईविषयी त्यांचे मत अतिशय वाईट होते. त्यांचे शब्द आम्हाला बऱ्याचदा घायाळ करून जात असत. पण आम्ही दोघींनी त्याबद्दल कधीही तोंडातून शब्द काढला नाही. करुणाला ते बहिणीच्या मायेने सांभाळताहेत, यावरच आम्ही समाधान मानत होतो. असल्या गोष्टी आपल्याला काही नवीन नाहीत, असे सांगून आम्ही एकमेकींची समजूत घालत असू.

बागेतील एरंडेल

याच सुमारास विजयवाडामध्ये अन्ने राधाकृष्ण मूर्ती यांच्या नेतृत्वाखाली विकास विद्यावन नावाची एक शाळा स्थापना झाली होती. या शाळेसाठी एक नवे वसतिगृह सुरू होणार होते. या वसतिगृहाच्या व्यवस्थापनाच्या कामासाठी मी या शाळेत काम करावे असे तुम्मला वेणुगोपाल राव यांनी करुणाला सुचवले. काही आदर्श डोळ्यासमोर ठेवून या सहृदय बुद्धिवादी मंडळींनी ही शाळा सुरू केली होती. मी त्यांच्याबरोबर काम करावे, अशी त्यांची इच्छा असल्याचे ऐकून मला आनंदच झाला, पण मी काही निर्णय घेतला नाही. मी करुणाला म्हणत होते, "तू हॉस्पिटलच्या कामाला जाशील, मुली शाळेत जातील. तुझ्या वडिलांच्या मित्रमंडळींची घरी ये-जा असेलच. मी पण कामाला

सुरुवात केली, तर घरदार, स्वयंपाक-पाणी कोण बघणार?'' करुणाचे म्हणणे मात्र वेगळे होते. ती म्हणाली, ''आपल्याकडे येणारे लोक आपल्या कुटुंबातलेच असल्यासारखे नाहीत का? स्वयंपाक करणाऱ्या बाईच घराची साफसफाईदेखील बघतील. वसतिगृह इथून जवळच आहे. त्यामुळे तुला तिथे राहायची गरज नाही. रोज काम संपलं की घरीच येत जा. आता काही आपल्याला पैशांची अडचण नाही. त्यामुळे मला वाटतं, तू हॉस्टेलमध्ये मानद पदावर काम करावंस.''

थोडक्यात, या वसतिगृहात मी काम सुरू करावे अशी तिची इच्छा दिसली. 'बागेतील एरंडेल घरच्या लोकांच्या औषधासाठी उपयोगी पडत नाही' या म्हणीची मला आठवण झाली.[८०] कदाचित माझ्याच आई-वडिलांसाठी आणि आता आपल्या कुटुंबासाठीही मी निरुपयोगी होते. पण भावी नागरिकांसाठी माझा काही उपयोग होणार असेल तर याहून वेगळे मला काय हवं? अखेरीस अशा रितीने वसतिगृहामध्ये स्वयंसेवक म्हणून काम करायला सुरू करण्याचे मी कबूल केले. आता कामामध्ये मला माझे दुःख बुडवून टाकता येणार होते.

तिथे काम करायला सुरुवात केल्यावर मी रोज करुणाला आणि आईला भेटायला घरी येत असे. आमच्या बागेत चंदूने काही फळझाडे लावली होती. रोज या झाडांची काही फळे आणि इतर भाजीपाला मी वसतिगृहातील मुलांसाठी जेवण बनवायला घेऊन जात असे. तिथल्या मुलांमध्ये मी चांगली रमली आहे, असे करुणाला वाटत होते. वसतिगृहातील मुले मी आणलेल्या पेरूंसाठी आणि गोष्ट ऐकण्यासाठी भोवताली गोळा होत असत, तेव्हा मला मनापासून आनंद होत असे. या मुलांमुळे माझ्या जगण्यात पुन्हा एकदा तजेला आला. परत एकदा कविता लिहण्याची ऊर्मी माझ्या मनात जागृत झाली.

जणू काकीनाडाप्रमाणेच विकास विद्यावनदेखील मूकपणे मला लिहायला उद्युक्त करत होते! आता माझ्याबरोबर करुणा होती. माझ्या लिखाणातून तरी मी चंदूला भेटू शकेन असे मला वाटू लागले. बागेत लावलेल्या झाडाखाली बसून मी काही कविता लिहिल्या. या जगाच्या क्रूर राजकारणामध्ये आणि कठोर साहित्यिक जगामध्ये मी वेडीच ठरेन अशी भीती मला वाटत होती. म्हणून मग मी शब्दांशीच दोस्ती केली.

थोडक्यात साहित्य आणि सामाजिक काम यात गुंतलेले असे माझे आयुष्य मी जगायला सुरुवात केली. कसल्याही राजकीय भूमिकांच्या सीमारेषांचा विचार न करता मी सर्व प्रकारच्या सामूहिक कामांना मदत करायला सुरुवात केली. स्त्री-चळवळीतील कार्यकर्त्या मला त्यांच्या सभा-बैठकांना बोलवत असत. तिथे मी जाहीरपणे माझ्या अनुभवांविषयी बोलत असे. वसतिगृहातील माझ्या नेहमीच्या कामाखेरीज अशा प्रकारच्या कार्यक्रमांमध्ये मी स्वतःला गुंतवून ठेवले होते. या

सर्व काळात वेणुगोपाल राव यांचे मला नेहमी प्रोत्साहन असे.

एके दिवशी मी नेहमीप्रमाणे करुणाला आणि आईला भेटायला घरी गेले होते. नेहमीसारखीच मी काही कढीपत्त्याची पाने आणि पेरू तोडले आणि जाण्यापूर्वी क्षणभर घरात डोकावले. त्या वेळी दोन आवाजातील संभाषण माझ्या कानावर पडले. एक जण म्हणत होता, "आंघोळीला जाण्यापूर्वी मी माझं घड्याळ इथे ठेवलं होतं. ते कुठे दिसत नाही. कुणी घरात आलं होतं का?" दुसऱ्या आवाजात उत्तर आले, "करुणाची आई आली होती. कदाचित तिनेच नसेल ना घेतलं?" हे शब्द ऐकून मला अंगावर वीज पडल्यासारखा जोरदार धक्का बसला. एवढा अपमान झाल्यानंतर तिथे थांबण्याची मला बिलकूलच इच्छा राहिली नाही. अर्थात त्या वेळी घरी करुणा होती की नाही, याची मला कल्पना नव्हती. तरीदेखील मी तडकाफडकी वसतिगृहावर निघून आले.

या प्रसंगामुळे १९४८मध्ये डॉ. अच्चमाम्बांना आमच्या पार्टीच्या लोकांनी कसे अपमानित केले होते, या प्रसंगाची मला परत एकदा आठवण झाली. पार्टीतील अंतर्गत संघर्षामुळे पार्टीच्या कार्यकर्त्यांची मूल्येच बदलून जातात, असे माझे मत बनले.

पुन्हा एकदा घरी

दरम्यान गुणदलामध्ये विकास विद्यावनची स्वत:च्या मालकीची इमारत उभी राहिली. त्यांच्या बरोबर मीही तिकडे यावे अशी त्यांनी विनंती केली. आमच्या घरापासून नवीन जागा लांब असल्याने मी नकार दिला. त्यांच्या बरोबर मी जवळजवळ चार वर्षे काम केले होते. वेणूगोपालांनी सांगितले की, माझ्या या कामाविषयीची कृतज्ञता म्हणून मला एक बुद्धाचा पुतळा आणि १०,००० रुपये मानधन देण्याची त्या सर्वांची इच्छा होती. परंतु हे काम मी स्वयंसेवक म्हणून करत होते. त्यामुळे ह्या कामाचा कुठलाही मोबदला मी घेऊ नये, असे करुणाला वाटत होते.

मी जर त्यांची भेट स्वीकारली नाही, तर त्यांचा अवमान केल्यासारखे होईल असे मला वाटत होते. पण त्यांची भेट मी स्वीकारली तर करुणा दुखावली जाईल, अशीही काळजी मला वाटत होती. काही काळ विचार करून अखेरीस मी बुद्धाचा पुतळा स्वीकारून आर्थिक स्वरूपाची भेट नाकारायचे ठरवले. त्या पैशांमध्ये चंदूच्या नावाने विद्यार्थ्यांसाठी शाळेत एक पारितोषिक ठेवावे, असे मी त्यांना सुचवले. हे पारितोषिक दर वर्षी कला आणि संगीत क्षेत्रात विशेष नैपुण्य दाखविणाऱ्या विद्यार्थ्यास दिले जाणार होते. शाळेच्या व्यवस्थापन मंडळाला ही कल्पना फारच आवडली. दर वर्षी चंदूची स्मृती जतन

करण्याचा हा उत्तम मार्ग आहे, असे मला वाटत होते. ही माझी शेवटची नोकरी होती. त्यानंतर मी घरीच राहिले.

एके दिवशी कवी श्री श्री निवर्तल्याची बातमी आली. त्यांच्या अंत्ययात्रेसाठी विरासमचे सभासद आमच्या घरी लाल झेंडे तयार करत होते. श्री श्रींचे 'पोलालनन्नी हलालदुन्नी' म्हणजे 'चला, शेते खोलवर नांगरू या' या अर्थाचे एक गाणे होते. काही वर्षांपूर्वी श्री श्रीं ना मानणारे आरासमचे सभासद या त्यांच्या गाण्याचा सराव आमच्या घरी करत होते, त्याची आठवण झाली. आमच्या याच घरामध्ये पूर्वी पुरोगामी लेखक आणि प्रजा नाट्य मंडळीच्या सभासदांचे कायम स्वागत होत असे. आजही त्यांच्या अंत्ययात्रेसाठी झेंडे तयार करणारे लोक या घरात होते. हा विचार वेगळेच समाधान देणारा होता.

करुणाच्या सततच्या काळजीने माझ्या आईची प्रकृती चांगलीच खंगू लागली. काहीही खायला दिले तरी ती एकच गोष्ट म्हणत राहायची- ''मला काही नको. मला फक्त करुणाच्या आधी मरण येऊ दे. आयुष्यभर तुझे दुःखाचे डोंगर बघून मी आता थकले. आता अजून काही बघायची माझ्यात ताकद नाही.'' मी तिला म्हणायचे, ''तूसुद्धा माझ्याकडे पाठ फिरवलीस तर माझे अश्रू कोण पुसणार?'' असे मी म्हटल्यावर त्यावर तिचे उत्तर असे - ''तुझा जन्मच मुळी आयुष्यभर अश्रू गाळण्यासाठी झाला आहे की काय, कोण जाणे!''

एके दिवशी मी अशीच पहुडलेली असताना तिने मला जवळ बोलावून घेतले आणि म्हणाली, ''माझे आता थोडेच दिवस राहिले आहेत. तुझ्या भावाला अमेरिकेहून येऊन माझे अंत्यसंस्कार करणं काही शक्य होणार नाही. राममोहन त्याच्या लहानपणापासून माझ्यापाशी राहिला आहे. तोही मला अम्माच म्हणतो. त्याला माझे अंत्यसंस्कार करू देत. मला कसलेही धार्मिक विधी नकोत. तुमच्या पार्टीच्या पद्धतीप्रमाणे स्मृतीसभेमध्ये माझी आठवण ठेवा. दोन्ही पार्टीच्या लोकांना माझा निरोप दे. म्हणावं, त्या सर्वांनी एकत्र काम करावं हीच अंजम्माची इच्छा होती. मी २००० रुपयांची बचत करून ठेवली आहे आणि ते पैसे वेमुरी नागेश्वर रावकडे ठेवले आहेत. त्याच्याकडून ते पैसे घे आणि दोन्ही पार्टीच्या लोकांमध्ये सारखे वाटून दे.''

हे सगळे बोलणे झाल्यानंतर एका आठवड्यातच ती गेली. करुणाने आईच्या शेवटच्या इच्छेचा मान राखला. कात्रगड्डा श्रीनिवास राव यांसारखे नेते स्मृतीसभेसाठी आले होते. भूमिगत असताना आईने केलेल्या कामाविषयी पराकला पट्टभिरामा रावसारखे ज्येष्ठ लोक बोलले. पार्टीच्या विकासासाठी तिने केलेल्या योगदानाविषयी ते बोलले. गॉर्कीच्या आईशी त्यांनी तिची तुलना केली. तिच्या आठवणी सांगताना ते म्हणाले, ''मलबार पोलीस सापडेल त्याला क्रूरपणे ठार मारत होते.

अशा भयावह परिस्थितीत देखील अंजम्माने निडर होऊन आम्हाला संरक्षण दिलं. आमच्या खाण्यापिण्याची अगदी आईसारखी काळजी घेतली.'' पुढच्या सर्व पिढ्यांपर्यंत अंजम्माची कहाणी पोचवण्याचे आवाहन उपस्थितांना करून त्यांनी आपल्या भाषणाचा शेवट केला.

माझी आई सदैव माझ्या पाठीशी खंबीरपणे उभी राहिली होती. आयुष्यभर सगळ्या संकटांत मला तिचा दीपस्तंभासारखा आधार होता. ह्या सर्व नेत्यांच्या तोंडून तिची गॉर्कीच्या आईशी तुलना ऐकून मला भावना अनावर झाल्या. माझ्या लग्नापासून ती कायमच माझ्या सोबत होती. भावाबरोबर ती जवळपास कधी नव्हतीच. माझ्या भावाने, वेंकटा रेड्डीने सुद्धा तरुणपणी विद्यार्थी आंदोलनात काम केले होते. एकदा तो पकडला गेला होता आणि त्यानंतर सहा महिन्यांसाठी त्याला तुरुंगवास भोगावा लागला होता. पोलिसांनी केलेल्या अमानुष छळामुळे त्याला ऐकायला यायचे बंद झाले. या सर्व गोष्टींमुळे त्याची बायको मानसिक दृष्ट्या अस्थिर झाली. कामगार संघटनेमुळे त्याला त्याची नोकरी परत मिळाली. तरी देखील ह्या प्रसंगानंतर ते दोघेही राजकारणापासून आणि आमच्यापासून देखील लांबच राहिले.

निवृत्त झाल्यानंतर अमेरिकेत तो आपल्या मुलीबरोबर राहण्यासाठी गेला. माझ्या वहिनीला राजकीय कार्यकर्त्यांशी असलेल्या आमच्या लागेबांध्यांची खूपच भीती होती. तिने कायमच आमच्यापासून अंतर राखले. माझा भाऊ तसा मृदू स्वभावाचा माणूस होता. पण बायकोच्या प्रक्षोभाला कारणीभूत व्हायला घाबरत होता. अखेरीस आई वारली, तरी तो आम्हाला भेटला नाही. त्याच्या मुलीने, ज्योतीने आईच्या अंत्यसंस्कारासाठी म्हणून काही पैसे अमेरिकेहून पाठवले. माझी आई स्त्री-शिक्षणाची खंदी समर्थक होती. करुणाचे वैद्यकीय शिक्षण पूर्ण व्हावे म्हणून आम्ही दोघांनी तिच्यापासून लांब राहावे, असेही एकदा तिने सुचवले होते. ह्या गोष्टीचा विचार करून मी आलेले पैसे आईच्या स्मृतीप्रीत्यर्थ पामरूमधील हुशार मुलींना वार्षिक शिष्यवृत्तीसाठी दिले.

करुणाने आमचा निरोप घेतला

करुणा संपूर्णपणे बरी कधी झालीच नाही. तिने आपला पती आणि भाऊ दोघांनाही गमावले होते. तिच्या वडिलांचीही सुरक्षितता धोक्यात होती. ही अस्थिरता ती पचवू शकली नाही. स्वतःच्या लहान मुली तिच्या बरोबर असूनही जगण्याची इच्छा तिच्यात तग धरू शकली नाही. अखेरीस एक दिवस ती आम्हाला सोडून गेली. आम्ही कुणी घरी नसताना तिने घरात स्वतःला कोंडून घेतले आणि झोपेच्या गोळ्या मोठ्या प्रमाणात घेतल्या. घर बंद असल्यामुळे ती

हॉस्पिटलमध्येच गेली आहे, अशीच आमची समजूत झाली. हॉस्पिटलमधील नर्सचे तिच्या ठावठिकाण्याविषयी चौकशी करणारे फोन यायला लागल्यावर आम्हाला ती हॉस्पिटलमध्ये नसल्याचे समजले. तिच्या खोलीची खिडकी बाहेरून उघडल्यावर ती आम्हाला गादीवर पडलेली दिसली. ताबडतोब दरवाजा तोडून आम्ही तिला हॉस्पिटलमध्ये घेऊन गेलो.

"एका तासापूर्वी तुम्ही तिला आणलं असतं तर आम्ही तिला वाचवू शकलो असतो. पण आता खूप उशीर झाला आहे." डॉक्टरांचे शब्द माझ्या कानावर पडत होते. माझ्याच मांडीवर तिने शेवटचा श्वास घेतला. आईच्या मृत्यूच्या दु:खातून सावरायच्या आतच काळाने माझी मुलगीही माझ्यापासून हिरावून घेतली.

तिच्या शेवटच्या पत्रात तिने लिहिले होते, "मी तुझ्यावर आणि मुलांवर अन्याय करतेय. माझा भाऊही आपल्याला सोडून गेला. तू आम्हा दोघांसाठी जगलीस आणि आम्ही दोघांनी तुझी फसवणूक केली. पण आई, याहून पुढे मी जगू शकत नाही गं! मी रमेशला भेटायला चालले आहे. कृपा करून मला माफ कर." मी पुढचे काही वाचू शकले नाही. दोन-तीन ओळी वाचून मी रडायला लागल्यावर इतरांनी ते पत्र माझ्या हातातून काढून घेतले.

माझ्यावर त्या वेळी काय वेळ आली होती, हे मी कधीही शब्दात सांगू शकणार नाही. माझ्या मांडीवर करुणाचा देह पडला असताना माझ्या मनात नेमके काय चालू होते हे मला आठवतही नाही. राममोहन आल्या प्रसंगाला धैर्याने सामोरे जायला सांगत होता. पोलिसांना ही आत्महत्येची केस आहे हे कळल्यावर कायदेशीर प्रश्न तयार होतील याची जाणीव त्याला होती. करुणाची मोठी मुलगी त्या वेळी घरी नव्हती. तिला निरोप पाठवून आम्ही बोलवून घेतले.

जिने माझे लग्न लावून दिले, ती माझी आई आता या जगात नव्हती. या लग्नातून जन्माला आलेली माझी मुलेही आता मरण पावली होती. असे वाटावे की हे लग्न म्हणजे निव्वळ आभासच होता. दासरथींच्या कवितेची मला आठवण होत होती..

या शांत स्तब्ध सागरी वाऱ्याच्या पोटात किती वडावनल लपले आहेत?

या काळ्याकुट्ट आकाशात किती सूर्य लपले आहेत?

मला प्रश्न पडला होता, माझे आयुष्य खरे आहे की स्वप्न आहे? का नुसतीच एक अश्रूंची धारा आहे? हे असे सतत जळणारे काळीज उराशी घेऊन मी कशी जगू?

संध्याकाळी तुम्मला कृष्णाबाई अनुराधाला घेऊन पोहचल्या. अनुराधाला पाहून सगळ्यांना अश्रू अनावर झाले होते. त्याच वेळी 'जोहार करुणा, अमर है

करुणा' असा पार्टीच्या सभासंदांच्या घोषणांचा आवाज येत होता. तिची अंत्ययात्रा निघाली.

त्या प्रसंगी भावाच्या ठिकाणी असलेले नीलम राजशेखर रेड्डी मला येऊन भेटले. माझे अश्रू थांबता थांबेनात. त्यांच्याशी बोलायला माझ्या तोंडून अक्षर फुटत नव्हते. माझा हात हातात घेऊन ते म्हणाले, "तू का रडते आहेस? करुणा गेलेली नाही. करुणा गेली, तर कुठली मानवता? ती जाणार नाही. ती तुझ्या डोळ्यात आहे. ती माझ्याही डोळ्यात आहे. म्हणूनच ती इथे तुझ्याबरोबर आहे. ती प्रत्येकाच्या डोळ्यात वसली आहे. प्रत्येक माणसामधील करुणा पाहण्यासाठी तुला जगायला हवं!"

सत्यमूर्ती (शिवसागर) सुद्धा मला भेटायला आला. "माझ्या अश्रूंनी मला तुमचे अश्रू पुसायचे आहेत," तो म्हणत होता.

"सत्यम, तू माझे अश्रू पुसू शकणार नाहीस. आत्तापर्यंत कित्येक पिढ्या कित्येक माणसांनी असे अश्रू गाळले आहेत," मी म्हणाले.

सत्यमूर्ती सीतारामय्यांच्या पार्टीचा सभासद असूनही त्याला माझ्याबद्दल आपुलकी वाटत असे. 'अश्रू समीक्षणम' (अश्रूसागर) कविता लिहून मी माझ्या भावनांना मोकळी वाट करून दिली. नंतर याच नावाचा माझा एक कवितासंग्रह प्रकाशित झाला.

सीतारामय्या मला सोडून गेल्यानंतरही काही दिवस आत्महत्येचा विचार माझ्या मनात घोळत होता. एक दिवस विहिरीत उडी मारून जीव देण्यासाठी मी विहिरीपाशी गेले होते. त्याच वेळी करुणाने मला पाहिले होते. मी तिथे काय करतीय असे प्रश्न विचारायला तिने सुरुवात केली होती. मी काहीही न बोलता तिथून निघून गेले होते. दुसऱ्या खेपेस, अजून एकदा मी करुणाच्या झोपेच्या गोळ्या घेऊन जीव देण्याचा प्रयत्न केला होता. रमेशच्या मृत्यूनंतर ह्या गोळ्या ती घेत होती. माझा हेतू करुणाच्या लक्षात आला आणि मग या गोळ्या माझ्या हाताला लागणार नाहीत अशा पद्धतीने दुसरीकडे ठेवायला तिने सुरुवात केली. तिने माझी पुरेपूर काळजी घेतली, पण ती स्वत:ची काळजी घेऊ शकली नाही. खरे तर तिच्या कामामध्ये तिची उत्तम प्रगती होत होती, तिने चांगला नावलौकिकही मिळवला होता. तिच्या लघुकथांमुळे तिला थोडीफार प्रसिद्धीही मिळाली होती. या गोष्टी अशाच पुढे चालू राहाव्यात, अशी माझी मनापासून इच्छा होती. पण त्याऐवजी, आधीच वडिलांच्या मायेविना पोरक्या असलेल्या मुलींच्या डोक्यावरचे आईचेही छत्र काढून ती निघून गेली.

करुणाच्या मृत्यूनंतर पार्टीच्या सभासदांचे आमच्या घरी जाणेयेणे कमी झाले. परंतु माझी इच्छा असो वा नसो, सीतारामय्यांची खबरबात माझ्यापर्यंत

पोचतच असे. चीनमधील कम्युनिस्ट पार्टीच्या लोकांना भेटायला ते तिकडे गेले असल्याचे माझ्या कानावर आले होते. पार्टीचा मोठ्या प्रमाणात विस्तार करण्याच्या त्यांच्या काही योजना आहेत, असेही कळले होते. पार्टीतील सदस्यांशी त्यांचे सारखे वादविवाद होत असतात आणि त्यांचे वागणेही विचित्र होत चालले आहे, अशीही कुणकुण होती. उतारवयामुळे त्यांच्या काम करण्याच्या सर्व क्षमतांवर परिणाम झाला असावा, असे पार्टीच्या लोकांना वाटत असावे. परिचितांकडून समजले की आता पार्टीत त्यांच्याकडे हळूहळू दुर्लक्ष केले जात आहे.

सीतारामय्यांचे आजारपण, अटक आणि शेवटचे दिवस

एकदा अशी बातमी आली की, सीतारामय्यांनी 'पीपल्स वॉर ग्रुप' सोडला आहे आणि एका नव्या पार्टीची स्थापना केली आहे. यामागे असंख्य कारणे असू शकतील. कदाचित ज्या आदर्शांसाठी त्यांनी पार्टीची स्थापना केली होती, ते आदर्शच मुळापासून बदलले जात आहेत याचे त्यांना दुःख झाले असेल, किंवा ज्या पार्टीच्या सदस्यांवर इतके दिवस विश्वास ठेवला, ज्यांना सर्व प्रकारची मदत केली, त्यांनीच आपल्याला बाजूला टाकल्याचे दुःख असेल. कारण काहीही असले, तरी एवढे खरे की त्यांनी नव्या पार्टीची स्थापना केली होती. या पार्टीच्या विस्तारासाठी ते काही कामानिमित्त गुडीवाडाला गेले होते. तिथे त्यांची तब्येत बिघडली आणि एके ठिकाणी ते विश्रांतीसाठी थांबले. तिथेच पोलिसांनी त्यांना अटक केली.

हे सगळे वर्तमानपत्रातून छापून आले होते. माझ्या नातीदेखील या विषयावर काहीतरी बोलत असताना मी उडतउडत ऐकले होते. पण आणखी काही जाणून घेण्याची माझी इच्छा नव्हती.

याच सुमारास माझा लांबचा भाऊ वीर रेड्डी मला भेटायला आला. त्याने निरोप दिला, "सीतारामय्यांना तुला भेटण्याची इच्छा आहे. मी तुला त्यांच्याकडे घेऊन जाऊ शकतो. तू येशील का?"

"त्यांना मला भेटायची इच्छा आहे म्हणजे सगळं झालं का? मला त्यांना भेटायची इच्छा आहे की नाही हे महत्त्वाचं आहे की नाही? मला त्यांना भेटायची अजिबात इच्छा नाही आणि मी येणार पण नाही," मी उत्तर दिले.

त्यांना भेटायला गेलेल्या मित्रमंडळींकडून कळले की, सीतारामय्या आता खूपच थकलेत आणि अशक्त झाले आहेत. त्यांना शारीरिक आणि मानसिक अशा दोन्ही प्रकारच्या व्याधींचा त्रास होत आहे. अजूनही त्यांचे क्रांतिकारी विचार शिल्लक असले, तरी आपल्या क्रांतिकारक साथीदारांपासून तुटून ते निव्वळ एक दुबळा वयस्कर माणूस म्हणून उरले आहेत. बहुधा NTR सरकारला

सुद्धा ते आता धोकादायक वाटत नव्हते. थोड्या दिवसांनी त्यांना तुरुंगातून सोडून दिल्याची बातमी वाचण्यात आली.

ते आपल्या पुतण्याकडे, नारायण रेड्डीकडे राहायला गेले असल्याचे कळले. माझ्या नाती त्यांना भेटायला हैदराबादला गेल्या होत्या. दोन दिवसांनी सुधा आणि तिचा नवरा गंगाधर त्यांना बरोबर घेऊनच विजयवाड्याला परत आले.

एव्हाना माझ्या मनात सीतारामय्यांबद्दल कसल्याच प्रकारच्या भावना शिल्लक नव्हत्या - ना प्रेम, ना द्वेष. फार आधी ते माझ्याशी खूप क्रूरपणे आणि अन्यायाने वागले असल्याची एक जाणीव होती. नंतर माझ्या लक्षात आले की, तेसुद्धा काही आनंदात नव्हते. त्यांना त्यांचे राजकारण प्रिय होते आणि मला माझे. मला जे काही करणे शक्य आहे ते करीत मी माझी वाट चालू लागले. 'जिवंत राहून मी काय करू?' असा प्रश्न मला एकदा पडला होता, तेव्हा सुन्दरय्या म्हणाले होते, 'देशाची सेवा तुझ्या हातून घडो वा न घडो, पण तू देशाचे नुकसान नक्कीच करणार नाहीस. अशा माणसांचीही खूप गरज आहे.'

अटक होण्यापूर्वी सीतारामय्या काही काळ हद्दपार झाले होते. त्या वेळी त्यांनी मला एक-दोनदा भेटायला येण्यासाठी निरोप पाठवला होता. पण मी काहीच उत्तर दिले नव्हते. आता तर या लग्नातून झालेली मुले देखील या जगात नव्हती, त्यामुळे त्यांना भेटण्याची कोणतीच गरज मला वाटत नव्हती. नंतर मला कळले की ते खूप रडले होते. त्यांना पश्चात्ताप झाला असावा. मला माहीत नाही. ते तुरुंगात असताना आणि नंतरही खूप मित्रमैत्रिणींनी मला त्यांची गाठ घेण्याचा सल्ला दिला होता. पण मी नकार दिला. इतक्या वर्षांत त्यांना मी कधीही भेटले नव्हते. ते आमचे घर सोडून गेल्यानंतर सुधा आणि गंगाराम त्यांना घेऊन आल्यानंतर प्रथमच मी त्यांना पाहात होते.

सीतारामय्यांना भेटायला म्हणून आमची सर्व जुनी-नवी मित्रमंडळी आमच्या घरी येऊ लागली. एकदा त्यांना भेटल्यानंतर कात्रगड्डा नारायण राव, महीधरा राममोहन राव आणि काळोजी नारायण राव मला भेटायला आले. "सीतारामय्यांना आता भूतकाळातल्या चुकांचा खूप पश्चात्ताप होत आहे. तू त्यांना भेटावंस," त्यांनीही परत तेच सुचवले.

"मला त्यांना भेटायची इच्छा नाही," मी म्हणाले, "एखाद्या पारंपरिक भारतीय नारीप्रमाणेच मी सीतारामय्यांना भेटण्याची इच्छा बाळगावी, असं का तुम्हाला म्हणायचं आहे? खरं तर, तुम्ही मला नेमका याउलट सल्ला द्यायला हवा. अशा रितीने प्रथेला शरण जाणं म्हणजे सर्व अत्याचार झालेल्या स्त्रियांवर अन्याय नव्हे का? झालं गेलं सगळं विसरून जाऊन पुन्हा एकोपा करायला तुम्ही मला कसे काय सांगू शकता?"

"कृपा करून असं काही म्हणू नकोस. तेही काही आनंदात जगू शकले नाहीत. जर ते मूळचेच निष्ठूर असते, तर आम्ही तरी त्यांना भेटलो असतो का? त्यांच्या दुर्गुणांकडे दुर्लक्ष करून त्यांच्यातल्या क्रांतिकारकाचा विचार कर. चळवळीशी, आपल्या आदर्शांशी असलेल्या त्यांच्या बांधिलकीचा विचार कर. त्यासाठी त्यांचा मान ठेव. आईच्या मायेने तुला त्यांच्याकडे बघता आले, तर तुम्हा दोघांनाही थोडीफार शांती मिळेल. ते पश्चात्तापाने होरपळताहेत. त्यांना तुला भेटायची फार इच्छा आहे. एक मित्र म्हणून तरी त्यांना भेट." हे तिघे मला सख्ख्या भावाच्या ठिकाणी होते. हरतऱ्हेने त्यांनी माझी समजूत घातली आणि मला सीतारामय्यांकडे घेऊन गेले. मला पाहता क्षणीच सीतारामय्यांनी रडायला सुरुवात केली.

"आता कशाबद्दल तुम्ही रडता आहात? तुमच्यासाठी, तुमच्या मुलांसाठी, तुमच्या आधारासाठी, पोटापाण्यासाठी, डोक्यावर छप्पर मिळवण्यासाठी - सगळ्या सगळ्यासाठी रडून आता माझे डोळे कोरडे पडलेत. पण तुमच्या डोळ्यात मात्र अजून पाणी येतंय!" मी कडवटपणाने म्हणाले. यावर ते आणखीनच रडू लागले.

सीतारामय्या आता स्वत:पेक्षा त्यांच्या वडिलांसारखे जास्त दिसू लागले होते. त्यांना रडताना बघून माझ्या डोळ्यातूनही अश्रू वाहू लागले. त्यांचे मित्र त्यांना शांत करण्यासाठी बाहेर घेऊन गेले. अशारितीने त्या मध्यरात्री आम्हाला सोडून गेल्यानंतर ३६ वर्षांनी मी सीतारामय्यांना दिवसाकाठी सर्व मित्रमंडळीच्या उपस्थितीत भेटले. आयुष्य किती विचित्र आहे!

सुधा आणि गंगाधर त्यांची काळजी घेत होते. ते पहिल्या मजल्यावर राहत होते. फार दिवस मी तिकडे गेले नाही, तर सीतारामय्या मला भेटायला बोलावणे पाठवत असत. मग मी त्यांना जाऊन भेटत असे. ते तिथे राहायला आल्यानंतर मी अजून एक साधारण दीडेक वर्ष तिथे राहिले. त्यांना आवडणारा एखादा पदार्थ मी बनवला असेल, तर तो मी त्यांच्यासाठी वरती पाठवत असे. त्यांना माझ्याबरोबर राहायची इच्छा होती. कुणीतरी हा विषय माझ्यापाशी काढल्यावर मी ही कल्पना उडवून लावली. मित्र म्हणून त्यांचा स्वीकार करणे आणि त्यांच्या बरोबर राहणे ह्या दोन सर्वस्वी वेगवेगळ्या गोष्टी होत्या.

त्यांना आवडणारे खाद्यपदार्थ बनविणे हीसुद्धा एक वेगळी गोष्ट होती. त्यांना काय आवडते हे मला ठाऊक असल्यामुळे एरवी चंदूसाठी आणि करुणासाठी मी बनवले असते, तसेच त्यांच्यासाठी बनवून मी पाठवत होते. यापेक्षा त्यांच्यासाठी म्हणून विशेष वेगळे मी काहीच केले नाही. चुक्कू (सुधा) कुठे बाहेर गेली असेल तर आणि त्यांचा निरोप आला असेल, तरच मी त्यांच्यासाठी जेवणखाणं

बनवत असे. त्यांच्या पार्टीचे लोकदेखील त्यांना भेटायला येत असत. पण त्यांची खरी काळजी चुक्कूनेच घेतली.

त्यांना पाहून मला माझे अश्रू अनावर होत असत. त्यांच्या मानसिक दशेकडे पाहिले की त्यांच्याविषयी अनुकंपा वाटे. अशा वेळी त्यांचा गौरवशाली भूतकाळ डोळ्यासमोर उभा राही. अखेरीस या दुःखातून सुटका करून घेण्यासाठी मी विजयवाडा सोडले.

मला त्यांनी जसे नाकारले, तसेच सीतारामय्यांना त्यांच्या पार्टीने नाकारून बाजूला केले. नाही का? मी मनाशीच विचार करत होते, कदाचित काही जणांचे विधीलिखितच असे असावे. या सर्व विचारांनी मी दुःखीकष्टी होत असे. अशा वेळी सर्व संकटांमध्ये पहाडासारखी माझ्याबरोबर असणारी, मला सतत धीर देणारी माझी आई मला हटकून आठवत असे.

काही वेळा सीतारामय्या म्हणत असत, "चल, परत पामर्रूला जाऊ यात." पण पुढे जर त्यांना विचारले की, "आता कोण आहे पामर्रूत?" तर ते काही उत्तर देत नसत. "तुमची आई आता या जगात नाही," असे मी म्हणाले तर रडू लागत. मग स्वतःच्याच फोटोकडे बोट दाखवून म्हणत, "हे माझे वडील आहेत." कधी कधी रडता रडता ते तक्रार करीत, "माझे आई-वडील गेले, तेव्हा तू भेटायला आली नाहीस." त्यांचे हे शब्द मला घायाळ करून भूतकाळात घेऊन जात असत. ते मानसिकदृष्ट्या स्थिर नाहीत, हे माहीत असूनही व्हायचा तो त्रास होतच असे.

खरे तर ते आपले सर्वस्व गमावून बसले होते. एवढे जणू पुरेसे नव्हते, म्हणून की काय, आता ते स्वतःचे मनदेखील गमावून बसले होते. ही गोष्ट मला फारच दुःखदायक वाटत होती. पण दुःखच जणू जन्मभरासाठी माझ्यासोबत राहणार होते. मी लांब राहायला गेल्यास परिस्थितीत काही फरक पडेल का हे पाहण्यासाठी मी वृद्धाश्रमात जाऊन राहण्याचा निर्णय घेतला. तरीदेखील या सगळ्यामध्ये मला सर्वांविषयीच एक विचित्र अलिप्तता जाणवत होती.

वृद्धाश्रम

दासरी नागभूषण राव आणि इतर काही लोकांनी मिळून वयोवृद्ध स्वातंत्र्यसैनिकांच्या आणि क्रांतिकारकांच्या मदतीसाठी हैदराबादमध्ये एक वृद्धाश्रम चालू केला होता. त्याच्या उद्‌घाटनासाठी त्यांनी मला बोलाविले होते. महीधरा राममोहन राव आणि मी विजयवाड्याहून या कार्यक्रमासाठी गेलो होतो. मला तेथील वातावरण भावले आणि मी तिथे राहण्याचा निर्णय घेतला. माझ्या भूतकाळाची सतत आठवण करून देणाऱ्या विजयवाड्यातील वातावरणापेक्षा

इथे राहणे केव्हाही बरे, असे मला वाटले. महीधरा आणि दासरी दोघांनाही माझा विचार पटला. अशा रीतीने मी हैदराबादला आले.

महीधरा जोपर्यंत तिथे राहायला होते, तोपर्यंत सारे काही सुरळीत चालले होते. मला चांगली सोबत होती. राजकारणाच्या आणि साहित्यावरच्या गप्पांमध्ये आमचा वेळ चांगला जात असे. त्याच्या मृत्यूनंतर गोष्टी बदलल्या. माझे मासिक निवृत्तीवेतन आश्रमाच्या देखभालीसाठी देऊन कुणाशीच न बोलता, वाचन आणि लिखाण करत मी माझ्यापुरती तिथे अशीच राहू शकले असते.

हा आश्रम आमच्या पार्टीच्या लोकांनी सुरू केला होता. परंतु माझे तिथे राहण्याचे कारण हे नव्हते. मला माझा शेवटचा काळ शांतपणे व्यतीत करायचा होता. माझ्या नातींना माझे इथे राहणे कधीच पटले नव्हते. मी परत घरी यावे, असा त्यांचा सतत धोशा चालू असे. पण मला माझे ओझे त्यांच्यावर टाकायचे नव्हते. मी त्यांच्यासाठी खरे तर काय केले होते? म्हणून माझी मी जोपर्यंत स्वत:ला सांभाळू शकत होते, तोपर्यंत मी तिथेच राहिले.

आयुष्याची उणीपुरी २५-३० वर्षे मी वसतिगृहाची व्यवस्थापक म्हणून काढली होती. त्यामुळे आश्रमात उलट मला जास्त घरच्यासारखे वाटत होते. पूर्वी मी विद्यार्थ्यांना सांभाळले होते, तर आता इथे वयस्कर मंडळी होती. ज्यांना नीट दिसत नाही, त्यांना मी बातम्या वाचून दाखवत असे. ज्यांना जेवणघरापर्यंत चालत येणे शक्य व्हायचे नाही, त्यांना मी कॉफी वगैरे नेऊन देत असे. बागकामात देखील मी मदत करत असे. अशा प्रकारची जमतील ती छोटीछोटी कामे मी करत होते. कधी अगदी एकटेपणा वाटून रडावेसे वाटले, तर मी एखादे चांगले पुस्तक जवळ करत असे. इथे एक चांगली लायब्ररीदेखील होती. तीच माझी मैत्रीण झाली. मी पण खूप पुस्तके लायब्ररीला देऊ केली.

कधीकधी मला वाटायचे, काळानुसार जातीबद्दलचा आणि स्त्रियांकडे बघण्याचा समाजाचा दृष्टीकोन बदलला आहे. एक काळ असा होता की, दलित कोणत्याही अन्यायाविरुद्ध ब्रदेखील काढू शकत नव्हते. आता तशी परिस्थिती नाही. परंतु या काळातील स्त्रियांच्या समस्या अजूनच जटिल झाल्या आहेत, असे मला वाटते. कष्टकरी आणि अगदी नोकरदार स्त्रियांची स्थिती पाहा - कित्येक जणींना थोडासुद्धा रिकामा वेळ मिळत नाही. दिवसभर घरात आणि घराबाहेर, दोन्हीकडे त्या सतत राबत असतात. त्यांची कुणालाही पर्वा नसते. ऑफिसमधून घरी आल्यावर त्यांना स्वत:ला कामाला जुंपून घ्यावेच लागते. त्यांचे नवरे आराम करत असतात, तेव्हा बायका मात्र सर्वांचे चहापाणी, जेवण या गोष्टी करत असतात. कोणता आनंद या स्त्रियांच्या आयुष्यात आहे! अपवाद म्हणून यातील काही खूश असतीलही, पण बऱ्याच जणींची अशी स्थिती नाही.

सीतारामय्यांची अंत्ययात्रा

आमच्या वृद्धाश्रमात सीतारामय्यांच्या मृत्यूची बातमी मला कोणी सांगितली नव्हती. पण टी. व्ही.वर या बातमीचे प्रसारण चालू होते. कदाचित मला दु:ख न देण्याचा त्यांचा हेतू असावा. सीतारामय्यांचा पुतण्या नारायण रेड्डी आश्रमात आला, तेव्हा ही बातमी ऐकून मला धक्काच बसला.

मी विजयवाड्याला गेले. माझी नात, सुधा सीतारामय्यांच्या देहाजवळ बसून रडत होती. भूतकाळातील सर्व आठवणी माझ्याभोवती फेर धरून नाचू लागल्या. आजोबांच्या खांद्यावर बसून वरंगळचे रस्ते कुतुहलाने पाहणाऱ्या अनुराधाचा आनंदी चेहरा माझ्या समोर आला. मी सीतारामय्यांना 'इमंडी' म्हणते याचा तिला शोध लागला होता, त्या गोष्टींची आठवण मला झाली. आता अखेरीस ते माझे इमंडी राहिले नव्हते. आता ते कुणाचेच काही नव्हते. पार्टीच्या सेवेसाठी त्यांनी पूर्वी कुटुंबाचा त्याग केला आणि आता ते जेव्हा वृद्ध आणि मनाने अस्थिर झाले, तेव्हा पार्टीने त्यांची काळजी घेण्याऐवजी त्यांना वाऱ्यावर सोडून दिले. माझ्या नातींना त्यांच्याविषयी काय वाटत असेल असा एक प्रश्न माझ्या मनात होता. त्यांना त्यांच्याविषयी दु:ख वाटत असेल की कुटुंबाच्या जबाबदाऱ्या सांभाळण्यात ते अपयशी ठरले याचे वैषम्य वाटत असेल, असा विचार मी करत होते. या विचारांच्या गर्तेत मला दु:ख आणि राग अजूनच अनावर होऊ लागले. "तुम्ही कुटुंब सोडले, त्याची जबाबदारी घ्यायची टाळली आणि सगळे आयुष्य लोकांसाठी आणि चळवळीसाठी देऊ केले. पण अखेरीस तुमची काळजी कुणी घेतली? तुम्ही मनोरुग्ण झाल्यावर तुमच्या बरोबर कोण होते? तर ते होते तुमचे स्वत:चे कुटुंबीय, तुमची नात होती... सुधा.." मी रागाच्या भरात ओरडत होते. सीतारामय्यांचा देह बघितल्यावर माझ्या मनात असंख्य विचारांचा कल्लोळ उठला होता. त्यांच्या आयुष्यातील कितीतरी वर्षे त्यांनी लोकांसाठी आणि चळवळीसाठी दिली. ८० वर्षाच्या उभ्या आयुष्यात ६० वर्षे ते क्रांतिकारी म्हणून जगले. तुरुंगात किंवा हद्दपार नसतानाचे जेमतेम २० वर्षांचे सामान्य आयुष्य त्यांच्या वाट्याला आले असेल. मग असे असूनही, त्यांच्या पार्टीचा एकही माणूस त्यांना भेटायला कसा आला नाही? त्यांचे एकमेकांत मतभेद होते म्हणून पार्टीने त्यांना टाकून देण्याची काय गरज होती? मी त्यांच्या विचाराची नाही, म्हणून फार पूर्वीच सीतारामय्यांनी मला सोडून दिले होते. आता पार्टीच्या कॉम्रेड्सनी त्यांना सोडून दिले. आयुष्य म्हणजे काय एवढेच आहे?

ज्या लोकांचा त्यांनी फायदा करून दिला ते लोक त्यांच्या अंत्ययात्रेला का

उपस्थित राहिले नाहीत? जुन्या आठवणींबरोबर एक सुप्त ज्वालामुखी माझ्या आत धुमसत होता. आमच्या लग्नानंतर थोड्याच दिवसांत रस्त्यावरून आम्ही एक फेरी काढली होती. त्या फेरीत झेंडा उंचावून चालणारी त्यांची मूर्ती माझ्या डोळ्यासमोर उभी राहिली. मला सोडून गेल्यानंतर त्यांच्या वैयक्तिक आयुष्याबद्दल मला काहीच म्हणायचे नाही. पण त्यांनी चळवळीसाठी सर्वस्वाचा त्याग केला होता. चळवळीशी माझा परिचय त्यांनीच करून दिला. लाल निशाण फडकत ठेवण्यासाठी त्यांनी दिवस-रात्र एक केले होते. कामगार आणि शेतकरी हातात हात घालून एकजुटीने प्रगती करतील अशी स्वप्ने पाहणाऱ्या त्यांच्या पार्टीचे काय झाले? कम्युनिस्ट पार्टीचे आता सात तुकडे झालेत. आम्ही पाहिलेल्या समताधारित क्रांतीचे स्वप्न या सात तुकड्यांपैकी कोण पुरे करणार आहे? येणाऱ्या प्रत्येक मे-दिनाला आम्ही घोषणा देतो '-जगातील कामगारांनो, एक व्हा!' पण आम्ही स्वत: कधीही एकत्र येत नाही. आम्ही आमच्यातच भांडत बसतो. मग कामगार कधी एकत्र येणार? आणि मग क्रांती तरी कोण आणणार आहे? उद्ध्वस्त मन:स्थितीत सीतारामय्यांना - चळवळीशी मला जोडून देणाऱ्या या माणसाला - मी लाल सलाम केला. त्यांचे काही कम्युनिस्ट मित्र आणि हितचिंतक त्यांना अखेरचा निरोप द्यायला लाल झेंडे आणि हार घेऊन आले होते.

माझ्या काही नातेवाईकांनी मला शांत पहुडलेल्या सीतारामय्यांना हार घालायला सांगितले. मी डोळ्यातले अश्रू पुसून त्यांच्याकडे पाहिले. अजूनही खोलगंभीर सुरात, मोठ्याने गाणे म्हणणारा त्यांचा आवाज माझ्या कानात घुमत होता. त्यांचे आप्त, स्नेही आणि त्यांच्या विचारांशी निष्ठावंत असणारी मंडळी बाजूलाच घोषणा देत होती. या घोषणांच्या गजरात देखील मला १९४० मध्ये मे दिनाच्या दिवशी त्यांनी म्हटलेले गाणे आठवत होते -

आपला लाल झेंडा उंच फडकू दे,
मोकळा, जोरदार, उंच फडकू दे,
साम्राज्यवाद नष्ट होऊ दे,
भांडवलशाही जळून जाऊ दे,
शेतकऱ्यांनो, जागे व्हा
कामगारांनो, जागे व्हा
चला, एकजुटीने लढा उभारू या
लाल झेंड्याला सलाम करू या
लाल सलाम! लाल सलाम!

दासरथी कृष्णम्माचार्यांचे गाणेही मला त्या वेळी आठवत होते.

त्या नवीन युगाचा आरंभ कधी होणार, जेव्हा भूक आणि गरिबी नसणार?
ती वेळ कधी येणार, जेव्हा दुष्काळ नसणार?
माणसाच्या आनंदासाठी अजून किती रक्त सांडावे लागणार?
जखमी कवींच्या हृदयात अजून किती मौन गाथा राहणार?

आता माझे वय झाले होते. पण माझ्यातील क्रांतिकारी आत्मा अजून संपलेला नव्हता. म्हणूनच क्रांतिकारी नेत्यांच्या नावाने सुरू असलेल्या वृद्धाश्रमात राहणे केव्हाही श्रेयस्कर, असे मला वाटले. यासाठी मग मी हैदराबादला चंद्रा राजेश्वरा राव वृद्ध-निवासात परत राहायला आले. वाचन आणि छोटे-मोठे साहित्यिक लिखाण करण्यात मी स्वत:ला गुंतवून ठेवले. मला आदरणीय असणाऱ्या लोकांनी आयोजित केलेल्या कार्यक्रमांना देखील मी जात असे. २००९ पर्यंत मनातील निराशेला बळी न पडता मी या निवासात राहिले.

२००९ मध्ये विशाखापट्टणमला राहणाऱ्या माझ्या मोठ्या नातीला, अनुराधाला मी भेटले. गुर्जाडांचे विजयनगर पुन्हा एकदा पाहण्याची ऊर्मी माझ्या मनात जागृत झाली. चासोंच्या मृत्यूनंतरच्या स्मृतीसभेसाठी मी तिथे गेले होते. विजयनगरनंतर मी, सुधा, अनुराधा आणि कृष्णा म्हणजे अनुराधाचा नवरा असे आम्ही सगळे श्रीकाकुलमला कारा मास्तरु[८१] यांचे कथा निलायम बघायला गेलो. तेलीनीलपुरमचे पक्षी अभयारण्य, अनेक हुतात्म्यांचे जन्मगाव असणारे वोड्डापाडू गाव आणि मंडसा किल्ला या ठिकाणीही आम्ही गेलो होतो.

कथा निलायमने मला त्या सुप्रसिद्ध तेलुगू वाक्प्रचाराची आठवण करून दिली. 'कथा कांचिकी, मनम् इंटीकी'[८२] (सगळ्या कथा कांचीला जातात आणि आपण आपल्या घरी..) येथील कथांनी हा वाक्प्रचार खरे तर खोटा असल्याचे मला दाखवून दिले. जणू काही या कथा मला सांगत होत्या, "आम्ही कांचीला जाणार नाही. आम्ही गाव, प्रांत, देश कुठल्याच सीमा मानत नाही आणि आमच्या प्रांताचे सौंदर्यदेखील विसरत नाही." त्या दुमजली इमारतीमध्ये हे कथासंग्रह अगदी विनम्रपणे बसले होते. ना त्यांना त्यांच्या सुप्रसिद्ध लेखकांचा अभिमान होता, ना प्रसिद्धीचे वलय नसलेल्या लेखकांबद्दल हीन भावना. भेटायला येणाऱ्या लोकांच्या मनात किती प्रकारचे तरंग ही पुस्तके निर्माण करत होती!

तेलीनीलापुरमच्या पक्ष्यांनी, त्यांच्या रंगीबेरंगी पिसांनी, त्यांच्या सौंदर्याच्या विविध छटांनी आमचे स्वागत केले. त्यांना पाहून मला इंद्रधनुष्याचे आणि वसंतातील फुलांचे स्मरण झाले. आसमंतात दूरवर जाणारी त्यांच्या शिळेची लहर जणू सांगत होती, निसर्गाचा आनंद सर्वांसाठी खुला आहे. प्रेमिकांचे निरोप

देणारी कबुतरे, नृत्याच्या पदन्यासाचे धडे देणारे मोर, सुरेल आवाजात गाणारे कोकीळ, सुबक लयदार हंस आणि इतर देशातील काही पक्षीसुद्धा इथे दिसत होते. महान कवींनी लिहिलेली वर्णने यांना बांधून ठेवू शकली नाहीत, म्हणून हे सारे इथे जमलेले आहेत, असे वाटत होते.

या सुंदर जागेत एक विद्युतनिर्मितीचा प्रकल्प सुरू करण्याची सरकारची एक योजना आहे आणि त्याविरुद्ध इथे एक जनआंदोलन चालू असल्याचे कृष्णाने सांगितले. अनेक लोकचळवळींचे हे उगमस्थान आहे याची पुन्हा एकदा मला जाणीव झाली.

बोड्डापाडूमध्ये भिंतीवरील हुतात्म्यांच्या फोटोंनी आमचे स्वागत केले. जणू काही हाक मारून ते आम्हाला इतिहासाची आठवण करून देताहेत असे मला वाटत होते. त्यांना पाहून माझे डोळे पाण्याने डबडबले. अश्रू कसेबसे थोपवून मी या हुतात्म्यांना लाल सलाम केला. एका वृद्ध माणसाने हे पाहिले. या फोटोंपैकी कुणा हुतात्म्यांना मी ओळखते का अशी चौकशी तो करू लागला. मी म्हणाले, "ते माझेच फक्त मित्र नव्हते, ते सगळ्यांचेच मित्र आहेत. लोकांच्या भल्यासाठी त्यांनी संघर्ष केला. त्यांच्या कामाची स्मृती ठेवण्यासाठीच ही इमारत उभी आहे."

आमचे हे संभाषण जवळपासच उभ्या असणाऱ्या एकाच्या कानावर पडले. तो माणूस माझ्याजवळ येऊन म्हणाला, "तुम्ही कोंडापल्ली कोटेश्वराम्मा आहात का? तुम्ही इथे आल्याचं आम्हाला कळलं होतं. तुम्ही इथेच १९५२मध्ये लिहिलेलं गाणं - 'मनदी तेलुगू देशमम्मा' आम्ही अजूनही गातो." त्याच्या तोंडून माझ्या या गाण्याची पहिली ओळ ऐकल्यावर मला आश्चर्याचा सुखद धक्का बसला. त्याच्या जोडीने हे गाणे म्हणावे, असे मलाही वाटत होते, पण मी नीट गाऊ शकत नव्हते. मग मी गाण्याचे काही शब्द उच्चारून पुन्हा एकदा हुतात्म्यांना लाल सलाम केला. त्या माणसाने पुढे माहिती दिली की, ही इमारत सुब्बाराव पाणीग्रही[८३] यांनी केलेल्या त्यागाच्या स्मृतीप्रीत्यर्थ लोकांनी दिलेल्या देणग्यांमधून उभी राहिलेली आहे. सुब्बाराव पाणीग्रही इथल्या मंदिरात पुजारी म्हणून काम करत होते. मग माझ्या ध्यानात आले की, १९५५मध्ये सुब्बारावांनी हे गाणे माझ्याकडून शिकून घेतले होते, आणि नंतर इतरांना शिकवले होते. त्या वेळी मी आणि राजम्मा आम्ही दोघींनी मिळून हे गाणे म्हटले होते. त्यानंतर ज्यांना हे गाणे आवडले होते, त्यांना आम्ही ते लिहूनदेखील दिले होते. तो प्रसंग माझ्या डोळ्यासमोर स्पष्ट उभा राहिला.

हुतात्म्यांच्या स्मृतीप्रीत्यर्थ बांधलेल्या या इमारतीमध्येच, त्यांच्यापोटी असलेल्या कृतज्ञतेच्या भावनेने मीच पूर्वी लिहिलेले गाणे मला तिथे परत ऐकायला मिळाले,

हे माझे मोठे भाग्यच! माझ्या नातींना आणि बरोबरच्या मित्रमंडळींनाही या प्रसंगाचे विशेष नवल वाटले.

निघताना भिंतीवरील हुतात्म्यांचे फोटो पाहून मला श्री श्रींच्या कवितेच्या ओळी आठवल्या..

या सगळ्या तेलुगू योद्ध्यांचे वारसदार कुठे आहेत?

भूतकाळातील हिमवर्षावाची हिमपाती कुठे आहेत?

आपले कापलेले सुवर्णपंख इथे सोडून जाणाऱ्या काळाची पावले कुठे आहेत?

आडवळणांच्या प्रवासाचा अखेरचा मुक्काम

लवकरच मी थकले. आता मला चालण्यासाठी आधाराला काठीची गरज भासू लागली. शरीराला थंडी सोसेना. नोव्हेंबर २०१० मध्ये सुधा मला विशाखापट्टणमला घेऊन जायला आली होती. ह्या वृद्धाश्रमात माझे मला एकटीने राहणे कठीण जाईल, म्हणून ती मला त्यांच्याबरोबर राहण्याचा आग्रह करीत होती.

स्वत:ची स्वत: काळजी न घेऊ शकणाऱ्या वृद्धांना वृद्धाश्रमात राहायला परवानगी नव्हती. त्यामुळे त्यांनी आपल्याला काढून टाकण्यापूर्वीच आपणच इथून निघालेले बरे, असा मी विचार केला. माझा सगळा हिशेब मिटवून मी निवासाच्या बाहेर असलेल्या चंद्रा राजेश्वरा रावांच्या पुतळ्याला लाल सलाम केला आणि नातीबरोबर राहण्यासाठी विशाखापट्टणमला आले.

एक क्रांतिकारक म्हणून मी पूर्वी संपूर्ण देशभर प्रवास केला होता. पण मला वाटते, विशाखापट्टणम् हा माझा शेवटचा मुक्काम आहे.

रवि शास्त्रींनी याच शहरात त्यांची 'आरु सारा कथल्' लिहिली. (मद्याविषयी ६ कथा). नव्या जगाच्या उभारणीचे आवाहन करणारी श्री श्रींची सुप्रसिद्ध 'महाप्रस्थानम्' त्यांनी इथेच लिहिली. याच जागेने कारांना अलौकिक तेलुगू कथा लिहिण्याची प्रेरणा दिली. तेनेट्टी विश्वनाथम्[८४] सारखे महान नेते या भूमीतच तयार झाले. ही सुंदर जागा अनेक कलावंतांचे प्रेरणास्थान आहे. त्यामुळे शेवटच्या मुक्कामासाठी या जागी येण्याची मला कुठलीच खंत नाही.

माझ्या नाती, अनुराधा आणि सुधा व अनुराधाचा नवरा तिघेही मानवी अधिकार समितीच्या कामात सक्रिय असतात. (HRF) त्यामुळे अधूनमधून HRFच्या लोकांशी बोलण्याचा मला योग येतो. ते नेहमी म्हणतात, "तुम्ही एकट्या नाही आहात. दोन अद्भुत स्त्रियांच्या तुम्ही आजी आहात आणि आमच्या देखील आजी आहात." त्यांच्यामध्ये चाललेल्या चर्चा ऐकताना मला आमच्या

घराची आणि करुणाच्या घराची आठवण होते. माझ्या नातीदेखील आमच्या कुटुंबाच्या परंपरेला जागून आमच्या पावलावर पावले टाकून चालताहेत.

एके दिवशी मी वर्तमानपत्र वाचत असताना एका तरुण मुलाने मला पहिले. माझ्याजवळ येऊन तो मला विचारू लागला, "तुमचं वय काय? या वयात कसलाही त्रास न होता तुम्ही सहज कसं काय वाचू शकता?"

अनेक कडक उन्हाळे, पावसाळे या डोळ्यांनी पाहिले असल्याचे मी त्याला सांगितले.

माझे वय ऐकून तो म्हणाला, "नव्वद! मग तर तुम्ही तुमचं आत्मचरित्र लिहायला हवं.

मी म्हणाले, "खूप मोठी गोष्ट आहे ती! इतकी मोठी की एका बैठकीत सगळीच्या सगळी सांगणं अशक्य आहे. तेवढी तुला ऐकणंही शक्य नाही. मी लिहून ठेवेन, तेव्हा वाच."

एकदा एक परिचित म्हणाले, "कोटेश्वराम्मा दोन्ही बाजूंनी जळणाऱ्या मेणबत्ती सारखी आहे. एक बाजू देशासाठी जळतीय, तर दुसरी क्रांतीसाठी."

अजून एकाने म्हटले, "त्या देशभक्तांच्या तीन पिढ्यांचे प्रतिनिधित्व करतात." यावर माझा परममित्र सोमसुंदर म्हणाला, "त्यांनी त्यांच्या आधीची पिढीही पाहिलेली आहे आणि नंतरचीही. त्या या दोन्हीमधला पूल आहेत. या पुलावरून अनेक लोक गेले आणि दोन्ही दिशांनी विखुरले. त्यांच्यापैकी आता कोणीच नाही आणि त्या आता एकट्या निर्जन पुलाच्या स्वरूपात उरलेल्या आहेत."

या अर्थानेच मग मी 'निर्जन पूल' असे नाव माझ्या आत्मकथनाला दिले.

आणि हे तर खरेच आहे, नाही का? माझे सहप्रवासी केव्हाच दूर निघून गेलेत आणि मी एकटीच मागे राहिली आहे.

तरीदेखील माझे एकाकीपण कोपऱ्यात पडून राहायला तयार नाही.
दुःखद प्रसंग ऐकून गोदावरी नदीच्या प्रपातासारखे ते अश्रू गाळते,
क्रांतिकारी भूतकाळाच्या स्मृतीवर हळवे होते,
भावी पिढ्यांसाठी आमचे जुने आदर्श जतन करू पाहते,
आमच्या भूतकाळाच्या कथा लिहिताना ते समाधान पावते..

अशी आहे माझ्या आयुष्याची गाथा - दुःखाने ओसंडून वाहणारी... माझ्या आठवणीतून निघाली आणि 'निर्जन पूल' बनली. ही कथा आहे कोंडापल्ली कोटेश्वराम्माची...

(कुटुंबाचे आडनाव अजूनही तेच आहे)

◆

परिशिष्ट

१. भोगराजु पट्टाभी सीतारामय्या स्वातंत्र्यसैनिक होते आणि आंध्रप्रदेशातील एक प्रमुख राजकीय नेत्यांपैकी एक होते. १९२३मध्ये त्यांनी आंध्रा बँकेची स्थापना केली. काशिनाथुनी नागेश्वराराव पंतुलू हेसुद्धा स्वातंत्र्यसैनिक होते. ह्याशिवाय एक पत्रकार आणि राजकीय नेते म्हणून देखील त्यांची ओळख आहे. सुप्रसिद्ध तेलुगू दैनिक 'आंध्र पत्रिका', तेलुगू मासिक 'भारती' आणि 'अमृतांजन' या औषधाच्या कंपनीचे ते संस्थापक होते. 'देशोद्धारक' या पदवीने ते नावाजले गेले होते.

२. गरीमेल्ला सत्यनारायण हे आंध्रप्रदेशातील स्वातंत्र्यसैनिक होते. चिलकामर्ती लक्ष्मी नरसिंह हे एक प्रसिद्ध तेलुगू कवी, नाटककार आणि सामाजिक कार्यकर्ते होते. बसवराज आप्पाराव हे तेलुगू कवी देशभक्तीपर गाण्यांसाठी प्रसिद्ध होते.

३. रामकोटी हा एक धार्मिक संस्कार आहे. यामध्ये भक्तजन रामनाम दशलक्ष वेळा लिहून काढतात.

४. फिरका म्हणजे ब्रिटीशकालीन भारतातील साधारणपणे ५ ते १० गावांचे महसूल केंद्र.

५. बिंदी म्हणजे स्त्रीचे सौभाग्यनिदर्शक कपाळावरील कुंकू

६. चंद्रा राजेश्वरा राव हे आंध्रातील अग्रणी स्वातंत्र्यसैनिक आणि कम्युनिस्ट नेते होते. तेलंगणातील शेतकऱ्यांच्या सशस्त्र उठावात ते सक्रिय होते. १९६४ मध्ये पार्टीचे विभाजन झाल्यावर त्यांनी तहहयात १९९४ पर्यंत कम्युनिस्ट पार्टी ऑफ इंडियाचे (CPI) नेतृत्त्व केले.

७. श्रावण हा हिंदू वर्षातील पवित्र महिना समजला जातो. बरेचसे हिंदू सण याच महिन्यात येतात.

८. श्रावण महिन्याआधी आषाढ महिना येतो. आंध्रप्रदेशामध्येही लग्नसमारंभ, वास्तुशांत यासारखे कार्यक्रम या महिन्यात करत नाहीत.

९. पारंपरिक हिंदू लग्नामध्ये कन्यादानाचा एक रिवाज आहे. मुलीचे वडील मुलीच्या लग्नात तिचे कन्यादान करतात.

१०. तेलुगू कवी गुर्जाडा अप्पाराव यांनी लिहिलेले एक देशभक्तीपर गाणे.

११. 'कर्रा-सामु' हा आंध्रप्रदेशमधील पारंपरिक लाठी-युद्धाचा खेळ आहे.

१२. कंदुकुरी विरेशलिंगम् हे आंध्रप्रदेशातील प्रसिद्ध समाज प्रबोधनकार आणि लेखक होते.

१३. आंध्रप्रदेशमध्ये देखील हिंदू स्त्रिया श्रावण महिन्यात गौरीचे व्रत पाळतात. विवाहित स्त्रिया आपल्या पतीच्या दीर्घायुष्यासाठी आणि आरोग्यासाठी पार्वतीदेवीची पूजा करतात.

१४. तेलुगू प्रथेमध्ये देखील पत्नी पतीला कधीही नावाने हाक मारत नाही. 'इमंडी' हे पतीस बोलावण्याचे संबोधन म्हणून वापरले जाते. साधारणपणे याचा अर्थ 'मालक, आपल्याला काय म्हणायचे आहे?' असा होतो.

१५. मालागुडम् म्हणजे माला जातीच्या लोकांची वस्ती

१६. गायीच्या शेणाच्या गोवऱ्यांना तेलुगू भाषेत 'पीडकलु' म्हटले जाते. स्वयंपाकघरात आणि इतर काही कामांसाठी त्यांचा इंधन म्हणून वापर केला जातो.

१७. बंदर कॉलेज पामर्रूपासून २० किमी अंतरावर असलेल्या बंदर शहरात होते. मासुलीपट्टणममधील प्रमुख जिल्ह्याच्या ठिकाणाला बंदर म्हणून ओळखले जात असे.

१८. गुडीवाडा हे पामर्रूपासून सर्वांत जवळचे तालुक्याचे ठिकाण आणि एक व्यापारी केंद्र होते. पामर्रूपासून ते साधारण ८ किमी अंतरावर आहे. जोन्नापाडूसुद्धा गुडीवाडापासून जवळच आहे.

१९. नारला वेंकटेश्वरा राव हे तेलुगू पत्रकार आणि राजकीय नेते होते.

२०. चंद्रा सावित्रीदेवी ह्या राजेश्वरा राव यांच्या पत्नी.

२१. तेलंगणातील शेतकऱ्यांच्या सशस्त्र लढ्यात रवि नारायण रेड्डी या कम्युनिस्ट राजकीय नेत्यांची महत्त्वाची भूमिका होती.

२२. व्यवसायाने डॉक्टर असलेल्या डॉ. कोमरज्जु अच्चमाम्बा यांनी भारतीय स्वातंत्र्यलढ्यात भाग घेतला होता. तेलंगणाच्या शेतकऱ्यांच्या सशस्त्र लढ्यातील त्या एक महत्त्वाच्या नेत्या होत्या. १९६४ मध्ये पार्टीचे विभाजन झाल्यावर त्या CPI बरोबर राहिल्या. नंतर त्यांनी लोकसभा प्रतिनिधी म्हणून देखील काम पाहिले.

२३. पूर्वी १६ आण्यांचा एक रुपया होत असे.

२४. बेझवाडा म्हणजे सध्याचे विजयवाडा.

२५. चासो हे प्रसिद्ध तेलुगू कवी आणि कथाकार 'चागंटी सोमयाजुलु' यांचे टोपणनाव आहे. ते श्रीकाकाकुलम् जिल्ह्यातील होते. सोमसुंदर हे अवन्त्सा सोमसुंदर असावेत.

२६. गिडगु वेंकटराममूर्ती हे समाज प्रबोधनकार, इतिहासकार आणि भाषातज्ञ होते. त्यांना बोली तेलुगू भाषा चळवळीचे प्रणेते मानले जाते.

२७. 'कोलाटम्' किंवा 'काठीचे नृत्य' हे आंध्रप्रदेशातील कथानिरूपणाचे लोकप्रिय माध्यम आहे.

२८. डॉ. गरीकापाटी राजाराव हे कम्युनिस्ट पार्टीचे सभासद होते. नंतर ते चित्रपट निर्माते झाले.

२९. शेख नाझर हे तेलुगू नाट्यक्षेत्रातील 'बुर्राकथा' सदर करणारे प्रसिद्ध कलाकार होते. 'बुर्राकथा' ही तेलुगू कथा सादरीकरणाची पारंपरिक लोककला आहे.

३०. तेलंगणाचा लढा (१९४८-१९५१) कम्युनिस्ट पार्टीच्या नेतृत्वाखाली झालेला शेतकऱ्यांचा सशत्र उठाव होता. हा उठाव हैदराबादच्या निजामाच्या राज्यातील जमीनदारी प्रथेविरुद्ध होता. नालगोंडा जिह्यात १९४६ साली या उठावाची सुरुवात झाली आणि संपूर्ण तेलंगणामध्ये आसपासच्या जवळपास ४००० गावांमध्ये तो वाऱ्याच्या वेगाने पसरला. गावावर अधिराज्य गाजवणाऱ्या स्थानिक सरंजामी जमीनदारांविरुद्ध (जहागीरदार आणि देशमुख) शेतकऱ्यांनी आणि मजुरांनी बंड केले. कम्युनिस्ट नेतृत्वाखाली हा लढा चांगलाच यशस्वी झाला. जवळपास ३,००० गावांची जमीनदारीपासून सुटका झाली. साधारणपणे १०,००० हजार हेक्टर जमीन भूमिहीन शेतकऱ्यांना वाटण्यात आली. जमीनदारांच्या खासगी सैनिकांशी लढताना जवळजवळ ४००० शेतकऱ्यांना प्राणास मुकावे लागले.

३१. रझाकार म्हणजे मजलिस-ए-इत्तेहादूल मुस्लिमीनचा प्रमुख कासिम रिझवी याचे खासगी सैनिक

३२. माझ्या बरोबर असलेले मूलपुरी कोटेश्वरा राव (अंगलुरू) कुणाचे निरोपे म्हणून काम करत होते हे मला आता आठवत नाही.

३३. लक्ष्मी पेरुमल्लू ही प्रजा नाट्यमंडळीमध्ये अभिनेत्री होती. 'मा भूमी' मध्ये तिने दादाची भूमिका केली होती.

३४. ही महान क्रांतिकारी कवी श्री श्री यांची प्रसिद्ध कविता होती. 'जगन्नाथाचा रथ' या वाक्प्रचाराचे 'जग्गरनॉट' हे आंग्लाळलेले रूप आहे.

३५. राव बालसरस्वती हे १९३० ते १९६० या काळातील तेलुगू गायक

आणि अभिनेते होते.

३६. मंगळसूत्र - विवाहित स्त्रीने परिधान करायची सौभाग्यलक्षण दर्शविणारी पवित्र माळ

३७. हा साधारण १९४९ ते १९५० चा काळ असावा. ब्रिटीशकालीन भारतामध्ये आंध्रप्रदेशातील गोदावरीच्या काठावरचे जिल्हे आणि ओरिसातील गंजाम यामधील भागाला 'उत्तर सर्कार' अशी संज्ञा वापरली जात असे.

३८. लाठी म्हणजे लांब, जाड, कडक अशी काठी. लाठीहल्ला ही प्रसिद्ध संज्ञा ब्रिटीश काळात पोलिसांनी लोकांवर केलेल्या हल्ल्याचे वर्णन करण्यासाठी केली जाते आणि अजूनही वापरली जाते.

३९. राममोहन राव - 'नवोदय' या प्रसिद्ध तेलुगू प्रकाशनाचे प्रमुख.

४०. रायवेल्लूर म्हणजे आताचे तमिळनाडूमधील वेल्लोर

४१. पी. राममूर्ती, C.S. सुब्रमण्यम, आर. रामनाथ यांच्यासह कुमारमंगलम् यांना प्रक्षोभक पत्रके वाटल्याबद्दल १९४१ मध्ये अटक झाली होती. हाच तो प्रसिद्ध 'मद्रास कट खटला'. १९१८ साली सेलम जिल्ह्यातील कुमारमंगलमच्या जमीनदाराच्या पोटी मोहन कुमारमंगलम यांचा जन्म लंडनमध्ये झाला. नंतर ते मद्रास प्रेसिडेन्सीचे मुख्यमंत्री झाले. केंब्रीजमधील इटन आणि किंग्ज कॉलेजमध्ये त्यांचे शिक्षण झाले. तिथे शिकत असताना ते कम्युनिस्ट विचाराने प्रभावित झाले. लंडनमधील वकिलांच्या 'इनर टेम्पल' सोसायटीने त्यांना आमंत्रित केले होते. परंतु १९३९ मध्ये ते स्वातंत्र्य आंदोलनात भाग घेण्यासाठी भारतात परत आले. १९६० पासून त्यांनी कम्युनिझमपासून अंतर राखायला सुरुवात केली आणि १९६१ मध्ये त्यांनी काँग्रेसमध्ये प्रवेश केला. इंदिरा गांधींशी एकनिष्ठ राहून १९७१ पासून त्यांनी त्यांच्या मृत्यूपर्यंत म्हणजे १९७३ पर्यंत पोलाद आणि खाणमंत्री म्हणून काम पाहिले.

४२. १९४० सालाच्या अखेरीस कृष्णा जिल्ह्यामध्ये पलनिअप्पन नावाचे विशेष पोलीस उपअधीक्षक (DYSP) काम करत होते. मोठ्या प्रमाणात कम्युनिस्टांची धरपकड करण्यामध्ये मुख्यत्वे त्यांचा कार्यभाग होता.

४३. श्रीपाद अमृत डांगे - कम्युनिस्ट पार्टी ऑफ इंडियाच्या संस्थापक नेत्यांपैकी एक महत्वाचे नेते. भारत-चीन युद्धाच्या काळात अजय कुमार घोष हे अजून एक प्रभावी कम्युनिस्ट नेते पार्टीचे नेतृत्व करत होते.

४४. तेलंगणामधील कम्युनिस्ट पार्टीचे नेते रवि नारायण रेड्डी यांचे भूमिगत असतानाचे टोपणनाव 'किशन' होते. त्यांनी सशस्त्र लढ्याचा अंत करावा असे आवाहन करणारे तपशीलवार परिपत्रक काढून सर्वांमध्ये वाटले

होते. ते परिपत्रक 'किशन अहवाल' म्हणून ओळखले जाते.

४५. नंडूरीं सुब्बाराव - 'इंकी पाटलु' (इंकीचे गाणे) या कवितासंग्रहाचे सुप्रसिद्ध कवी

४६. तांद्रा पापारायुडू हा बोब्बीली राज्याचा सेनापती होता. बोब्बीलीच्या युद्धात (१७५७) तो फ्रेंचांविरुद्ध लढला. त्याच्या निधड्या स्वभावामुळे तो 'बोब्बीलीचा वाघ' (बोब्बीली पुली) म्हणून ओळखला जात असे.

४७. विजयवाड्याजवळील भाग. आता तो शहराच्या हद्दीतच समाविष्ट झाला आहे.

४८. इंद्रकिलाद्री ही विजयवाड्यातील एक टेकडी आहे. तेथील दुर्गामंदिर सुप्रसिद्ध आहे.

४९. सुंकरा सत्यनारायण हे प्रसिद्ध नाटककार आणि गीतकार होते.

५०. 'पेद्दा कम्मा' ही कम्मा जातीतील लोकांची श्रेष्ठत्त्वाचा दावा करणारी एक उपजात आहे. पेद्दा या शब्दाचा अर्थ मोठा, महान, थोरला, अनुभवी असा संदर्भाने केला जातो.

५१. गुर्रम् जशुवा हे तेलुगू कवी त्यांच्या 'फिरदौसी' आणि 'गबिल्लम्' या कवितासंग्रहांसाठी प्रसिद्ध आहेत.

५२. कम्युनिस्ट पार्टीचे मासिक

५३. उन्नवा लक्ष्मी नारायण हे प्रसिद्ध तेलुगू लेखक होते. गुडवल्ली रामब्रह्मम् हे तेलुगू चित्रपट दिग्दर्शक होते. १९३० ते १९४० च्या दशकात त्यांनी निर्देशित केलेल्या सामाजिक चित्रपटांसाठी ते प्रसिद्ध आहेत.

५४. विजयनगरचे साम्राज्य उत्तर कर्नाटकातील हंपी इथे वसले होते. विझीनगरम् हे ओरिसाच्या सीमेवरील उत्तरेकडील समुद्रकिनारीचे राज्य होते. या दोन भागातील साम्यस्थळे साहित्यिक उपमा देऊन दाखविलेली आहेत.

५५. गौथु लच्छन्ना हे एक स्वातंत्र्यसैनिक होते. मागास जातीजमातींचे नेतृत्व त्यांनी काँग्रेस पक्षात राहून केले.

५६. तापी धर्माराव हे बहुचर्चित लेखक आणि कम्युनिस्ट नेते होते.

५७. गज्जला मल्लारेड्डी हे पुरोगामी तेलुगू कवी होते.

५८. 'बुर्राकथा' ही आंध्रप्रदेशमधील लोककलांपैकी एक अतिशय लोकप्रिय प्रकार आहे. यात मूलतः मुख्य पात्राकडून 'बुरा' नावाच्या एकतारी सदृश वाद्याच्या साथीने पुराणातील कथा-कविता सादर केल्या जातात. झांजेच्या तालावर अजून एक-दोन जणांची त्याला साथ असते. मुख्यत्वे बुर्राकथा हे कथाकथनाचे रूप असले, तरी त्यामध्ये स्वगत, नृत्य, संगीत, कविता, विनोद या सर्वाला देखील भरपूर वाव असतो. मूळची संस्कृतमधील

भारतीय महाकाव्ये अशा तऱ्हेने साध्या भाषेत लोकापर्यंत पोचत असत.

५९. मंडल म्हणजे जिल्हापातळीच्या खालील, परंतु ग्रामपातळीच्या वरील शासकीय विभाग

६०. सत्यमूर्ती हे नावाजलेले कवी शाळेत शिक्षक म्हणून काम करत होते. शिवसागर या टोपणनावाने ते लिहीत असत. सीतारामय्यांच्या बरोबरीने ते CPI (मार्क्सिस्ट -लेनिनिस्ट) माओवादी पार्टीचे नेते होते. १९८२-१९८४च्या कालावधीत पार्टीच्या मध्यवर्ती समितीचे ते सदस्य होते. १९९०मध्ये त्यांनी पार्टी सोडली आणि दलित आंदोलनाला पूर्ण वाहून घेतले.

६१. नीलम राजेश्वर रेड्डी हेदेखील कम्युनिस्ट पार्टीतील महत्त्वाचे लेखक होते. भारताचे माजी राष्ट्रपती संजीव रेड्डींचे ते भाऊ. तरीमेला नागी रेड्डी हेदेखील कम्युनिस्ट पार्टीमधील अजून एक महत्त्वाचे नेते होते. १९६७ नंतर नक्षलबारीतून प्रेरणा घेऊन त्यांनी स्वत:चा नवीन ग्रुप सुरू केला.

६२. एक निष्ठावान कम्युनिस्ट कॉम्रेड्. आंध्रप्रदेशाचा आणि तिथे झालेल्या कम्युनिस्ट आंदोलनाचा इतिहास या दोन्ही विषयांचा त्यांचा गाढा अभ्यास होता. यावर त्यांनी भरपूर मूलभूत लिखाण केलेले आहे.

६३. न्यायपथी राघवराव आणि न्यायपथी कामेश्वरी या पती-पत्नीने मिळून लहान मुलांसाठी तेलुगूमधून भरपूर साहित्यसंपदा तयार केलेली आहे. ऑल इंडिया रेडिओवरून मुलांसाठी त्यांचे कार्यक्रम प्रसारित होत असत. प्रेमाने लोक त्यांना रेडिओ आण्णा आणि रेडिओ आक्का म्हणून ओळखत.

६४. त्रीपुरनेनी गोपीचंद हे तेलुगू लघुकथा लेखक, कांदबरीकार, संपादक, नाटककार, स्तंभलेखक आणि सिनेदिग्दर्शक म्हणून ओळखले जातात.

६५. शारदा श्रीनिवासन - प्रसिद्ध रेडिओ कलाकार

६६. विधानसभेचे सत्र चालू असताना आंध्रप्रदेशच्या इतर भागांतून हैदराबादला येणाऱ्या आमदारांची राहण्याची सोय आमदार निवासात केली जात असे.

६७. भागवतुला सदाशिव शंकर शास्त्री हे तेलुगू लेखक तेलुगू चित्रपटांसाठी संवाद आणि गाणी लिहीत असत. 'अरुद्र' या नावाने ते परिचित आहेत.

६८. काही काळानंतर राधाक्का कृष्णापासून वेगळ्या झाल्या आणि त्यांनी नक्षलवाद्यांच्या एका महत्त्वाच्या गटाचे नेते चंद्रपुल्ला रेड्डी यांच्याशी लग्न केले. चंद्रापुल्ला रेड्डींच्या निधनानंतर राधाक्का मूळ गटापासून वेगळ्या झाल्या आणि त्यांनी एका नव्या गटाचे नेतृत्त्व केले.

६९. आमदार तरीमेला नागी रेड्डी हे मान्यवर कम्युनिस्ट नेते होते. १९६८ मध्ये CPM मधून बाहेर पडल्यावर त्यांनी देवुलपल्ली, वेंकटेश्वराराव

आणि कोल्ला वेंकय्या यांच्यासह कम्युनिस्ट क्रांतिकारकांची आंध्रप्रदेश समन्वय समिती स्थापन केली. हा ग्रुप TN ग्रुप म्हणून ओळखला जात होता. तत्कालीन भारताचे वर्णन असलेल्या तत्कालो भारतदेशम् या त्यांच्या पुस्तकासाठीही नागी रेड्डी सुपरिचित आहेत.

७०. १९६७ मध्ये CPM मधून बाहेर पडलेल्या गटाचे नेतृत्त्व चारु मुजुमदारसारख्या कसलेल्या नेत्याकडे होते. १९६९मध्ये त्यांनी CPI (ML) ची स्थापना केली.

७१. मराठी लोकांप्रमाणेच भोगी हा सुगीचा सण आंध्रप्रदेशच्या समुद्रकिनाऱ्याकडील भागात संक्रातीच्या म्हणजे पोंगलच्या आधी एक दिवस साजरा केला जातो. आपल्याकडील प्रथेप्रमाणेच लहान मुलांचे औक्षण करून चणे-चिरमुरे, बोरे, नाणी, फुलांच्या पाकळ्या याचे बोरन्हाण मुलांना घालतात.

७२. ख्यातनाम तेलुगू कवी श्रीरंगम् श्रीनिवासराव यांचे टोपणनाव श्री श्री होते. ते स्वत: कम्युनिझमच्या तत्त्वज्ञानाने प्रभावित झाले होते. त्यांच्या क्रांतिकारी कवितांनी एका संपूर्ण पिढीला जबरदस्त प्रेरणा दिली होती. मद्रास चित्रपट उद्योगामध्ये देखील त्यांनी गीतकार आणि पटकथालेखक म्हणून काम केले होते.

७३. नक्षलवाद्यांविरुद्धचा हा आंध्रप्रदेशातील पहिला कटकारस्थानाचा खटला होता. ह्या खटल्याचे काम विशाखापट्टणममध्ये न्यायालयाच्या एका खास सुनावणीद्वारे झाले होते. कानु सन्याल, चारु मुजुमदार, सुरेन बोस, कोंडापल्ली सीतारामय्या यासारखे जवळजवळ शंभराहून अधिक प्रसिद्ध नक्षल नेते आरोपी म्हणून या खटल्यात गोवले गेलेले होते. इतक्या मोठ्या संख्येने आरोपी असलेला हा खटला खूपच विशेष होता. ह्या खटल्याच्या सुनावणीसाठी विशाखापट्टणमच्या तुरुंगात न्यायालयासाठी एक वेगळा मोठा हॉल बांधावा लागला होता.

७४. 'चन्द्रम' या नावाने ओळखले जाणारे मड्डूकरी चंद्रशेखर राव हे CPI च्या प्रमुख नेत्यांपैकी एक होते. 'नवशक्ती' मासिकाचे ते संपादक होते.

७५. कन्नाबीरन हे नागरी हक्क चळवळीशी संबधित असलेले अत्यंत प्रभावी वकील होते.

७६. उच्च न्यायालयाचे माजी न्यायाधीश तारकुंडे यांच्या अध्यक्षतेखाली १९७७मध्ये तारकुंडे समितीची निर्मिती झाली, अणीबाणीच्या काळात आंध्रप्रदेशमध्ये पोलिसांबरोबरच्या चकमकीत मरण पावलेल्या नक्षलवाद्यांच्या मृत्यूची चौकशी करण्यासाठी ही समिती स्थापन केलेली होती. किमान एकोणीस जणांची निर्घृण हत्या करण्यात आली, असे या समितीच्या

अहवालात म्हटले होते.

७७. 'पिरवी' (जन्म) या चित्रपटात राजनची कथा सांगितलेली आहे. या चित्रपटाला एकतीस पारितोषिके मिळालेली होती. यामध्ये १९८९ मध्ये कांस चित्रपटमहोत्सवामध्ये मिळालेल्या परितोषकाचाही समावेश होतो.

७८. प्रोफेसर चेकुरी रामाराव हैदराबादच्या उस्मानिया विद्यापीठातील भाषाशास्त्र विभागातून निवृत्त झाले. भाषा समीक्षक या त्यांच्या प्रतिमेबरोबरच ते साहित्य समीक्षक म्हणून देखील ओळखले जातात.

७९. अब्बुरी रामकृष्णा राव हे अत्यंत प्रतिभाशाली साहित्यिक होते. अनेक कवी-कवयित्रींचे ते मार्गदर्शक होते.

८०. 'बागेतील एरंडेल घरच्या लोकांच्या औषधासाठी उपयोगी पडत नाही' अशा अर्थाची एक तेलुगू म्हण आहे. अत्यंत गुणकारी गोष्टींची घरामध्ये काही किमंत नसते, असा ह्या उपरोधिक म्हणीचा अर्थ आहे. थोडक्यात हिंदीमधील 'घरकी मुर्गी डाल बराबर' ही म्हण किंवा आपल्याकडील 'घरच्या वैद्याला कोण विचारतो?' ही म्हण त्याला समानार्थी आहे. लेखिकेने या परिच्छेदाला 'बागेतील एरंडेल' हे शीर्षक देण्यामागे ही भावना आहे. नको त्या ठिकाणी वाढणाऱ्या मजबूत एरंडेलाच्या झाडाची उपमा लेखिकेने स्वत:ला दिलेली आहे. निरुपयोगी तण म्हणून गणल्या जाणाऱ्या या झाडाप्रमाणेच आपले आयुष्यही केवळ नकार आणि जगण्याचा चिवट संघर्ष यानेच भरलेले आहे. अशी आपली मन:स्थिती लेखिका इथे व्यक्त करते.

८१. शाळेत शिक्षक असल्यामुळे कालीपट्टणम् रामा राव हे कारा मास्तरू म्हणून देखील ओळखले जात असत. एक उत्तम कांदबरीकार आणि कथाकार म्हणून ते सुपरिचित आहेत. ते क्रांतिकारी विरासमचे देखील सभासद होते. पुढील पिढ्यांसाठी साहित्यसंपदेचा वारसा जतन करण्यासाठी त्यांनी १९९७ मध्ये 'कथा निलायम' ची निर्मिती केली. कथा निलायम हे एक साहित्य संशोधन केंद्र आणि पुस्तकालय आहे. ते स्वत: मूळचे श्रीकाकाकुलम जिल्ह्यातील होते.

८२. लहान मुलांच्या गोष्टींचा शेवट नेहमी एका गोड वाक्याने होतो - मग ते सारे सुखासमाधानाने आनंदाने नांदू लागले. यासारखाच तेलुगू कथांचा शेवट देखील 'कथा कांचिकी, मनम् इंटीकी' या वाक्याने होतो.

८३. 'सुब्बाराव पाणीग्रही' या प्रसिद्ध कवींची गाणी आणि कवने ही आंध्रप्रदेशातील क्रांतिकारी राजकारणाचा संदेश देणारे दूतच होते. खरगपूरमधून ते श्रीकाकाकुलममधील सोमपेटामध्ये राहायला आले होते. १९५८ मध्ये

शंभरीच्या
उंबरठ्यावर
कोटेश्वराम्मा

कोंडापल्ली
कोटेश्वराम्मा

अंजम्मा
(कोटेश्वराम्मांची आई)

वरंगळमध्ये संपन्न झालेला
रमेश आणि करुणा यांचा विवाह.

बुर्राकथा सादर करताना
कोटेश्वराम्मा (डावीकडून प्रथम)

श्रीकाकाकुलम येथील कथा नीलायममध्ये
कोटेश्वराम्मा (पार्श्वभूमीवर सुप्रसिद्ध कवी
श्री श्री यांचा फोटो)

अटक झालेल्या इतर महिला कॉम्रेड्ससह नंदीग्राम तुरुंगात कोटेश्वराम्मा
(उभ्या रांगेत डावीकडून प्रथम)

काकीनाडा होस्टेलमध्ये वार्डन म्हणून काम करत असताना
तेथील विद्यार्थिनींसह कोटेश्वराम्मा (उजवीकडे खुर्चीवर बसलेल्या)

कोटेश्वराम्मा
आपल्या पणतींसह

कोंडापल्ली सीतारामैयांसह
कोटेश्वराम्मांच्या नाती -
अनुराधा आणि सुधा

भाऊ वेंकट रेड्डी,
मुलगी करुणा
(डावीकडून दुसरी),
आई अंजम्मा
आणि नातींसह
कोटेश्वराम्मा

बोड्डापाडूतील एका छोट्या शिवमंदिरासाठी पुजारी नेमण्याची आवश्यकता होती. कम्युनिस्ट पार्टीने पाणीग्रहींना ह्या कामावर रुजू होण्यासाठी सुचवले. इथेच पाणीग्रहींचा प्रवास एक कवी, सांस्कृतिक कार्यकर्ता आणि क्रांतिकारी विचारांचा संपादक म्हणून सुरू झाला. १९६९मध्ये पोलिसांनी त्यांची गोळी घालून हत्या केली.

८४. रविशास्त्री, कालीपट्टणम् रामा राव आणि श्री श्री यासारख्या प्रतिभावंत आणि क्रांतिकारी तेलुगू लेखकांचे विशाखापट्टणम हे निवासस्थान होते. तेनेट्टी विश्वनाथम्सारखे मान्यवर स्वातंत्र्यसैनिक देखील इथे राहत होते.

◆